ഗ്രീൻ ബുക്സ്

തേറമ്പിൽ
ആർഭാടങ്ങളില്ലാതെ ആരവങ്ങളില്ലാതെ

തേറമ്പിൽ രാമകൃഷ്ണൻ

അഭിഭാഷകൻ.
കുറ്റൂർ മേലൂട്ട് കൃഷ്ണമേനോന്റെയും
തേറമ്പിൽ നാണിക്കുട്ടിയമ്മയുടെയും മകൻ.
കുറ്റൂരിൽ ജനനം.
വിദ്യാഭ്യാസം: ചന്ദ്രമതി മെമ്മോറിയൽ
ഗവ. ഹൈസ്കൂൾ കുറ്റൂർ, കേരളവർമ്മ കോളേജ്,
എറണാകുളം ലോ കോളേജ്, തിരുവനന്തപുരം ലോ
കോളേജ് എന്നിവിടങ്ങളിൽ പഠനം.
തൃശ്ശൂർ കോൺഗ്രസ് ഡിസ്ട്രിക്റ്റ് കമ്മിറ്റിയുടെ
പ്രസിഡന്റ്, എ.ഐ.സി.സി. മെംബർ, നായർ സർവ്വീസ്
സൊസൈറ്റി ഡയറക്ടർ, തൃശ്ശൂർ വിവേകോദയം
സ്കൂൾ മാനേജർ തുടങ്ങിയ വിവിധ
കർമ്മപഥങ്ങളിൽ ശ്രദ്ധേയൻ. കേരള നിയമസഭയിൽ
ആറു പ്രാവശ്യം അംഗം, രണ്ട് പ്രാവശ്യം സ്പീക്കർ.
രാഷ്ട്രീയരംഗത്ത് കർമ്മനിരതൻ.

ഷജിൽ കുമാർ

വയനാട് പനമരം ചെറുകാട്ടൂർ സ്വദേശി.
2000 മുതൽ മലയാള മനോരമ സർക്കുലേഷൻ
വിഭാഗത്തിൽ ജോലിചെയ്ത ശേഷം
2008ൽ പത്രാധിപ സമിതി അംഗം.
മനോരമയുടെ കൊച്ചി യൂണിറ്റിൽ
സീനിയർ റിപ്പോർട്ടറാണ്.

ജീവചരിത്രം

തേറമ്പിൽ

ആർഭാടങ്ങളില്ലാതെ
ആരവങ്ങളില്ലാതെ

ഷജിൽ കുമാർ

ഗ്രീൻബുക്സ്

green books private limited
gb building, civil lane road, ayyanthole,
thrissur- 680 003, kerala, ph: +91 487-2381066, 2381039
website: www.greenbooksindia.com
e-mail: info@greenbooksindia.com

malayalam
therambil
aarbhadangalillathe
aaravangalillathe
biography
by
shajil kumar

published january 2023
reprinted february 2023

cover design : rajesh chalode

printed in india
repro india ltd

branches:
thrissur 0487-2422515
thiruvananthapuram 0471-2335301
calicut 0495 4854662

isbn : 978-93-95878-46-3

GBPL/1274/2023

മുഖക്കുറിപ്പ്

കേരള രാഷ്ട്രീയത്തിലെ നിറസാന്നിധ്യവും തൃശ്ശൂരിന്റെ അഭിമാനവുമായ തേറമ്പിൽ രാമകൃഷ്ണന്റെ ജീവ ചരിത്രം പ്രസിദ്ധപ്പെടുത്തുവാൻ ലഭിച്ച അവസരം ഗ്രീൻ ബുക്സിനെ സംബന്ധിച്ചിടത്തോളം ആഹ്ലാദകരമാണ്. സംസ്കാരത്തിന്റെ അന്തസ്സത്ത ചോർന്നുപോകാതെ, മതാതീതമായ കാഴ്ചപ്പാടോടെ ജനങ്ങളോടൊപ്പം നിന്ന് ആറു പ്രാവശ്യം തുടർച്ചയായി എം.എൽ.എയായും കേരള നിയമസഭയിലെ സ്പീക്കറുമായി ജനസേവനം നടത്തിയ തേറമ്പിലിന്റെ രാഷ്ട്രീയ ജീവിതം സംശുദ്ധ മാണ്. അഭിഭാഷകനായും പൊതുപ്രവർത്തകനായും ജനഹിതങ്ങൾക്കനുസൃതമായി ധാർമ്മികത കൈവിടാതെ ജീവിക്കേണ്ടതെങ്ങനെയെന്ന് വ്യക്തമാക്കുകയാണ് തേറ മ്പിലിന്റെ ഈ ജീവിതകഥ. മൂല്യച്യുതിയില്ലാതെ രാഷ്ട്രീ യത്തിലും സാമൂഹ്യരംഗങ്ങളിലും പ്രവർത്തിക്കുന്ന വർക്കും പ്രവർത്തിക്കാൻ ആഗ്രഹിക്കുന്നവർക്കും ഒരു വഴികാട്ടിയാണ് ഈ കൃതി. ആർഭാടങ്ങളില്ലാതെ, ആരവ ങ്ങളില്ലാതെ ജീവിക്കുന്ന തേറമ്പിലിന്റെ ജീവചരിത്രം കേരളജനതയ്ക്കും വായനക്കാർക്കുമായി സമർപ്പിക്കുന്നു.

എഡിറ്റർ

ഉള്ളിലുറഞ്ഞു കിടക്കുന്ന അനുഭവങ്ങളുടെ സമുദ്രതീരത്തേക്കായിരുന്നു പത്രപ്രവർത്തന രംഗത്തിന്റെ ബാലപാഠങ്ങൾ പഠിക്കുന്ന അവസരത്തിൽ എനിക്ക് പിന്തുണയും പ്രോത്സാഹനവും നൽകിയ തേറമ്പിൽ സാറിനെ ഞാൻ കൈപിടിച്ചു ക്ഷണിച്ചത്. ആ ദൗത്യം ഏറ്റെടുക്കുന്നതിന് എന്നെ പ്രേരിപ്പിച്ചതാകട്ടെ, അഭിഭാഷകവൃത്തിയിൽ അദ്ദേഹത്തിന്റെ ശിഷ്യനായ അഡ്വ. മേതിൽ വേണുഗോപാലനും ആവശ്യമായ ഫോട്ടോകൾ നൽകിയ തൃശ്ശൂർ വിജയ ഫോട്ടോസിനും നന്ദി. തേറമ്പിൽസാറിന്റെ ജീവിതമെഴുത്തിനിറങ്ങുമ്പോൾ ആ അനുഭവതീരം എന്നെ ഏറെ സ്വാധീനത്തിലാക്കിയതായി ഞാനറിയുന്നുണ്ടായിരുന്നു.
കാറ്റും കോളുമില്ലാത്ത കടൽ. ശാന്തമായ സമുദ്രത്തിന്റെ ഉപരിതലം കണക്കെ തേറമ്പിൽ സാർ ഉള്ളിലിരുന്നിപ്പോഴും ജീവിതം പറയുന്നുണ്ട്.

നന്ദി സാർ. ജീവിതം പറഞ്ഞതിന്. ഇതിലെ വരികളും വാക്കുകളും താങ്കൾക്കും സഹൃദ യരായ വായനക്കാർക്കുമായി സമർപ്പിക്കട്ടെ.

ഷജിൽ കുമാർ

ഉള്ളടക്കം

വെളിച്ചമേ നയിച്ചാലും

കർമ്മവീര്യം സൂക്ഷിച്ച കുടുംബം

സമൂഹത്തോടു സംവദിച്ചും സമഭാവം കാട്ടിയും ചുറ്റുപാടുകളോട് അനുഭാവം പുലർത്തിയും ഈ ലോകം നമ്മുടേതു മാത്രമല്ലെന്നുള്ള മനോഭാവം പ്രകടിപ്പിച്ചും ജീവിച്ചവരാണ് തേറമ്പിൽ തറവാട്ടുകാർ. പൊതുജന സേവനത്തിന്റെ വഴിയിൽ സഹജരോടും സ്ത്രീകളോടും പ്രായമായവരോടും രോഗികളോടും ദീനാനുകമ്പ ആവശ്യമായ വരോടുമെല്ലാം സൗഹൃദമാകണം സമീപനം എന്നു കുഞ്ഞുന്നാൾ മുതൽ രാമകൃഷ്ണൻ കണ്ടു പഠിച്ചു. എതിരഭിപ്രായമുള്ളവരോടും ആദരവുള്ളയിരിക്കണം എന്ന് പഠിപ്പിച്ചത് അമ്മയാണ്.

പരാധീനതകളിലേക്കു കാഴ്ച പതിപ്പിക്കാൻ കണ്ണുവേണം. സമൂഹ ത്തിന്റെ വ്യഥ കാണാനാവുന്ന കണ്ണുകൾ. ഒരു നാട് അതിന്റെ വളർ ച്ചയും വികാസവും ആവശ്യപ്പെടുന്നതു കാണാൻ അത്തരം കാഴ്ച യുള്ളവർക്കാണെളുപ്പം.തൃശ്ശൂരിന്റെ ആകാശച്ചുവട്ടിൽ നഗരം വളർന്നു തലയുയർത്തി നിൽക്കുന്നതു വെറുതേ നോക്കിക്കാണുന്നതു തന്നെ സുഖകരമാണ്. അസൂയാവഹമായ നേട്ടങ്ങളിലെല്ലാം തൃശ്ശൂരിൽ തേറമ്പിലിന്റെ കയ്യൊപ്പു കാണാം. തേറമ്പിലിന് മുൻപും പിൻപും എന്നു തൃശ്ശൂർ നഗരചരിത്രത്തെ രണ്ടായി വിഭജിച്ചു വിലയിരുത്തി യാൽ മാത്രമേ, ഈ മനുഷ്യൻ എത്ര ഉൾക്കാഴ്ചയോടെയാണ് തൃശ്ശൂ രിന്റെ ഹൃദയത്തിലേക്കു വളർച്ചയുടെ വഴിവെട്ടിയതെന്നു മനസ്സി ലാക്കാൻ കഴിയൂ.

നമ്മൾ നേടുന്നതൊക്കെയും എത്ര നിസ്സാരമായാലും പൊന്നാണ് എന്ന കരുതലോടെയാണ് ഓരോ ഇടവഴിയിലും വളർച്ചയുടെ വെളിച്ചം അദ്ദേഹം വിതറിയത്. കാരണം, പരമ്പരഗതമായി കുടുംബം കുറ്റൂ രിനോട് പറഞ്ഞതും നേരിന്റെ ഇതേ വാക്കുകളാണ്.

അമ്മയുടെ തറവാട്

കുറ്റൂരിലെ പ്രമുഖരായ നായർ കുടുംബങ്ങളിലൊന്നാണ് തേറ മ്പിൽ തറവാട്. എല്ലാവരും വിദ്യാസമ്പന്നരും ജോലിക്കാരും. അന്നു

കർഷകരും കർഷകത്തൊഴിലാളികളുമായിരുന്നു കുറ്റൂരിൽ കൂടുതൽ. അമ്മയുടെ തറവാടാണിത്. നാനിക്കുട്ടി എന്ന അമ്മയെ പാപ്പുവമ്മ എന്നെല്ലാവരും വിളിച്ചു. ധാരാളം നെൽകൃഷിയും ഭൂസ്വത്തുമുണ്ടായിരുന്ന തേറമ്പിൽ തറവാട്ടിലെ കാരണവർ, അമ്മയുടെ അച്ഛൻ ഇടപ്പള്ളി രാമൻ മേനോനാണ്. വിശാലമായ പറമ്പിലെ ഒരറ്റത്തുള്ള മറ്റൊരു വീട്ടിലായിരുന്നു മുത്തച്ഛന്റെ താമസം. ആഹാരമൊക്കെ തറവാട്ടിൽ നിന്നാണ്. അമ്മയുണ്ടാക്കുന്ന ആഹാരം മുത്തച്ഛന് എത്തിച്ചു കൊടുക്കുന്ന ചുമതല ഇളയ മകനെ ഏൽപ്പിച്ചു. അവസാന കാലം വരെ ഏകാന്തജീവിതം നയിച്ച മുത്തച്ഛൻ പരമ സാത്വികനായിരുന്നു. വാർധക്യത്തിലെ വയ്യായ്കകൾ വന്നായിരുന്നു മുത്തച്ഛന്റെ വേർപാട്. മുത്തശ്ശിയെ കണ്ടിട്ടില്ലെങ്കിലും മുത്തച്ഛനെ തേറമ്പിലിനു നല്ല ഓർമയുണ്ട്.

''മുത്തച്ഛന്റെ പ്രിയപ്പെട്ട മകളായിരുന്നു പാപ്പുവമ്മ, അതായത് എന്റെ അമ്മ. അധ്യാപികയായിരുന്ന ഇക്കാവുവമ്മയായിരുന്നു മൂത്തയാൾ. ഇടപ്പള്ളി രാമൻ മേനോന്റെ ആൺമക്കളിൽ മൂത്തയാളായ കൊച്ചുകൃഷ്ണമേനോൻ വില്ലേജ് അധികാരിയായിരുന്നു. പിന്നെ എന്റെ അമ്മ. അമ്മയുടെ അനുജൻ ശിവരാമ മേനോൻ പുറനാട്ടുകര

തേറമ്പിലിന്റെ തറവാട്

ശ്രീരാമകൃഷ്ണാശ്രമം സ്കൂളിൽ അധ്യാപകനായിരുന്നു. വിവാഹം ചെയ്തിരുന്നില്ല. വസ്ത്രം മാറാത്ത സന്ന്യാസിയായി മരണംവരെ അദ്ദേഹം ജീവിച്ചു. പുറനാട്ടുകരയിൽ അദ്ദേഹത്തിനുണ്ടായിരുന്ന വസ്തുവകകൾ ശാരദാമഠത്തിനു സംഭാവന ചെയ്യുകയായിരുന്നു. ഈ അമ്മാവനിൽ തുടങ്ങുന്നതാണ് ശ്രീരാമകൃഷ്ണ മിഷനുമായുള്ള തേറമ്പിൽകുടുംബത്തിന്റെ ബന്ധം.''

ശിവരാമ മേനോന്റെ അനുജത്തി ദാക്ഷായണിയമ്മയും സന്ന്യാസിനിയായി ശാരദാമഠത്തിലെത്തി. ശ്രീരാമകൃഷ്ണ മഠത്തിൽ സന്ന്യാസം സ്വീകരിച്ച ആദ്യ സ്ത്രീകളിലൊരാളായിരുന്നു ദാക്ഷായണിയമ്മ. സന്ന്യാസിനിയായതോടെ അവർ 'മേധാ പ്രാണ' എന്നറിയപ്പെട്ടു. പുറനാട്ടുകര ശാരദാമഠത്തിന്റെ തലപ്പത്തിരുന്നും ശാരദാമഠം സ്കൂളിൽ പ്രധാനാധ്യാപികയായും മാനേജരായും ശാരദാമന്ദിരം തൃശ്ശൂർ ശാഖയുടെ പ്രസിഡന്റായും ഏറെക്കാലം 'മേധാ പ്രാണ' തുടർന്നു.

ശ്രീധരമേനോനാണു മറ്റൊരു പുത്രൻ. കുറ്റൂരിലെ ആദ്യബിരുദധാരിയായിരുന്നു അദ്ദേഹം. ശ്രീധരമേനോന് താഴെയുള്ള കരുണാകര മേനോൻ ചെറുപ്പത്തിൽ തന്നെ മലേഷ്യയ്ക്കു പോയയാളാണ്. അവിടെയദ്ദേഹം എസ്റ്റേറ്റിൽ ജോലിക്കാരനായിരുന്നു. അവിടുത്തുകാരിയെ വിവാഹം ചെയ്തു മലേഷ്യയിൽ തന്നെ സ്ഥിരതാമസമാക്കിയ അദ്ദേഹം പിന്നീടുണ്ടായ യുദ്ധത്തിൽ എല്ലാം നഷ്ടപ്പെട്ടതോടെ മടങ്ങിയെത്തി മക്കളെ ഇവിടെയേൽപിച്ചു വീണ്ടും മലേഷ്യയ്ക്ക് മടങ്ങി. അവിടെ വച്ചുതന്നെയായിരുന്നു അദ്ദേഹത്തിന്റെ വേർപാട്. ചെറുപ്പത്തിലേ മരിച്ചു പോയ കുറ്റൂരിലെ ആദ്യബിരുദധാരിയായ അമ്മാവൻ. കാഴ്ചയിലും പെരുമാറ്റത്തിലും സമീപനത്തിലുമെല്ലാം നമ്മുടെ കഥാനായകനെപ്പോലെയായിരുന്നു മകൻ രാമകൃഷ്ണൻ എന്ന് അമ്മ ഇടയ്ക്കിടെ പറയുമായിരുന്നു. അദ്ദേഹത്തിന്റെ മക്കൾ ഇപ്പോഴും തൃശ്ശൂരിലുണ്ട്. വേരുപടർത്തി പന്തലിച്ച കുടുംബ പാരമ്പര്യത്തിന്റെ ഏടുകൾ ഓർമ്മക്കാലങ്ങളിൽനിന്നും അദ്ദേഹം ചികഞ്ഞെടുത്തു.

ചിത്രത്തിൽ മാത്രം കണ്ടിട്ടുള്ള അദ്ദേഹത്തെ അമ്മയുടെ വാക്കുകൾക്കൊപ്പം ചേർത്തുനിർത്തി ഉള്ളിലേക്കാവാഹിക്കുന്ന ശീലം കുട്ടിക്കാലത്തുണ്ടായിരുന്നു. മേധാ പ്രാണയായി മാറിയ ദാക്ഷായണിയമ്മയുമായിട്ടായിരുന്നു കൂടുതലടുപ്പം.

പുറനാട്ടുകരയിൽ ത്യാഗീശാനന്ദ സ്വാമികളാണ് ശ്രീരാമകൃഷ്ണാശ്രമം തുടങ്ങിയത്. ചെറിയമ്മയും അമ്മാവനും അദ്ദേഹത്തിന്റെ ശിഷ്യരായിരുന്നു. ആ നിലയിൽ അവർ ആശ്രമത്തിൽ പോയിത്തുടങ്ങിയിടത്തു നിന്നാണ് തേറമ്പിൽ കുടുംബവും ശ്രീരാമകൃഷ്ണമഠവുമായുള്ള ദീപ്തബന്ധത്തിനു തുടക്കം. ഈ ആശ്രമസന്ദർശനമാണ് ഇവരെ സന്ന്യാസത്തിലേക്കു നയിച്ചത്. രാമകൃഷ്ണൻ എന്നും

നൈയ്തലക്കാവ് ക്ഷേത്രഗോപുര സമർപ്പണം
മേധാ പ്രാണാ, ടി.ജി. രവി, സി. രാഘവൻ, ഭക്തജനങ്ങൾ

അദ്ദേഹത്തിന്റെ സഹോദരിക്കു ശാരദയെന്നുമുള്ള പേരുകൾപോലും രാമകൃഷ്ണമഠത്തോടുള്ള ഈ കുടുംബത്തിന്റെ പ്രതിപത്തിയുടെ ദൃഷ്ടാന്തമാണ്. രാമകൃഷ്ണന്റെ സഹോദരി വിജയലക്ഷ്മിയും ശാരദാമഠത്തിൽ പിന്നീട് സന്ന്യാസിനിയായി. അവരാണ് വിജയ പ്രാണ എന്ന പേരിൽ പിന്നീടറിയപ്പെട്ട സന്ന്യാസിനി.

അമ്മയുടെയും അച്ഛന്റെയും ജീവിതം

പണ്ടുകാലത്തു നായർ തറവാടുകളിൽ അതതു നാട്ടിൽ തന്നെ വിവാഹം ചെയ്തുകൊടുക്കുന്നതായിരുന്നു പതിവ്. അതുകൊണ്ടു തന്നെ അമ്മയുടെയും അച്ഛന്റെയും വീടുകൾ തമ്മിൽ അരനാഴിക അകലമേയുണ്ടായിരുന്നുള്ളൂ. അച്ഛന്റെ മേലൂട്ട് തറവാട്ടുകാർ കൃഷിക്കാരായിരുന്നു. വിവാഹം കഴിഞ്ഞതോടെ അച്ഛൻ മേലൂട്ട് കൃഷ്ണമേനോന്റെ ജീവിതം തേറമ്പിൽ തറവാട്ടിലേക്കു പറിച്ചു നട്ടു. ഓണത്തിനും മറ്റു വിശേഷദിവസങ്ങളിലും ഊണു കഴിഞ്ഞാൽ മേലൂട്ട് തറവാട്ടിലേക്കൊരു പോക്കാണ്. അച്ഛന്റെ തറവാടിനോടു ചേർന്നു ചെറിയൊരു തോടുണ്ട്. കുറ്റൂർ തോട്. ആ തോട്ടിൽ നാട്ടുകാരൊക്കെ അക്കാലത്തു കുളിക്കുമായിരുന്നു. അച്ഛന്റെ തറവാട്ടിലേക്കുള്ള യാത്രയിലെ പ്രധാന ആകർഷണവും തോട്ടിലെ കുളിയായിരുന്നു. അന്ന് മേലൂട്ട് തറവാട്ടുവീട്ടിൽ അച്ഛന്റെ സഹോദരി ദേവകിയമ്മയാണ് താമസം.

“കുട്ടൻമേനോനും നാരായണൻ നായരുമാണ് അച്ഛന്റെ അനുജന്മാർ. തൃശ്ശൂരിലെ വലിയമ്മയും തറവാട്ടിലെ ദേവകിയമ്മ ചെറിയമ്മയും സഹോദരിമാരും. ചെറിയമ്മയ്ക്ക് എന്നെ വലിയ കാര്യമാണ്. അതുകൊണ്ടു തന്നെ ഇടയ്ക്കിടെ അവിടെ ചെല്ലും. ചിലനേരങ്ങളിൽ രാത്രി അവിടെ തങ്ങും. ചെറിയമ്മയുടെ മകൾ ചിന്നമണിയും എന്റെ ചേച്ചിമാരും ഒരേ ക്ലാസിലാണ്. അവധിക്കാലമായാൽ ഞങ്ങൾക്കു വിരുന്നു പോകാറുള്ള ഇടവും അച്ഛന്റെ തറവാടാണ്.

അച്ഛൻ അന്നു റജിസ്ട്രാർ ഓഫ് വില്ലേജ് കോർട്സ് (വില്ലേജ് കോടതി) ഉദ്യോഗസ്ഥനാണ്. ഹെഡ് ക്ലാർക്കായിരുന്നു. തൃശ്ശൂരിലാണ് ഓഫീസ്. കാലത്ത് ഒൻപതിന് അച്ഛൻ വീട്ടിൽ നിന്നിറങ്ങും. നടന്നുവേണം ഓഫീസിലേക്കു പോകാൻ. ജോലി കഴിഞ്ഞു രാത്രിയാവും അച്ഛൻ വീടെത്താൻ.നല്ല ഉയരമുള്ള ഇരുനിറക്കാരനായിരുന്നു അദ്ദേഹം. വളരെ സാത്വികൻ. വെള്ള വസ്ത്രമേ അച്ഛനും ധരിക്കാറുള്ളൂ. വളഞ്ഞ ഒരു കാലൻകുട കൈയിലെടുത്ത് രണ്ടാം മുണ്ട് തോളത്തിട്ട് ആഢ്യൻ നായരായുള്ള അച്ഛന്റെ നടപ്പും തലയെടുപ്പും ആകർഷകമായിരുന്നു. മക്കളുടെ പഠനകാര്യങ്ങളിലൊക്കെ ശ്രദ്ധിക്കുകയും ഇടപെടുകയും ചെയ്ത അച്ഛൻ കുട്ടിക്കാലത്തു പൂരത്തിനു തന്നെ തലയിലേറ്റി തൃശ്ശൂർക്കു പോയൊരു സംഭവം രസകരമാണ്. അച്ഛന്റെ സഹോദരി കൊച്ചുകുട്ടിയമ്മയുടെ വീട് തൃശ്ശൂർ ടൗണിലാണ്. വലിയമ്മയുടെ ഭർത്താവ് കൃഷ്ണവാരിയർ വടക്കുന്നാഥക്ഷേത്രത്തിലെ ഉദ്യോഗസ്ഥനാണ്. പൂരത്തിനു പോകുന്ന അന്നു താമസം വലിയമ്മയുടെ വീട്ടിലാണ്. കുറ്റൂരിൽ നിന്നു നടന്നാവും

പോവുക. പ്രദക്ഷിണ വഴിയിലൂടെ നടന്നു തളർന്നാൽ അച്ഛൻ ചുമലിലേറ്റും.

നാണിക്കുട്ടി എന്ന തന്റെ അമ്മയെക്കുറിച്ചു അദ്ദേഹം പറയുന്നത് കേൾക്കൂ.

''കുറ്റൂരിലെ സ്ത്രീകളെ സംഘടിപ്പിച്ചു മഹിളാസമാജം വഴി നടത്തിയ സാമൂഹിക ഇടപെടൽ. വീട്ടിൽ വരുന്നവർക്കൊക്കെ കയ്യയച്ചു നൽകിയ സഹായങ്ങൾ. തറവാടിന്റെ പടികടന്നെത്തുന്നവർക്ക് ആഹാരം കൊടുക്കുന്ന ശീലം. അത് അമ്മയുടെ നിർബന്ധമാണ്. അമ്മ പഴയ പത്താംക്ലാസാണ്. അച്ഛൻ ജോലിക്കാരനായതിനാൽ വീട്ടുകാര്യങ്ങൾ നോക്കുന്നതിൽ അമ്മ മുടക്കം വരുത്താറില്ല. കോട്ടം തട്ടാതെ കർമങ്ങൾ ചെയ്യണമെന്ന നിശ്ചയദാർഢ്യം. തേറമ്പിൽ വീട്ടിൽ ചെന്നാൽ വെറുംകയ്യോടെ ആരെയും തിരിച്ചയയ്ക്കാറില്ല. അക്കാര്യം കുറ്റൂരിലാകെ പടർന്നതിന്റെ കാരണക്കാരി. ആ നന്മയാണ് രാമകൃഷ്ണൻ എന്ന വ്യക്തിയുടെ വഴികളെ ധന്യമാക്കിയത്.

അച്ഛൻ മേലൂട്ട് കൃഷ്ണമേനോന്റെ വീടും കുറ്റൂരിലാണ്. കുറ്റൂർ തോടിനോടു ചേർന്നു കണ്ണെത്താത്ത പാടത്തേക്കു മുഖം നോക്കുന്ന മേലൂട്ട് തറവാട് ഇന്നുമുണ്ട്. പാപ്പുവമ്മയ്ക്കും കൃഷ്ണമേനോനും ആറു മക്കളാണ്. മൂത്ത മകൾ പാർവതിയമ്മയ്ക്കു 18 വയസ്സിൽ തന്നെ

മേലൂട്ട് കൃഷ്ണമേനോൻ
(പിതാവ്)

തേറമ്പിൽ നാണിക്കുട്ടി അമ്മ
(മാതാവ്)

സർക്കാർ ജോലി കിട്ടി. റജിസ്ട്രേഷൻ വകുപ്പിൽ നിന്നു വിരമിച്ച അവർ തേറമ്പിലിനൊപ്പമായിരുന്നു താമസം. 15 വർഷം മുൻപ് മരിച്ചു. രണ്ടാമത്തെ മകൾ വിജയലക്ഷ്മി (വിജയപ്രാണ) ശാരദാമഠം സ്കൂളിൽ അധ്യാപികയായിരുന്നു. തൃശ്ശൂരിലെ ശാരദാ ഹോസ്റ്റൽ നടത്തിപ്പുകാരിയായിരുന്ന അവർ പുറനാട്ടുകര ആശ്രമത്തിൽ തന്നെ മരണം വരെ ജീവിച്ചു. 65-ാം വയസ്സിലായിരുന്നു വേർപാട്.

പഞ്ചായത്ത് എക്സിക്യൂട്ടീവ് ഓഫീസറായിരുന്ന അനിയൻകുട്ടി മേനോനായിരുന്നു മൂന്നാമത്തെയാൾ. തൃശ്ശൂരിൽ അയ്യന്തോളിലാണ് അദ്ദേഹം താമസിച്ചിരുന്നത്. അധ്യാപികയായിരുന്നു അദ്ദേഹത്തിന്റെ ഭാര്യ. അദ്ദേഹവും ഇന്നില്ല.

നാലാമത്തെയാളായ കുമുദം ആശ്രമം സ്കൂളിൽ അധ്യാപികയായിരുന്നു. അവിവാഹിതയാണ്. അവർ അയ്യന്തോളിലെ മറ്റൊരു സഹോദരിക്കൊപ്പമാണിപ്പോൾ താമസം.

അഞ്ചാമത്തെ മകൾ ശാരദ ഖാദി ബോർഡിൽ ജീവനക്കാരിയായിരുന്നു. അയ്യന്തോളിലാണ് വീട്. ഭർത്താവ് പരേതനായ അഡ്വക്കേറ്റ് എ.എസ്.മേനോൻ ഇവരുടെ മക്കളിൽ രണ്ടുപേർ അഭിഭാഷകരാണ്, സജിത് മേനോനും സുലഭയും. തേറമ്പിൽ അസോസ്സിയേറ്റ്സിന്റെ ഭാഗമാണിവർ.

ഇളയ മകനാണ് രാമകൃഷ്ണൻ. ഇളയവനായതിനാൽ അമ്മയുടെയും ചേച്ചിമാരുടെയുമെല്ലാം വാത്സല്യത്തണലിൽ വളരാനും ജീവിക്കാനുമുള്ള മഹാഭാഗ്യം അദ്ദേഹത്തിനുണ്ടായി. തങ്കപ്പൻ എന്നാണ് തേറമ്പിലിന്റെ ചെല്ലപ്പേരെന്ന് അധികമാർക്കും അറിയാനിടയില്ല. അമ്മയിട്ട പേരാണത്. അച്ഛനമ്മമാരും ബന്ധുക്കളും കുറ്റൂരിലെ നാട്ടുകാരിൽ പലരും തങ്കപ്പൻ എന്നു മാത്രം വിളിച്ചു. ഏറെ വളർന്നപ്പോഴും കുറ്റൂരിലെ പഴയ തലമുറയിലെ പലരും തങ്കപ്പൻ എന്നു വിളിക്കുമായിരുന്നു. ഇന്ന് അങ്ങനെ വിളിക്കാൻ അധികം പേരില്ലെന്നു സങ്കടം. വീട്ടിലെ തങ്കപ്പൻ സ്കൂളിലെത്തിയപ്പോൾ ടി. രാമകൃഷ്ണനായി. വളർന്നു പൊതുപ്രവർത്തകനായപ്പോൾ തേറമ്പിൽ രാമകൃഷ്ണനായി. അറിയുന്നവർക്കെല്ലാം ഇപ്പോൾ അദ്ദേഹം തേറമ്പിലാണ്.

1941ൽ നാടിനെ വിറപ്പിച്ച കൊടുങ്കാറ്റുണ്ടായി. അതിനിടയിലായിരുന്നു പാപ്പുവമ്മ കുഞ്ഞിനെ പ്രസവിച്ചത്. 1941 ജൂൺ മൂന്നിന് ഉത്രം നക്ഷത്രത്തിൽ തേറമ്പിൽ തറവാട്ടിൽ വച്ചു ജനനം. അന്ന് തേറമ്പിൽ ജനിച്ച തറവാട്ടുവീടിനു രണ്ടു നിലകളായിരുന്നു. കാലാന്തരത്തിൽ, തേറമ്പിൽ എംഎൽഎ ആയപ്പോൾ ആ വീടൊരു ആശുപത്രിയായി മാറിയത് ആകസ്മികമല്ല. തേറമ്പിലിനെ പ്രസവിച്ച മുറി വീണ്ടുമൊരു പ്രസവമുറിയായി മാറുകയും ചെയ്തു. അവിടെ ഒരു ഹരിജൻ സ്ത്രീ കുഞ്ഞിനു ജന്മം നൽകി. അതിങ്ങനെയാണ്.

‘‘കുറ്റൂരിൽ ഒരു ഹെൽത്ത് സെന്റർ വന്നപ്പോൾ തുടങ്ങാനിടമില്ലാതെ വന്നു. പലയിടത്തും അന്വേഷിച്ചിട്ടും സൗകര്യം ലഭിക്കാതെ വന്നപ്പോൾ അന്ന് പൂട്ടിക്കിടന്ന തേറമ്പിൽ തറവാട് വിട്ടുകൊടുക്കുകയായിരുന്നു. ഞാൻ ജനിച്ച വീട് അങ്ങനെ വെറുമൊരു ആശുപത്രി മാത്രമായില്ല. പ്രസവമടക്കം നടന്ന ഹെൽത്ത് സെന്ററായി അതു മാറി. പിന്നീട് ഹെൽത്ത് സെന്റർ പുതിയ കെട്ടിടത്തിലേക്കു മാറിയെങ്കിലും ആളുകളിൽ പലരും ഇപ്പോഴും തേറമ്പിലാസ്പത്രിയെ നന്നായോർക്കുന്നുണ്ട്.’’

ഉത്രം നക്ഷത്രക്കാരന്റെ ജാതകത്തിൽ സമുന്നത സ്ഥാനീയനാവുമെന്ന പ്രവചനമുണ്ട്. ദൈവാധീനമുള്ള ജാതകമാണെന്ന് അമ്മ ഇടയ്ക്കിടെ പറയുമായിരുന്നു. ജാതകം എഴുതിച്ചത് അമ്മയാണ് ജാതകത്തിൽ പറഞ്ഞതു കൊണ്ടുമാത്രമല്ല, കുട്ടിക്കാലം മുതൽ ഏവർക്കും പ്രതീക്ഷ നൽകുംവിധം ചുറുചുറുക്കു കാട്ടിയതിനാൽ കുടുംബത്തിന്റെ ശ്രദ്ധ തങ്കപ്പനു വേണ്ടുവോളം കിട്ടി. അമ്മ പാച്ചോറും പടച്ചോറും ഊട്ടിവളർത്തി. വീട്ടിൽ അമ്മിയിലരച്ചാണ് കറി വയ്ക്കുക. അരകല്ലിൽ ആട്ടിയമാവുകൊണ്ടു പലഹാരങ്ങളുണ്ടാക്കും. അമ്മ തന്നെയാണ് ഇതൊക്കെ ചെയ്യുക. അമ്മ ആട്ടുകല്ലിൽ അരിയരയ്ക്കുമ്പോൾ തൊട്ടരികിലിരുന്നു തങ്കപ്പൻ കഥകൾ പറയും. അമ്മ അതുകേട്ടു മൂളും. പിന്നെ കഥപറച്ചിൽ അമ്മയാവും. ഇങ്ങനെ കേട്ട കഥകളുടെ സാരാംശങ്ങൾ കുട്ടിയായ തങ്കപ്പന്റെ ഉള്ളിലൂറി നിൽക്കും. ശരിതെറ്റുകളുടെ അക്ഷാംശവും രേഖാംശവും കൃത്യതയോടെ തെളിഞ്ഞത് അമ്മ പറഞ്ഞ അന്നത്തെ സാരോപദേശ കഥകളിൽ നിന്നാണ്.

അച്ഛനാണ് സ്കൂളിൽ ചേർത്തത്. തൊട്ടടുത്തായതിനാൽ എന്നും ഉച്ചയ്ക്ക് വീട്ടിൽ ഊണിനെത്തും. നാലു മണിക്കാണ് സ്കൂൾ വിടുക. ഇങ്ങനെ സ്കൂളിൽ നിന്ന് ഉച്ചയൂണിനായി വീട്ടിലേക്കുള്ള മടക്കത്തിൽ സംഭവിച്ച നോവിക്കുന്നൊരു ഓർമ്മയുണ്ട്. അതോർത്തപ്പോൾ വലതുകൈവിരൽ ചെറുതായൊന്നു തുടിച്ചു. വേദന വന്നു വിരലിൽ തൊട്ടതുപോലെ.

‘‘അന്നു രണ്ടാം ക്ലാസിൽ പഠിക്കുകയാണ്. വീട്ടിലേക്കുള്ള ഓട്ടത്തിനിടെ വഴിയിൽ വെറളി പിടിച്ചുനിന്ന ഒരു പോത്ത് വെട്ടിവീഴ്ത്തി. ബോധം നഷ്ടപ്പെട്ട കുട്ടിയെ ആദ്യം വന്നെടുത്തതു കുറ്റൂരിലെ തങ്കയും തങ്കയുടെ അച്ഛൻ കാപ്പിക്കട നടത്തുന്ന രാമനുമായിരുന്നു. ആശുപത്രിയിലെത്തിച്ചപ്പോഴാണു വലതുകൈ ഒടിഞ്ഞ വിവരം അറിഞ്ഞത്. കൈയിൽ കമ്പിയിടേണ്ടിവന്നു. എല്ല് ഒടിഞ്ഞതിലുള്ള വേദനയേക്കാൾ പെട്ടെന്ന് ഉള്ളിലുടക്കിയത് ഓണക്കാലത്തു മടിശ്ശീലയിൽ

കിട്ടുന്ന ഓണക്കൈനീട്ടം നഷ്ടപ്പെടുമല്ലോ എന്നതായിരുന്നു. ആശങ്ക യായിരുന്നു. അന്ന് ഓണത്തിനു മടിശ്ശീല എന്നൊരു ഏർപ്പാടുണ്ടാ യിരുന്നു. പലനിറത്തിലുള്ള മടിശ്ശീലകൾ തുന്നി വീടുകളിലെത്തിക്കും ചിലർ. മടിശ്ശീല തുന്നി വിൽക്കുന്നത് അവരുടെ ഉപജീവനമാർഗ മായിരുന്നു. ഓണത്തിനു മുതിർന്നവരിൽ നിന്നു കിട്ടുന്ന പണം ഈ കുഞ്ഞു തുണിസഞ്ചിയിലിട്ടു വയ്ക്കും. മുത്തച്ഛനും മുത്തശ്ശി യുമെല്ലാം ഓണത്തിനു മടിശ്ശീലയിൽ പണം തന്നില്ലെങ്കിലോ എന്ന ആശങ്കയായിരുന്നു അലട്ടിയത്.''

''അന്നത്തെ കാപ്പിക്കടക്കാരൻ രാമൻ മരിച്ചു. പോത്തിന്റെ വെട്ടേറ്റു വീണപ്പോൾ ഓടി വന്നെടുത്ത തങ്ക പതിവായി അയ്യന്തോളിലെ വീട്ടിൽ വരുമായിരുന്നു. അന്നു രക്ഷിച്ചതിന്റെ കഥയും പറയുമായി രുന്നു. തങ്കയ്ക്ക് വേണ്ട സഹായങ്ങളും കൊടുക്കുമായിരുന്നു. വാത്സ ല്യത്തോടെ തന്നെ നോക്കി തിരികെ പോകുന്ന തങ്കയെ കൗതുക ത്തോടെ നോക്കിനിൽക്കുമ്പോൾ തേറമ്പിൽ രണ്ടാം ക്ലാസ്സുകാര നായി മാറും.''

■

നേരിന്റെ പാഠം

ആരുടെയും ശ്രദ്ധയേൽക്കാവുന്ന ആൾപ്പൊക്കമില്ല. കേട്ടിരിക്കാവുന്ന ശബ്ദഗാംഭീര്യവുമില്ല. നെഞ്ചുറപ്പ് പ്രകടിപ്പിക്കാറേയില്ല. ഹൃദ്യമായ പെരുമാറ്റം, പരിചയപ്പെടുന്നവർക്കൊക്കെ സ്വന്തം. ഇളം ചിരി, തുറന്ന പറച്ചിൽ. ആദ്യ കാഴ്ചയിൽ തന്നെ ഉള്ളിലേക്കിറങ്ങുന്ന അടുപ്പം. ഒരിക്കൽ കയറിക്കൂടിയാൽ ഉള്ളിൽനിന്നിറങ്ങിപ്പോവാത്ത പ്രകൃതം. ആ സവിശേഷ വ്യക്തിത്വത്തെ നമുക്കു തേറമ്പിൽ രാമകൃഷ്ണൻ എന്നു വിളിക്കാം. അരികും മൂലയും അറിഞ്ഞും മനസ്സിലാക്കിയുമുള്ള അന്തസ്സും തികവുറ്റതുമായ പ്രവർത്തന സംസ്കാരം. അതാണ് തേറമ്പിലിന്റെ സാമൂഹിക, രാഷ്ട്രീയ സദാചാരം. ഒരു നാടിന്റെ ജാതകം തന്നെ മാറ്റിയെടുത്ത ഈ മനുഷ്യനില്ലാതെ, അദ്ദേഹത്തെപ്പറ്റി രേഖപ്പെടുത്താതെ തൃശ്ശൂരിന്റെ ഒരു കാലഘട്ടത്തിലെ കഥ പറഞ്ഞു തുടങ്ങാനോ തുടരാനോ കഴിയില്ല.

തേറമ്പിലിന്റെ കഥയെന്നാൽ തൃശ്ശൂരിന്റേതു കൂടിയാണ്. കേട്ടിരിക്കാനുള്ള കെൽപ് രാഷ്ട്രീയക്കാർക്കു തീരെ കുറഞ്ഞു വരുന്ന കാലത്താണ് ഇദ്ദേഹത്തെപ്പോലൊരു നേതാവിനെ, വ്യക്തിയെ, മനുഷ്യനെ വിശകലനം ചെയ്ത് എഴുതാനിരിക്കുന്നത്. പത്തിരുപതു കൊല്ലം മുൻപ് പഠിക്കാനായി തൃശ്ശൂരിലെത്തിയപ്പോൾ കണ്ട നാടേയല്ല ഇന്ന്. കാലത്തിനൊപ്പമുള്ള വളർച്ചയുടെ തിളക്കം നഗരത്തിന്റെ പൂമുഖത്തേക്കു കയറുമ്പോൾ തന്നെ നമ്മളെ വന്നു തൊടുന്നു.

കാഴ്ചകൾ സമൃദ്ധമായിരിക്കുന്നു. ചുമരുകൾ ചിരിക്കുന്നു. വഴികൾ ഒട്ടേറെ ജനിച്ചിരിക്കുന്നു. തിരക്കേറിയിരിക്കുകയാണ്. നഗരം ആകാശം പോലെ വളർന്നിരിക്കുകയുമാണ്. തൃശ്ശൂരിന്റെ മുഖം കൂടുതൽ പ്രസന്നമാണിപ്പോൾ. അതിന്റെയെല്ലാം പിന്നിൽ നിഴലായി നിന്ന തേറമ്പിൽ രാമകൃഷ്ണൻ നീണ്ട 30 വർഷത്തെ ജനപ്രാതിനിധ്യം കൊണ്ട് നാടിന്റെ ജാതകമാണ് മാറ്റിയെഴുതിയത്. ചിലരങ്ങനെയാണ്. അവർ നമ്മുടെയുള്ളിലും നമുക്കു ചുറ്റും ഒരുപാടൊരുപാട് മാറ്റങ്ങളുണ്ടാക്കിയാവും കടന്നു പോവുക.

തൃശ്ശൂരിന്റെ തിടമ്പേറ്റാൻ തേറമ്പിലല്ലാതെ മറ്റാരും പോരെന്നു കാലത്തിനു പോലും തോന്നലുണ്ടാകുന്നത് അതുകൊണ്ടാണ്. ആ തിടമ്പും തേറമ്പിലും തമ്മിൽ രാഷ്ട്രീയമായി മാത്രമല്ല, ആത്മീയമായും സാംസ്കാരികമായും വ്യക്തിപരമായും വല്ലാത്ത ഇഴയടുപ്പമുണ്ട്. നെയ്തലക്കാവിനു തൃശ്ശൂർ പൂരത്തിനെന്നപോലെ തൃശ്ശൂരിന്റെ ഹൃദയസ്പന്ദനങ്ങളിൽ നെയ്തലക്കാവിന്റെ തട്ടകക്കാരനായ തേറമ്പിൽ രാമകൃഷ്ണനില്ലാതെ വയ്യെന്നതാണ് പരമാർത്ഥം. അതാണ് നിയോഗം. ആ സത്യം നിഷേധിക്കപ്പെട്ടതോടെ തിരികെപ്പിടിക്കാനാവാത്ത വിധം തൃശ്ശൂർ പിന്നാക്കം പോയതു പോലെ തോന്നുന്നില്ലേ? ഇനിയും തുഴഞ്ഞു തീർന്നിട്ടില്ലാത്ത ഒരു ജീവിതം നമുക്കു മുന്നിൽ തലയുയർത്തി നിൽപ്പുണ്ട്. അൽപനേരമെങ്കിലും നമ്മൾ വന്ന വഴി മറക്കാതിരിക്കട്ടെ. അതിനായി തേറമ്പിൽ രാമകൃഷ്ണൻ ജീവിതം പറയുകയാണ്. ഓർമകൾ സൂക്ഷിക്കുന്നതും ഒരു സമൂഹികപ്രവർത്തനമാണല്ലോ. തുടർന്നു വായിക്കുക.

നെയ്തലക്കാവിലെ പടച്ചോറിന്റെ ഗന്ധമുണ്ട് അദ്ദേഹത്തിന്റെ കുട്ടിക്കാലത്തിന്. നേരിന്റെ പാഠം പഠിച്ചതും വളർന്നതും നെയ്തലക്കാവിന്റെ തിരുമുറ്റത്തു നിന്നാണ്. അദ്ദേഹത്തിന്റെ ജീവിതത്തിൽ അർത്ഥപൂർണമായ ആത്മീയചൈതന്യം നിറച്ചതും ഈ ക്ഷേത്രാന്തരീക്ഷം തന്നെ.

നെയ്തലക്കാവ് ക്ഷേത്രത്തിന്റെ തെക്കേപ്പറമ്പിലായിരുന്നു പഴയ തേറമ്പിൽ തറവാട്. തേവര്പറമ്പിൽ എന്നായിരുന്നു തറവാടിന്റെ പേര് എന്ന് പറയപ്പെടുന്നു. അതു പിന്നീട് ലോപിച്ചു തേറമ്പിൽ എന്നായി മാറി. തറവാടിന്റെ പേരു മാത്രമേ ലോപിച്ചുള്ളൂ. അദ്ദേഹത്തിന്റെ ജീവിതം പക്ഷേ, ആകാശം പോലെ വളർന്നു പടർന്നു. വലിയ തറവാട്ടു പറമ്പിൽ നാലുകെട്ടുപോലൊരു ഓടുമേഞ്ഞ വീടായിരുന്നു പഴയ തറവാട്. വീടിന്റെ ഹൃദയഭാഗം നിലനിർത്തി ബാക്കിയെല്ലാം പിന്നീടു പൊളിച്ചു നീക്കിയെങ്കിലും കുട്ടിക്കാലത്തിന്റെ ഓർമത്തലപ്പുകൾ പോലെ ഏതാനും മാവും മറ്റു ചില മരങ്ങളും തണൽവിരിച്ചും ഇലകൾ പൊഴിച്ചും ഇപ്പോഴും നിൽപ്പുണ്ടവിടെ.

ആ തറവാട്ട് പറമ്പിൽ മരുമകളും കുടുംബവും ആണ് താമസിച്ചു വരുന്നത്. ട്രൗസറുമിട്ട് അമ്പലത്തിലെ സകല പരിപാടികളിലും ഊർജം നിറച്ചു സജീവമാകുന്ന പയ്യനെ എല്ലാവർക്കും അന്നേ ഇഷ്ടമായിരുന്നു. നെയ്തലക്കാവിന്റെ തൊട്ടുമുന്നിലെ വീട്ടിലെ പയ്യന് ഈശ്വരാനുഗ്രഹം ബാല്യകാലത്തുള്ള അമ്പലവാസം കൊണ്ടു കിട്ടിയതാവാനാണ് സാധ്യത. അന്നേ അദ്ദേഹം അമ്പലവാസിയെപ്പോലെയായിരുന്നു. ആ ക്ഷേത്ര മുറ്റത്തും ആൽത്തറയിലും ക്ഷേത്രക്കുളത്തിലുമെല്ലാം വട്ടമിട്ടുള്ള വളർച്ചയായിരുന്നു. ചൈതന്യധന്യമായ

ജീവിതചര്യകൾ ഇന്നും തെറ്റാതെ തുടരുന്നത് ക്ഷേത്രാങ്കണത്തിൽ നിന്ന് ആവാഹിച്ചെടുത്ത ശീലമായതു കൊണ്ടാണ്. നൈയ്തലക്കാവിൽ പണ്ടു ശിവപ്രതിഷ്ഠയ്ക്കായിരുന്നു പ്രാധാന്യം.

തന്റെ ഓർമകളിൽ ഈ ക്ഷേത്രം ഈ ധന്യാത്മാവിനെ തൊട്ടു തൊട്ടു നിൽക്കും. ആ തട്ടകത്തിന്റെ പുത്രനെന്ന് ഇന്നും തലയുയർത്തിപ്പറയുന്നതു വെറുതേയല്ല. അന്നൊക്കെ സന്ധ്യയായാൽ അവിടെ ഭജനയുണ്ടാകും. വൈകിട്ട് ആറുമുതൽ ഏഴു വരെയുള്ള തപ്പുകൊട്ടിഭജന. കുട്ടികളുടെ ഒരു സംഘമാണ് സ്ഥിരം ഭജനക്കാർ. ആ സംഘത്തിന്റെ തലവനായ തങ്കപ്പൻ (തേറമ്പിലിന്റെ വിളിപ്പേര് അതായിരുന്നു) അന്ന് ആ നാട്ടിലെ കുട്ടിത്താരമായിരുന്നു. ആഘോഷസമൃദ്ധമായിരുന്നു സരസ്വതീ പൂജയുള്ള പണ്ടത്തെ മഹാനവമിക്കാലം. വർണക്കടലാസുകൊണ്ട് അലങ്കരിച്ചും ക്ഷേത്രത്തിലെത്തുന്നവർക്കുള്ള പ്രസാദ വിതരണവുമൊക്കെയായി സജീവമാകും നവമി ആഘോഷം.

അദ്ദേഹം ഓർമ്മിക്കുന്നു.

''ഞങ്ങൾ കുട്ടികൾക്കാണ് തോരണം തൂക്കലിന്റെ ചുമതല. ക്ഷേത്രവും പരിസരവുമെല്ലാം ഞങ്ങൾ വർണക്കടലാസുകൾ കൊണ്ട് അലങ്കരിക്കും. കുരുത്തോലകൾ കൊണ്ടു വർണാഭമാക്കും. ഞങ്ങൾക്ക് അതൊരു അവകാശം പോലെയാണ്. ചെറുപയറും ശർക്കരയും ചേർത്തു പുഴുങ്ങിയ പ്രസാദമാണ് ക്ഷേത്ര ദർശനത്തിനെത്തുന്നവർക്കു നൽകുക. അത് ഏർപ്പാടാക്കുന്നത് തേറമ്പിൽ തറവാട്ടുകാരാണ്. അതിന്റെ തയ്യാറെടുപ്പിലും വിതരണത്തിലുമെല്ലാം മുൻനിരയിൽ എന്നും ഞാനുണ്ടാകും.''

ശിവരാത്രി നാളിൽ നൈയ്തലക്കാവ് ക്ഷേത്രത്തിൽ ശയന പ്രദക്ഷിണം പതിവാണ്. ക്ഷേത്രമുറ്റത്തെ മണ്ണിലായിരുന്നു ശയനപ്രദക്ഷിണം. ഏതു ക്ഷേത്രത്തിൽ പോയാലും ശയനപ്രദക്ഷിണമാണ് തേറമ്പിലിന്റെ ഇഷ്ടവഴിപാട്. വീട്ടിൽ പുരാണ പാരായണമൊക്കെ പതിവായിരുന്നു. ഭഗവദ്ഗീതയുടെ 18 അധ്യായങ്ങളും ചെറുപ്പത്തിലേ ഹൃദിസ്ഥമായി. അമ്മയ്ക്ക് അതൊക്കെ വലിയ നിർബന്ധമായിരുന്നു. ഭഗവദ്ഗീത കാലത്തെഴുന്നേറ്റ് ഒരു അധ്യായം വായിക്കുന്ന പതിവ് ഇന്നും മുടങ്ങിയിട്ടില്ല.

മംഗലാപുരത്തു നിന്നെത്തിയ എമ്പ്രാന്തിരിയായിരുന്നു നൈയ്തലക്കാവ് ക്ഷേത്രത്തിലെ അന്നത്തെ മേൽശാന്തി. നരച്ചു മെലിഞ്ഞു പ്രായം ചെന്ന എമ്പ്രാന്തിരി. അദ്ദേഹമായിരുന്നു മുഖ്യശാന്തിക്കാരൻ. അദ്ദേഹത്തിന്റെ മകൻ മാധവൻ പിൽക്കാലത്തു നൈയ്തലക്കാവിലെ പ്രധാനിയായി.

പൊതുവേ ശാന്തസ്വഭാവക്കാരനായിരുന്നു അദ്ദേഹം. വലിയ ആത്മബന്ധവുമായിരുന്നു. സൈക്കിളിൽ പതിവായി സഞ്ചരിച്ചു മാധവൻ എമ്പ്രാന്തിരി കുറ്റൂർ പ്രദേശക്കാരുടെ പ്രിയപ്പെട്ടവനായി രൂപാന്തരപ്പെട്ടു. ആയുർവേദത്തിലും ആത്മീയതയിലുമെല്ലാമുള്ള അപാരമായ സിദ്ധി എമ്പ്രാന്തിരിയുടെ ജീവിതം ചൈതന്യധന്യമാക്കി. ചുരുക്കത്തിൽ കുറ്റൂരുകാരുടെ പ്രിയപ്പെട്ടവനായിരുന്നു ഈ നഗ്ന പാദ വൈദ്യൻ എന്നു ചുരുക്കം. ലീഡറുമായും കോൺഗ്രസ് നേതാക്ക ളുമായുമെല്ലാം അദ്ദേഹം ചേർന്നുനിന്നതിനാൽ രാഷ്ട്രീയത്തിലേക്കും ആ സിദ്ധി പടർന്നു. ആ അടുപ്പം കോലഴി പഞ്ചായത്തിലേക്കു കോൺഗ്രസ് ടിക്കറ്റിൽ മത്സരിച്ചു ജയിക്കുന്നതുവരെ അദ്ദേഹത്തെ എത്തിച്ചു. ഔഷധിയിലും ചികിത്സാർത്ഥം ജോലിചെയ്തിട്ടുണ്ട്. അപാരമാണ് കൈപ്പുണ്യം. അതിനാൽ മരുന്നു തേടി വിദൂരസ്ഥല ങ്ങളിൽ നിന്നുപോലും എമ്പ്രാന്തിരിവൈദ്യനെ കാണാൻ ആളുകൾ കുറ്റൂരിലെത്തി. നൈയ്തലക്കാവിനോടു ചേർന്ന്, തേറമ്പിൽ തറ വാടിന്റെ തൊട്ടു മുന്നിലെ ആൽമരത്തണലിലായിരുന്നു അദ്ദേഹ ത്തിന്റെ വീട്.

“തേറമ്പിൽ ജീവിതം പറയാനിരുന്നാൽ നൈയ്തലക്കാവിനെ പ്പറ്റി പറഞ്ഞു തീരില്ല. കുറ്റൂർ അപ്പോൾ വിശേഷങ്ങളുടെ വലിയ കടലാകും. ക്ഷേത്രവും സ്കൂളും ബന്ധു വീടുകളും അയൽക്കാരു മെല്ലാം ഇന്നും ഉള്ളിലിരുന്ന് ഓരോന്നോർമിപ്പിക്കും. ഗൃഹാതുര മായ അത്തരം ഓർമകൾ ആണല്ലോ ഇന്നും നമ്മളെ നന്മയുള്ളവ രായി ജീവിക്കാൻ പ്രചോദിപ്പിക്കുന്നത്.”

തേറമ്പിലോർമകൾ കുറ്റൂരിനു ചുറ്റും വട്ടമിടുകയാണ്.

“നൈയ്തലക്കാവ് ക്ഷേത്രം ശിവക്ഷേത്രമായാണ് അറിയപ്പെട്ട തെന്നു പറഞ്ഞുവല്ലോ. അരിമ്പൂരിലെ ഒരു നമ്പിടി ഒരിക്കൽ കുളിച്ചു തൊഴാനായി ക്ഷേത്രത്തിലെത്തിയത്രെ. ഓലക്കുട പുറത്തുവച്ച് കുളിക്കാൻ ക്ഷേത്രക്കുളത്തിലേക്കു പോയ നമ്പിടി കുളികഴിഞ്ഞു തിരികെയെത്തി ഓലക്കുട എടുക്കാൻ ശ്രമിച്ചപ്പോൾ അതനങ്ങു ന്നില്ല. എത്ര ശ്രമിച്ചിട്ടും കുട ഇളകിയില്ലെന്നും പ്രശ്നംവച്ചപ്പോൾ, ക്ഷേത്രത്തിൽ ഉഗ്രശക്തിയും ചൈതന്യവുമുള്ള ദേവീസാന്നിധ്യമു ണ്ടെന്നും കണ്ടെത്തിയത്രെ. അന്നുമുതൽ നൈയ്തലക്കാവിലമ്മ തട്ടകത്തിന്റെ ദേവതയായി. പ്രാർത്ഥനയുടെ പുണ്യം കുറ്റൂരിന്റെ കരുത്തായി.

കൊച്ചി രാജാവിന്റെ കുടുംബത്തിലെ ഒരു സ്ത്രീക്കു വസൂരി ദീനം പിടിച്ചപ്പോൾ പ്രാർത്ഥിച്ചു ഭേദമായതുമായി ബന്ധപ്പെട്ട മറ്റൊരു ഐതിഹ്യവും തലമുറകൾ കൈമാറി വരുന്ന കഥയാണ്. ചികിത്സി ച്ചിട്ടു ഭേദമാകാതെ വന്നപ്പോൾ നൈയ്തലക്കാവിലേക്കു പ്രാർത്ഥിച്ചു

വഴിപാട് നേർന്നുവെന്നും വസൂരി രോഗം ഭേദമായെന്നുമാണ് കേൾവി. നൈയ്തലക്കാവിന്റെ തിടമ്പേറ്റിപൂരം പ്രദക്ഷിണമായെത്തുമ്പോൾ തൃശ്ശൂപൂരത്തിനെത്തുന്ന രാജകുടുംബാംഗങ്ങൾ ഇപ്പോഴും എഴുന്നേറ്റ് ആദരമർപ്പിക്കാറുണ്ട്. പൂരംനാളിൽ വടക്കുംനാഥന്റെ തെക്കേ ഗോപുരനട തുറക്കുന്നത് നൈയ്തലക്കാവിലെ തിടമ്പ് എഴുന്നള്ളിച്ചാണ്. പൂരത്തിന്റെ പ്രാരംഭം വിളംബരം ചെയ്യാനുള്ള ഈ അവകാശം രാജകുടുംബം നൈയ്തലക്കാവിനു സമ്മാനിച്ചതാണ്. ചെറുപൂരങ്ങളിൽ അക്കാലത്ത് ഏറ്റവും പ്രാധാന്യവും നൈയ്തലക്കാവിനു തന്നെ. ആ പ്രാമാണ്യവും കൊച്ചി രാജകുടുംബം കൽപ്പിച്ചു നൽകിയതാണ്. പൂരാഘോഷത്തിൽ നൈയ്തലക്കാവിനുള്ള തലപ്പൊക്കം പോലെ, നൈയ്തലക്കാവിലെ പടച്ചോറുണ്ട് വളർന്നൊരാൾ പിന്നീട് ആ തട്ടകത്തിൽ നിന്നെത്തി തൃശ്ശൂരിന്റെ പ്രതിനിധിയായി 30 വർഷക്കാലം തൃശ്ശൂരിന്റെ വാക്കും വക്കീലുമായി കേരളത്തിന്റെ ഭരണകേന്ദ്രത്തിൽ തലയെടുപ്പോടെ നിന്നു.

‘‘പടച്ചോറ് അമ്പലത്തിൽ നിന്നു കൊണ്ടു വരുന്ന ചുമതല എനിക്കായിരുന്നു. കൊയ്ത്തു കഴിഞ്ഞാൽ വഴിപാടിനുള്ള നെല്ല് ക്ഷേത്രത്തിലേക്കു നൽകുന്നതിനാലാണത്രെ എന്നും പടച്ചോറിന്റെ പങ്ക് കിട്ടിയിരുന്നത്. പടച്ചോറിൻപ്പാത്രം തലയിൽ വച്ചാണ് ക്ഷേത്രത്തിൽ നിന്നിറങ്ങുക. അന്നും കാഴ്ചയിൽ ഞാൻ വളരെ ചെറുതായിരുന്നു. ക്ഷേത്രകവാടം കടന്നാൽ കാക്കകൾ വട്ടംകൂടും. കലപില കൂട്ടി പിന്നാലെ വരും. അഞ്ചെട്ടു ചോറിൻ വറ്റുകൾ കാക്കകൾക്കായി ദൂരേക്ക് എറിഞ്ഞുനൽകും. കാക്കകൾ അപ്പോൾ അതിന്റെ പിന്നാലെ പോകും. രണ്ടുമൂന്നു വട്ടം ഇങ്ങനെ ചെയ്തു വേണം പടച്ചോറുമായി വീട്ടിലെത്താൻ. വീട്ടിലെത്തിയാൽ അമ്മ പടച്ചോർ പാലൊഴിച്ചു തരും.’’

പടച്ചോറുണ്ടാൽ പിന്നെ കാര്യമായി വിശക്കില്ല. നൈയ്തലക്കാവിനെ തഴുകിക്കടന്നു പോകുന്ന കാറ്റിനോടു മിണ്ടിയും സല്ലപിച്ചും കുറ്റൂർ പാടവും തോടും കടന്നു വളർന്ന രാമകൃഷ്ണനു ജീവിതാനുഭവങ്ങളെല്ലാം പാഠങ്ങളായി. പഠനം മനുഷ്യനെ കൂടുതൽ പരുവപ്പെടുത്തുമെന്ന തിരിച്ചറിവു അന്നേ തേറമ്പിലിനുണ്ടായി. എൻജിനിയറിങ് പഠനത്തിനുള്ള അവസരം കിട്ടിയത് വേണ്ടെന്നു വച്ചു വളർച്ചയുടെ സ്വന്തം വഴിയിലേക്കു പഠനത്തെ നയിച്ച കഥ കൂടിയുണ്ട് ഈ രാഷ്ട്രീയനേതാവിന് പറയാൻ. അദ്ദേഹത്തിന്റെ പഠനകാലത്തുള്ള ഓർമ്മകളിലേക്ക്.

‘‘കുറ്റൂർ എൽപി സ്കൂളിലായിരുന്നു തുടക്കം. ഒന്നു മുതൽ നാലു വരെ. ചാമപ്പറമ്പായിക്കിടന്ന സ്ഥലമാണത്. ബന്ധുക്കൾ സ്കൂൾ

തുടങ്ങാനായി നൽകിയതാണ്. ഇന്നും ഈ പ്രദേശത്തെ ചാമക്കാട് എന്നു വിളിക്കുന്നവരുണ്ട്. അന്നൊക്കെ നാലര ക്ലാസ് എന്ന സംവിധാനം ഉണ്ടായിരുന്നു. പ്രിപ്പരേറ്ററി ക്ലാസ് എന്നു പറയും. എന്നാൽ ആ അരക്ലാസിൽ എനിക്ക് ഇരിക്കേണ്ടി വന്നില്ല. നാലാം ക്ലാസ് കഴിഞ്ഞപ്പോൾ ഡബിൾ പ്രമോഷൻ ലഭിച്ച് അഞ്ചിൽ ചേർന്നു.''

ജീവിതയാത്രയിൽ ഇതേമട്ടിൽ പലയിടത്തും ഡബിൾ പ്രമോഷൻ ലഭിച്ച് തല ഉയർത്തിനിന്നിട്ടുണ്ട്. അതൊക്കെ അർഹതയ്ക്കുള്ള അംഗീകാരമായി വന്നു ചേർന്നതാണെന്നു മാത്രം. പഠനത്തിലും പാഠ്യേതര കാര്യങ്ങളിലുമുള്ള അദ്ദേഹത്തിന്റെ ഇടപെടലുകൾ ചടുലമായിരുന്നു. അദ്ദേഹത്തിന്റെ വാക്കുകൾ.

''അച്യുതമേനോൻ മാഷും ദാമോദരൻ മാഷും കുമാരൻ മാഷും കാർത്യായനി ടീച്ചറുമെല്ലാം അന്നത്തെ നാലാം ക്ലാസ്സുവരെയുള്ള ഓർമ്മകളിലെ തലയെടുപ്പുള്ള ഗുരുക്കന്മാരാണ്. അവർക്കെല്ലാം വലിയ വാത്സല്യവും താൽപര്യവുമായിരുന്നു എന്നോട്.''

ക്ലാസിൽ ടി.രാമകൃഷ്ണൻ ഒന്നാമനായി തുടർന്നു. അഞ്ചു മുതൽ പഠനം കുറ്റൂരിൽ തന്നെയുള്ള ചന്ദ്രാ മെമ്മോറിയൽ സ്കൂളിലായി. കണക്കധ്യാപകനായ ഗോപാലമാരാർ, കൗമുദിയമ്മ ടീച്ചർ, മാലതി ടീച്ചർ, ശ്രീദേവി ടീച്ചർ, നളിനിടീച്ചർ, ഹിന്ദി പഠിപ്പിച്ച ഏബ്രഹാം മാഷ്, ജാനകിയമ്മ ടീച്ചർ, ഇമ്മട്ടി മാഷ്, തുടങ്ങി, ഇപ്പോൾ ഓർക്കുമ്പോൾ പോലും ആദരവു തോന്നിപ്പോകുന്ന ഗുരുനാഥന്മാരായിരുന്നു ചന്ദ്രാ മെമ്മോറിയൽ സ്കൂളിൽ. മഹാകവി വൈലോപ്പിള്ളി ശ്രീധരമേനോൻ പഠിപ്പിച്ച സ്കൂൾ ആണത്. ആഴ്ചയിൽ ഒരിക്കൽ അവിടെ സാഹിത്യ സമാജമുണ്ടാകും. അന്നത്തെ കുട്ടികൾ പ്രസംഗിച്ചു പഠിക്കുന്നത് സാഹിത്യ സമാജങ്ങളിൽ വച്ചാണ്.

'ആകാശത്തെ ചന്ദ്രനെപ്പോലെ വിരാജിക്കുന്ന അധ്യക്ഷൻ, താമരപോലെ വിളങ്ങുന്ന ഉദ്ഘാടകൻ' എന്ന മട്ടിലുള്ളതാണ് അന്നത്തെ പ്രസംഗ രീതി. ശുചീകരണ വാരമൊക്കെ വരുമ്പോൾ വലിയ ഉത്സാഹമാണ്. ഡസ്കും ബെഞ്ചുമെല്ലാം കഴുകി വൃത്തിയാക്കുന്ന ആ ദിവസം വീടുകളിൽ നിന്ന് പലഹാരത്തിനുള്ള സാധനങ്ങളുമായാവും വരവ്. സ്കൂളിൽ വച്ചു പാചകം ചെയ്തു ഒന്നിച്ചിരുന്നു കഴിച്ചപ്പോൾ ലഭിച്ച രുചിയും കൂട്ടായ്മയുടെ സൗന്ദര്യവും ഓർമ്മകളിലെ വസന്തമാണ്.

''സ്കൂൾ വാർഷികത്തിനു ഏറ്റവും കൂടുതൽ സമ്മാനം എനിക്കാവും. പ്രസംഗത്തിൽ തുടങ്ങി ഓട്ടൻതുള്ളലിനും പാട്ടിനും വരെ സമ്മാനം കിട്ടിയെന്നറിയുമ്പോൾ എനിക്കുതന്നെ അമ്പരപ്പാണ്. ചിരിക്കരുത്. എല്ലാം ഞങ്ങളുടെ ടീച്ചർമാർ പഠിപ്പിക്കുന്നതാണ്. സ്കൂൾ

മാനേജർ കരിമ്പറ്റ കൊച്ചുണ്ണി മേനോനെ പ്രകീർത്തിച്ച് ഓട്ടൻ തുള്ളൽ വരെ അവതരിപ്പിച്ച എത്രയെത്ര ഓർമ്മകൾ.''

'കായലരികത്തു വലയെറിഞ്ഞപ്പോൾ' എന്ന ഗാനം സൂപ്പർ ഹിറ്റായി പാടിനടന്ന കാലമാണത്. ആരോ ക്ലാസിൽ 'കായലരികത്ത്' പാടിയതോടെ ടീച്ചർക്കു ദേഷ്യം ഇരച്ചു കയറി. ആരാണു പാടിയ തെന്നുച്ചത്തിൽ ടീച്ചർ ചോദിച്ചപ്പോൾ ഏതോ പയ്യന്റെ മറുപടി ''ടി. രാമകൃഷ്ണൻ.''

അതുകേട്ടു ഞെട്ടിപ്പോയ രാമകൃഷ്ണൻ, ചെയ്യാത്ത തെറ്റുകൾക്കു ക്രൂശിക്കപ്പെടുമ്പോഴൊക്കെ ഇപ്പോഴും ഞെട്ടാറുണ്ടെന്നു പറഞ്ഞ് ചിരിച്ചു. സ്വതസിദ്ധമായ അതേ ചിരി. കോളങ്ങാട്ടുകരയിൽ നിന്നു വരുന്ന ശങ്കുണ്ണിയും നീലകണ്ഠനും പേരാമംഗലത്തെ സുശീലനും കൊട്ടേക്കാടു നിന്നുള്ള ജോയിയുമായിരുന്നു സ്കൂളിലെ കളി ക്കൂട്ടുകാർ. പീച്ചി കണ്ണാറയിലെ കെ.എസ്.മാരാരുടെ വലിയ കൃഷി സ്ഥലത്തേക്കുള്ള പഠനയാത്ര. അത് മറക്കാനാവില്ല. ഖദർ മാത്രമിട്ട് ആരെയും വിസ്മയിപ്പിക്കുന്ന മട്ടിൽ പ്രസംഗിക്കാറുള്ള ഏബ്രഹാം മാഷായിരുന്നു എന്നും എപ്പോഴും പ്രോത്സാഹനവുമായി ഒപ്പം നിന്നത്. ജവാഹർലാൽ നെഹ്റു കുന്നംകുളത്തേക്കു പോകുന്നതറിഞ്ഞു മൂന്നു കൂട്ടുകാരെയും കൂട്ടി ക്ലാസ്സിൽ നിന്നു മറ്റാരോടും പറയാതെ പുഴയ്ക്കൽ പാടം മുറിച്ചു കടന്നു മുതുവറയിൽ അദ്ദേഹത്തെ കാണാ നായി കാത്തുനിന്നത് ആവേശോജ്ജ്വലമായ ഓർമയാണ്. കാറിൽ കൈ ഉയർത്തി അഭിവാദ്യം ചെയ്തു കൊണ്ടായിരുന്നു യാത്ര. നെഹ്റു കടന്നു പോകുന്നതു കാണാനായതിന്റെ ത്രില്ലിൽ അന്നു വിലങ്ങൻ കുന്നിലൊക്കെ പോയി വൈകിയാണ് സ്കൂളിൽ മടങ്ങിയെത്തിയത്. സംഗതി പുറത്തറിഞ്ഞതു വലിയ പുകിലായെങ്കിലും നെഹ്റുവിനെ കാണാനായതിന്റെ ആവേശത്തിരയിൽ അതെല്ലാം അലിഞ്ഞില്ലാ തായി.

കുട്ടിക്കാലക്കഥകളുടെ കെട്ടഴിക്കുമ്പോൾ തേറമ്പിൽ കുറ്റൂരിലെ പഴയ 'ഹീറോ' പരിവേഷം എടുത്തണിയും. അഭിമാനത്തോടെ മാത്രമേ ആ വിദ്യാർത്ഥിക്ക് ഓർത്തെടുക്കാനാവൂ. ചന്ദ്രാമെമ്മോറി യൽ സ്കൂളിന്റെ മുറ്റത്തേക്കു ചുവടുവച്ചാൽ ആദ്യം കാണുന്ന ഒറ്റ വരിക്കെട്ടിടത്തിലെ ആദ്യക്ലാസിലാണന്നു ടി.രാമകൃഷ്ണൻ ആദ്യ മായി ഇരുന്നത്. ആ ഒറ്റക്കെട്ടിടം മാത്രമാണ് അന്നുണ്ടായിരുന്നത്. സ്കൂളിന്റെ പിന്നീടുള്ള ഭൗതികവളർച്ചയ്ക്ക് എംഎൽഎ എന്ന നില യിൽ ഒട്ടേറെ വികസന പദ്ധതികൾ കൊണ്ടുവന്നു. മാത്രമല്ല, ചന്ദ്രാ മെമ്മോറിയൽ സ്കൂൾ പിന്നീട് തൃശ്ശൂരിലെ മികച്ച സ്കൂളായി മാറുകയും ചെയ്തു. അതിന്റെ പിന്നിലും രസകരമായ ഒരു കഥ യുണ്ട്.

കരിമ്പറ്റ കൊച്ചുണ്ണി മേനോന്റെ സ്കൂളായിരുന്നു ചന്ദ്രാ മെമ്മോറിയൽ സ്കൂൾ. പഴയ കൊച്ചിരാജ്യത്തെ ഉന്നത ഉദ്യോഗസ്ഥനായിരുന്നു കൊച്ചുണ്ണി മേനോൻ. നാട്ടിലെ പ്രമാണിയും തറവാടിയും ജനോപകാരിയുമായ അദ്ദേഹത്തിന്റെ മകൾ ചന്ദ്രമതി ചെറുപ്രായത്തിൽ മരിച്ചു. ആ വേർപാടിന്റെ ഓർമ്മയ്ക്കായി പണിത സ്കൂളാണത്. കുറ്റൂരിന്റെ വികസനത്തിനും വളർച്ചയ്ക്കും പലതലങ്ങളിലുള്ള സംഭാവനകൾ ചെയ്ത ആദ്യവ്യക്തി കരിമ്പറ്റ കൊച്ചുണ്ണി മേനോനായിരിക്കും. ചന്ദ്രയുടെ സ്മാരകശിലപോലെ ഈ വിദ്യാലയം എന്നും നിലനിർത്തണം എന്ന ഒറ്റ നിബന്ധനയിൽ അദ്ദേഹം സ്കൂൾ സർക്കാരിനു സംഭാവന ചെയ്തു. തേറമ്പിൽ പിന്നീട് ആ തറവാട്ടിലെ മരുകനായി മാറി. കൊച്ചുണ്ണി മേനോന്റെ കൊച്ചുമകൾ ചന്ദ്രമതി തേറമ്പിലിന്റെ ഭാര്യയായി. കാലാന്തരങ്ങളിൽ ആ സ്കൂളിന്റെ വളർച്ചയ്ക്കു നേതൃപരമായി ഇടപെടാനുള്ള നിയോഗവും തേറമ്പിലിനുണ്ടായി. എംഎൽഎയും സ്പീക്കറുമായപ്പോൾ കെട്ടിടങ്ങളും സ്റ്റേജും മറ്റ് അനുബന്ധ സൗകര്യങ്ങളും നൽകി പൂർവ വിദ്യാർത്ഥിയെന്ന കടപ്പാടും കുടുംബാംഗമെന്ന അടുപ്പവും എന്നും നിലനിർത്തി.

വിവാഹം

കരിമ്പറ്റ കൊച്ചുണ്ണി മേനോന്റെ മകൻ ശങ്കരമേനോന്റെ മൂത്ത മകൾ ചന്ദ്രമതിയാണു തേറമ്പിലിന്റെ ഭാര്യ. കൃഷി വകുപ്പിൽ ഡപ്യൂട്ടി ഡയറക്ടറായി വിരമിച്ചയാളാണ് ശങ്കരമേനോൻ. ചിന്തയിലും പ്രവൃത്തിയിലും തനി കർഷകൻ. സൈക്കിളിലായിരുന്നു പതിവ് സഞ്ചാരം. പറമ്പിൽ നിറയെ തെങ്ങിൻതൈകളും കവുങ്ങിൻ തൈകളും നട്ടു വളർത്തി, ഒരു വലിയ നഴ്സറിയുണ്ടാക്കി. കാലത്തെഴുന്നേറ്റാൽ പറമ്പിലിറങ്ങി കൈക്കോട്ടെടുത്തു കിളയ്ക്കുന്ന അദ്ദേഹത്തിനു മികച്ച കേരകർഷകൻ എന്ന നിലയിൽ പുരസ്കാരം ലഭിച്ചപ്പോൾ അതു നൽകാനുള്ള നിയോഗം എം.എൽ.എ ആയ തേറമ്പിലിനായിരുന്നു. നല്ല നീണ്ടു തടിച്ച ആരോഗ്യവാനായിരുന്നു ശങ്കരമേനോൻ. അദ്ദേഹത്തിന്റെ ഭാര്യ സരസ്വതിയമ്മ വീട്ടമ്മയായിരുന്നു. മൂന്നു മക്കളാണ് ഇവർക്ക്. മൂത്തയാളാണ് ചന്ദ്രമതി. രണ്ടാമത്തെയാൾ ഓസ്ട്രേലിയയിൽ ചാർട്ടേഡ് അക്കൗണ്ടന്റായ ജയറാം. മൂന്നാമൻ ബാലചന്ദ്രൻ കാനഡയിലും. നാലാം ക്ലാസ് വരെ ചന്ദ്ര അമ്മവീടുള്ള വിയ്യൂരിലായിരുന്നുവെങ്കിലും അഞ്ചാം ക്ലാസ് കഴിഞ്ഞതോടെ കുറ്റൂരിലെ അച്ഛന്റെ കരിമ്പറ്റ തറവാട്ടിലെത്തി. ഇവിടെ സഹധർമ്മിണി ചന്ദ്രയ്ക്കും പറയാനുണ്ടൊരു കഥ.

“ഞാനാദ്യം ഇദ്ദേഹത്തെ കാണുന്നത് നൈയ്തലക്കാവ് ക്ഷേത്രത്തിൽ വച്ചാണ്. അഞ്ചിലോ മറ്റോ പഠിക്കുകയാണ് ഞാൻ. അച്ഛന്

കായംകുളം കോക്കനട്ട് റിസർച്ച് സ്റ്റേഷനിൽ നിന്നു മണ്ണുത്തിക്കു സ്ഥലംമാറ്റം ലഭിച്ചതോടെയാണ് ഞങ്ങൾ കുറ്റൂരിലെ ചന്ദ്രനിലയത്തിലെത്തിയത്. നുറുങ്ങു കുട്ടികൾക്കു ക്ഷേത്രാങ്കണത്തിൽ വച്ചു നാമം ചൊല്ലിക്കൊടുക്കുകയും ഭജന നയിക്കുകയും ചെയ്യുന്ന മെലിഞ്ഞു കൊലുന്നനെയുള്ള ഒരു പയ്യൻ. അതായിരുന്നു ആദ്യകാഴ്ച.''

ആ കാഴ്ച ഒരു കല്യാണത്തോളമെത്തിയ കഥയിൽ പ്രണയമുണ്ടെന്നാരും തെറ്റിദ്ധരിക്കണ്ട. പ്രണയിക്കാൻ കഥാനായകന് നേരം കിട്ടിയതേയില്ല. കേരളവർമ്മയുടെ പ്രണയാതുരമായ മണ്ണിൽ പോലും ആ ഹൃദയത്തിൽ പ്രണയ സ്പർശമുണ്ടായില്ല. ആരാധകർ ഒട്ടേറെയുണ്ടായിരുന്നെങ്കിലും അതൊന്നും ആ വഴിയിലൂടെ നടന്നില്ല. എല്ലായിടത്തും നേതൃത്വപരമായ ചുമതലകളിൽ സജീവമാകുന്ന സവിശേഷമായ സാഹചര്യങ്ങൾ. പ്രണയം മാറിനിന്നുവെന്നു ചുരുക്കം. കല്യാണം പോലും ചിന്തയുടെ വിദൂരബോധ്യത്തിലില്ലാതിരുന്ന കാലത്താണ് ചന്ദ്രയുടെ വിവാഹാലോചന വന്നത്. പരിചയക്കാരിയായ ഒരു അധ്യാപിക വഴിയുള്ള അന്വേഷണം. 1962ൽ നിയമബിരുദം കഴിഞ്ഞു തൃശ്ശൂരിൽ പ്രാക്ടീസ് തുടങ്ങിയ കാലമാണ്. 1965ൽ അവിഭക്ത കോൺഗ്രസിന്റെ തൃശ്ശൂർ ജില്ലാ സെക്രട്ടറിയായി നിയമബിരുദക്കാരൻ, ചെറുപ്പത്തിൽ തന്നെ കോൺഗ്രസിന്റെ ജില്ലാ നേതാവ്. പ്രസംഗം, സാമൂഹിക പ്രവർത്തനം, ലൈബ്രറി പ്രവർത്തനം തുടങ്ങി ആകാശത്തിൻകീഴിലെ സമസ്തമേഖലയിലും സജീവമാകുന്ന

ജീവിതസഖിയുമൊത്ത്

പ്രകൃതം. ചുക്കില്ലാത്ത കഷായമില്ല എന്നാണ് അദ്ദേഹത്തെപ്പറ്റി നാട്ടുകാർ പറയാറ്. തേറമ്പിൽ തറവാടും കരിമ്പറ്റ തറവാടും പരസ്പരം ആത്മബന്ധം സൂക്ഷിക്കുന്നവരുമാണ്. പിന്നെന്തിനു വേണ്ടെന്നു വയ്ക്കണമെന്ന ചിന്തയിൽ വിവാഹാലോചനാ വിഷയം വീട്ടിലും ചർച്ചയായി. നാട്ടിലെ താരമായിരുന്ന അദ്ദേഹത്തിന്റെ വീട്ടിലും ആലോചന വരുമ്പോൾ ചന്ദ്രമതി തൃശ്ശൂർ സെന്റ് മേരീസ് കോളജിൽ ബിരുദപഠനം കഴിഞ്ഞതേയുള്ളൂ. ജോലിക്കു വിടാനൊന്നും കരിമ്പറ്റക്കാർക്കു താൽപര്യമില്ലായിരുന്നു.

''അമ്മ എന്നോടു ചോദിച്ചു. ''നിന്റെ താൽപര്യം എന്താണ്?'' എനിക്കു കുഴപ്പോന്നൂല്ലാന്ന് മറുപടിയും പറഞ്ഞു. ''ജാതകം ചേരും.'' കല്യാണത്തിലേക്കു പിന്നെയെല്ലാം പെട്ടെന്നായിരുന്നു. വിവാഹനിശ്ചയം കഴിഞ്ഞപ്പോൾ വധുവിന്റെ ബന്ധത്തിൽപെട്ട ചിലർ ആളൊക്കെ കൊള്ളാമെങ്കിലും ഇത്രയധികം പ്രായവ്യത്യാസം വേണ്ടിയിരുന്നോ എന്നായിരുന്നു ചോദിച്ചത്. (ചെറുപ്പം മുതൽക്കെ പൊതു രംഗത്ത് നിറഞ്ഞു നിന്നതിനാൽ യഥാർത്ഥത്തിൽ ഉള്ള പ്രായത്തേക്കാൾ കൂടുതൽ ആളുകൾ കണക്കു കൂട്ടിയിരുന്നു). കരിമ്പറ്റ തറവാട്ടുമുറ്റത്ത് (ചന്ദ്രനിലയം) 1968 ഓഗസ്റ്റ് 29ന് വിവാഹം. തേറമ്പിലിന് അന്നു പ്രായം 27. ചന്ദ്രയ്ക്ക് 21. നാട്ടിലുള്ളവരെയൊക്കെ വിളിച്ചുകൂട്ടിയുള്ള വിവാഹമായിരുന്നു. കോൺഗ്രസ് ജില്ലാ സെക്രട്ടറിയായതിനാൽ തേറമ്പിലിന്റെ വിവാഹത്തിനു കുറ്റൂരിലേക്ക് പ്രമുഖ നേതാക്കളൊക്കെയെത്തി.

വിവാഹത്തിനു മുൻപേ സ്വന്തമായി ഭൂമി വാങ്ങി വീടുവച്ചയാളാണ്. അയ്യന്തോളിൽ ഇപ്പോഴുള്ള വീട് 1968ൽ വാങ്ങിച്ചതാണ്. വക്കീലായി പ്രാക്ടീസ് ചെയ്തുവരികയായിരുന്നുവല്ലോ.

കോടതി ഉള്ളതിനാൽ എന്തുകൊണ്ടും അയ്യന്തോളിൽ വീടു വയ്ക്കുന്നതാവും നല്ലതെന്നു തോന്നി. കുറി വിളിച്ച കാശ് കൊണ്ടായിരുന്നു ഭൂമിവാങ്ങൽ. മന്ത്രിയായിരുന്ന കെ.ചന്ദ്രശേഖരന്റെ ജ്യേഷ്ഠ ഭാര്യയുടെ വീട്ടുകാരായ തോട്ടിങ്ങാമത്തു തറവാട്ടുകാരുടെ ഭൂമിയായിരുന്നു. അന്ന് അയ്യന്തോളിലേക്കു റോഡിനു വീതി കുറവായിരുന്നു. പടിഞ്ഞാറേക്കോട്ട മുതൽ അയ്യന്തോൾ വരെ മൂന്നുനാലു വീടുകൾ മാത്രമാണുണ്ടായിരുന്നത്. ചെറു ഗ്രാമമാണ് അന്നത്തെ അയ്യന്തോൾ. ഒക്ടോബർ 24ന് കുറ്റൂരിൽ നിന്നു ഭാര്യയ്ക്കൊപ്പം സ്വന്തമായി പണികഴിപ്പിച്ച അയ്യന്തോളിലെ വീട്ടിലേക്കു തേറമ്പിൽ താമസം മാറി. പിന്നീടിന്നോളം ഇഷ്ടയിടം ഈ വീടാണ്. ഈ വീടിന്റെ തണലിലിരുന്നാലേ ചിന്തകൾ ചിറകുവിരിക്കൂ. എത്ര വൈകിയാലും ഇവിടെയെത്തി ആഹാരം കഴിച്ചാലേ തൃപ്തിയാകൂ. പഴയതെങ്കിലും സ്വന്തമായി അദ്ധ്വാനിച്ചുണ്ടാക്കിയ ഈ വീട്ടിലെ ജീവിതമാണിന്നും മധുരതരം.

തിരക്കുകൾക്കിടയിൽ

വിവാഹദിനം ഭാര്യ ചന്ദ്രയ്ക്ക് ഇന്നും നല്ല ഓർമ്മയുണ്ട്.

''കല്യാണത്തിനും ഖദറിട്ടാണ് വന്നത്. നല്ല വെള്ളഖദർ ഷർട്ടും മുണ്ടുമായിരുന്നു അദ്ദേഹത്തിന്റെ വേഷം. എനിക്കു നൽകിയ വിവാഹസാരിയും ഖാദി തന്നെ.''

തൊട്ടടുത്തിരുന്ന തേറമ്പിൽ കൂട്ടിച്ചേർത്തു...

''വീട്ടുകാരെല്ലാം ഖാദിയുടെ പശ്ചാത്തലത്തിലാണ് വളർന്നത്. അമ്മയെന്നും ഖാദിയേധരിച്ചിരുന്നുള്ളൂ. അച്ഛനും തൂവെള്ള ഖദറാണിടാറ്. ആശ്രമത്തിൽ പോയ ചെറിയമ്മയുടെ വേഷവും ഖദറായിരുന്നു. കുട്ടിക്കാലം മുതൽ ഖദർ ട്രൗസറും ഷർട്ടുമാണ് വേഷം. സ്കൂളിലും കോളജിലും ഖദർ തന്നെ. അതും തൂവെള്ള ഖദറല്ലാതെ മറ്റൊന്നും ശീലമില്ല. അന്നൊക്കെ ഖദർ സ്വയം അലക്കിയിടുന്നതാണു ശീലം.''

ഫാഷന്റെ നാടാണ് തൃശ്ശൂർ. പരിഷ്കാരികളായ ഇവിടത്തുകാർക്കിടയിലിരുന്നാണ് വെള്ളഖദർമാത്രമിട്ട ഈ മനുഷ്യൻ നാടിന്റെ വളർച്ചയെ സ്വപ്നം കണ്ടതും സാക്ഷാത്കരിക്കാനായി അഹോരാത്രം നടന്നതും. വിവാഹം കഴിഞ്ഞ് അയ്യന്തോളിലെ വീട്ടിലേക്കു താമസം മാറ്റിയപ്പോൾ ചന്ദ്ര ഒറ്റപ്പെട്ട അവസ്ഥയിലായി. കാലത്തു കോടതിയിലേക്കിറങ്ങുന്ന നായകൻ വീട്ടിലെത്തുമ്പോൾ രാത്രി പത്തു കഴിയും. അത്രയും നേരം ഒറ്റയ്ക്കാണെങ്കിലും ചന്ദ്ര അതിലൊന്നും പരിഭവിച്ചില്ല.

തനിച്ചിരുന്നു മടുക്കുമ്പോൾ അയൽപക്കത്തെ രാധച്ചേച്ചിയോട് സംസാരിക്കാനിറങ്ങും ചന്ദ്ര. രാധച്ചേച്ചിക്ക് അതൊരു അസ്വസ്ഥത വേണ്ടെന്നു കരുതിയാണ് തേറമ്പിൽ തന്നെ ചന്ദ്രയോട് പുതിയൊരു ആശയം പറഞ്ഞത്.

''ചന്ദ്രാ, ബിഎഡ് കോഴ്സ് ചേർന്നാലോ?''

ചന്ദ്രയ്ക്കും സമ്മതം. തുടർന്നു പഠിപ്പിക്കണമെന്നോ ജോലിക്ക് വിടണമെന്നോ ചന്ദ്രയുടെ വീട്ടുകാർക്കു താൽപര്യമില്ലായിരുന്നു വെന്നു പറഞ്ഞുവല്ലോ. അതിനാൽ മറ്റാരുടെയും അഭിപ്രായം തേടാതെ ഒറ്റപ്പാലം എൻഎസ്എസ് കോളജിൽ ബിഎഡിന് അപേക്ഷ ൽകി. ഹോസ്റ്റലിലായിരുന്നു ചന്ദ്രയുടെ താമസം. ബിഎഡ് പൂർത്തിയാക്കി പുറനാട്ടുകര ആശ്രമം സ്കൂളിൽ താൽക്കാലികമായി കണക്കുടീച്ച റായി ജോലിക്കു കയറി.

■

ബാല്യകാലാനുഭവങ്ങൾ

"**ശാ**ന്തശീലയായിരുന്നു അമ്മ. എന്നെ അടിച്ചിട്ടേയില്ല. ഞാൻ ചെയ്യുന്നത് വല്ലതും ഇഷ്ടപ്പെടാതെയായാൽ അമ്മയാണ് ആദ്യം കരയുക. അതോടെ ഞാനും തളരും. ഒട്ടേറെയാളുകൾക്ക് ആശ്രയ മായിരുന്നു. ആര് സഹായം ചോദിച്ചു വന്നാലും വെറുംകൈയോടെ തിരിച്ചയയ്ക്കില്ല. അയൽപക്കത്തെ ഒരു ക്രിസ്ത്യാനി കുടുംബത്തിൽ അല്ലലൊഴിഞ്ഞ നേരമില്ലായിരുന്നു. സാമ്പത്തികമായി വല്ലാതെ വേവുന്നൊരു കുടുംബം. അവിടത്തെ പയ്യൻ കാലത്ത് പത്രം വീടു കളിലെത്തിച്ച ശേഷം മാത്രമാണ് കുറ്റൂർ സ്കൂളിലെത്തിയിരുന്നത്. എന്റെ ക്ലാസ്സിലാണ് അവനും. പഠനവും പത്രവിതരണവും ഒപ്പം കൊണ്ടു പോയ മിടുക്കനായ അവനു വേണ്ടി അമ്മ എന്നും ഒരു ചോറ്റിൻപാത്രം പ്രത്യേകമായി നൽകും. അമ്മ മറ്റാരുമറിയാതെ ജീവിതത്തിൽ തണലായും തുണ നൽകിയും നിറഞ്ഞു നിന്നു."

കുറ്റൂർ സ്കൂൾ

പടച്ചോറിൽ പാലൊഴിച്ചു കഴിച്ചു ശീലിച്ചു. വലുതായപ്പോൾ ഊണ് ഉച്ചയ്ക്കു മാത്രമാക്കി. രാവിലെയും രാത്രിയും പലഹാരം. ദോശയിലും ഇഡ്ഡലിയിലും ചപ്പാത്തിയിലുംചുറ്റിത്തിരിഞ്ഞ പ്രഭാതങ്ങളിപ്പോൾ ഓട്സിലേക്കു ചുവടുമാറ്റി. കാപ്പിയും ചായയും കുടിക്കില്ല. മധുരം എത്രവേണമെങ്കിലും കഴിക്കും. അപ്പം, അട, പായസം എന്നിവ കണ്ടാൽ ഇഷ്ടമെങ്കിലും കഴിക്കും. ഈയിടെയായി അളവിൽ കുറവുവരുത്തിയിട്ടുണ്ട്. ജനിച്ചതു മുതൽ വെജിറ്റേറിയനായതു വീട്ടിൽനിന്നു കിട്ടിയ ശീലമാണ്. മാംസാഹാരം കഴിച്ചിട്ടേയില്ല. മദ്യമോ പുകവലിയോ ആലോചനയിൽപോലും ഉണ്ടായില്ല. കുളി കഴിഞ്ഞേ അന്നും ഇന്നും വീട്ടിൽ ആരും അടുക്കളയിൽ കയറൂ. അതൊക്കെയൊരു ശീലമായിപ്പോയെന്നു മാത്രം. സൈക്കിൾ പഠിക്കാൻ അതിയായി മോഹിച്ച കുട്ടിക്കാല കഥ കൂടി കേൾക്കാം.

വീടിന്റെ മുൻവശത്തെ വഴിയിലൂടെയായിരുന്നു തങ്കപ്പന്റെ സൈക്കിളോട്ടപഠനം. തലങ്ങും വിലങ്ങും പലവട്ടം സൈക്കിൾ വീടിനു മുന്നിലൂടെ നിരങ്ങിനീങ്ങി. വീട്ടുകാരുടെ കൺവെട്ടത്തിനപ്പുറത്തേക്കു പോകാതെയുള്ളതായിരുന്നു ആ 'സൈക്കിളോടിക്കൽ മൂവ്'.

ഒരുദിവസം സൈക്കിൾ പഠനത്തിനിടെ പൊടുന്നനെ വീടിനടുത്തുള്ള പൊട്ടക്കിണറിലേക്കുതെന്നിത്തെറിച്ചു. സൈക്കിൾ പൊട്ടക്കിണറ്റിലേക്കും രാമകൃഷ്ണൻ ഭാഗ്യവശാൽ കിണറ്റിൻകരയിലേക്കുമാണു തെറിച്ചുവീണത്. പരസഹായമില്ലാതെ തനിച്ചു സൈക്കിൾ പഠിക്കാൻ നടത്തിയ ശ്രമം പൊട്ടക്കിണറ്റിൽ വീണു തകർന്നു. പിന്നീട് ഇന്നോളം സൈക്കിൾ തൊട്ടിട്ടില്ല. അന്നുതുടങ്ങിയ പദയാത്ര ഒരുപാടു കാതം മുന്നേറാനുള്ള കാൽബലം നൽകി. നടന്നായിരുന്നു കോളജ് യാത്ര.

പത്താം ക്ലാസ്സിൽ ഡിസ്റ്റിങ്ഷൻ കിട്ടിയതോടെ നാട്ടിലാകെ രാമകൃഷ്ണന് പേരായി. സെന്റ് തോമസ് കോളജിൽ പഠിക്കുന്നതാണ് നല്ലതെന്നായിരുന്നു അധ്യാപകരുടെയെല്ലാം അഭിപ്രായം. പക്ഷേ, കേരളവർമ്മയിൽ പോകാനായിരുന്നു രാമകൃഷ്ണ തീരുമാനം. അന്ന് സെന്റ് തോമസിൽ ചേരാതെ കേരളവർമ്മയിൽ ചേർന്നതിനു പിന്നിൽ ചില കണക്കുകൂട്ടലുകളുണ്ടായിരുന്നു. ■

കേരളവർമ്മക്കാലം

കേരളവർമ്മയായിരുന്നു രാഷ്ട്രീയമാറ്റത്തിന്റെ മനസ്സ് സമ്മാനിച്ചത്. പ്രീഡിഗ്രിക്കു കണക്കായിരുന്നു ഐച്ഛിക വിഷയം. പ്രീഡിഗ്രികഴിഞ്ഞപ്പോൾ എറണാകുളത്ത് മഹാരാജാസിൽ അന്നുണ്ടായിരുന്ന പ്രീ എൻജിനീയറിങ് കോഴ്സിൽ അഡ്മിഷൻ കിട്ടിയിട്ടും പോകാതെ ബിഎസ്സി ബിരുദവും (മാത്സ്) കേരളവർമ്മയിൽതന്നെ പൂർത്തിയാക്കി. കേരളവർമ്മയിൽ വരടിയത്തുള്ള കൊച്ചാപ്പുവായിരുന്നു പ്യൂൺ. കൊച്ചാപ്പു തേറമ്പിൽ തറവാട്ടിനു മുന്നിലൂടെ കുറ്റൂർ പാടം മുറിച്ചു കടന്നാണ് പതിവായി കേരളവർമ്മയിലെത്തിയിരുന്നത്. ഒരു റാന്തൽ വിളക്ക് കൊച്ചാപ്പുവിന്റെ കൈയിലെന്നും കാണും. അതും പിടിച്ചു കൈയിലൊരു വടിയുമെടുത്തു വരമ്പിലൂടെ മുന്നിലെ ചെറുപച്ചപ്പുല്ലുകൾ വകഞ്ഞുള്ള കൊച്ചാപ്പുവിന്റെ നടപ്പ് ഇന്നും തെളിവാർന്ന ഓർമ്മയാണ്.

പാമ്പിനെയും തവളകളെയും ഓടിക്കാനാണത്രെ ഈ വടിയും റാന്തൽവിളക്കും. വാർധക്യത്തിന്റെ ക്ഷീണം കൊച്ചാപ്പുവിനുണ്ടെങ്കിലും കൊച്ചിൻ പാലസിലെ ആശ്രിതനായിരുന്ന അദ്ദേഹം രസികനും സത്യസന്ധനുമായിരുന്നു. ആൾനടപ്പില്ലാത്ത പാടത്തിനു നടുവിലൂടെ ഉച്ചത്തിൽ പ്രസംഗിച്ചു നടക്കുന്ന തേറമ്പിൽ സഹയാത്രികൻ കൊച്ചാപ്പു കേൾക്കെയാണ് ആദ്യകാല പ്രസംഗങ്ങൾ നടത്തിയത്.

റോഡില്ലാതെ വരമ്പിലൊതുങ്ങിയുള്ള യാത്രകൾ അക്കാലത്തു കുറ്റൂർ ഗ്രാമത്തിന്റെ പോരായ്മയായിരുന്നു. അന്നുനടന്ന വഴി ഇപ്പോൾ വീതിയേറിയ റോഡായി മാറിയിരിക്കുന്നു. തേറമ്പിൽ രാമകൃഷ്ണൻ എംഎൽഎ റോഡ് എന്നു പേരിട്ട മനോഹരമായ ഈ റോഡ്, പൊതുമരാമത്തു മന്ത്രിയായിരുന്നപ്പോൾ ഡോ.എം.കെ. മുനീർ ഉദ്ഘാടനം ചെയ്തതാണ്. പാടത്തിനു കുറുകെ റോഡിനായി ഭൂമിയേറ്റെടുക്കാൻ സ്ഥലമുടമകളെ നേരിൽകണ്ടു തേറമ്പിൽ തന്നെ സംസാരിച്ചു. നഷ്ടപരിഹാരത്തുക പോലും ആവശ്യപ്പെടാതെ കുറ്റൂരിന്റെ വളർച്ചയ്ക്കായി സാധ്യതകളുടെ വീതിയും പരപ്പുമുള്ള റോഡിനായി നാട്ടുകാർ സ്ഥലം നൽകി. ഇന്നു കുറ്റൂരിലേക്കുള്ള രാജവീഥിയാണ് ഈ തേറമ്പിൽ എം.എൽ.എ റോഡ്. തൃശ്ശൂർ മെഡിക്കൽ കോളേജിലേക്കുള്ള നേർവഴിയും.

കേരളവർമ്മ കോളജിൽ നവംബർ ഒന്നിന് ക്യാംപസിൽ കേരളപ്പിറവിയെക്കുറിച്ച് ഒരു പ്രസംഗമത്സരം നടക്കുകയാണ്. തുടക്കക്കാരന്റെ പരിഭ്രമമൊന്നും തേറമ്പിലിനുണ്ടായിരുന്നില്ല. പ്രീയൂണിവേഴ്സിറ്റി വിദ്യാർഥിയാണ്. മദ്രാസ് യൂണിവേഴ്സിറ്റിയുടെ അവസാന ബാച്ച് ആയിരുന്നു അത്. ക്യാംപസിലെ നിറഞ്ഞ സദസ്സിനു മുന്നിൽ അന്നു നടത്തിയ പ്രസംഗം ശ്രദ്ധാപൂർവമാണ് കേരളവർമ്മ കാതോർത്തത്. കോളജിലെ തുടർപ്രയാണത്തിന് ആക്കം കൂട്ടിയത് ആ പ്രസംഗവും അന്നുകിട്ടിയ ഒന്നാം സ്ഥാനവുമാണ്.

കേരളവർമ്മ കോളജ് അന്നും ഇടതുവിദ്യാർത്ഥി സംഘടനകളുടെ കേന്ദ്രമായിരുന്നു. ഇടതുകളുടെ കോട്ടയായിരുന്നെങ്കിലും ഇൻഡിപെൻഡന്റ്സ് സ്റ്റുഡന്റ്സ് ഓർഗനൈസേഷന്റെ (ഐഎസ്ഒ) സജീവ പ്രവർത്തനത്തിനു പ്രവർത്തകർ ഉണ്ടായിരുന്നു. അവർക്കിടയിലേക്കാണു രാമകൃഷ്ണൻ കയറിച്ചെന്നത്. പി.എം.മുഹമ്മദാലിയായിരുന്നു സംസ്ഥാന നേതാവ്. അന്ന് കെഎസ്‌യു പ്രസ്ഥാനം തൃശ്ശൂർ മേഖലയിലൊന്നുംപ്രവർത്തനം തുടങ്ങിയിരുന്നില്ല. ഹിന്ദി അസോസിയേഷൻ സെക്രട്ടറിസ്ഥാനത്തേക്ക് ആദ്യവർഷം തന്നെ മത്സരിച്ച തേറമ്പിൽ ജീവിതത്തിലെ ആദ്യ തിരഞ്ഞെടുപ്പിൽ ഒട്ടും അനുകൂലമായ സാഹചര്യമല്ലാതിരുന്നിട്ടും ജയംകൊണ്ടു മറ്റുള്ളവരെ വിസ്മയിപ്പിച്ചു. ഐഎസ്ഒ നേടിയ ഏക സീറ്റായിരുന്നു അത്. യൂസഫലി കേച്ചേരിയും മീനാക്ഷി തമ്പാനുമെല്ലാം തേറമ്പിലിന്റെ ഒപ്പം പഠിച്ചവരാണ്.

അഖിലേന്ത്യാപര്യടനത്തിനിടെ രാജ്ഘട്ടിൽ ഒരു ആദരവ്.
പ്രൊഫ. എൻ.ഡി.എസ്. കോളേജ് യൂണിയൻ ചെയർമാൻ
കെ. സുകുമാരൻ, സെക്രട്ടറി തേറമ്പിലുമൊത്ത്.

കെ.പി.വിശ്വനാഥനും വി.സി.കബീറും കെ.പി. ശങ്കരനും ചുമ്മാർ ചൂണ്ടലും അക്കാലത്തു കേരളവർമ്മയിലുണ്ടായിരുന്നവരാണ്. പിറ്റേ വർഷം കോളജ് യൂണിയൻ സെക്രട്ടറിയായി. പിന്നീട് ചെയർമാനായി. അക്കാലത്താണ് വിദ്യാർത്ഥികളുടെ ഒരു അഖിലേന്ത്യ ടൂറിന് തേറമ്പിലാണ് നേതൃത്വം നൽകി.

ഡോ.രാജേന്ദ്ര പ്രസാദിനെയും പണ്ഡിറ്റ് ജവാഹർലാൽ നെഹ്റുവിനെയുമെല്ലാം വിദ്യാർഥികൾക്കു കാണാൻ അവസരം ലഭിച്ചതോടെ രാമകൃഷ്ണന്റെ സ്വീകാര്യത ക്യാംപസിൽ കുത്തനെ കൂടി. അന്നു തേറമ്പിൽ രാമകൃഷ്ണൻ തോൽപിച്ച എം.വിജയനാണ് പിന്നീട് ശാസ്ത്രലോകം ആദരവോടെ നോക്കിക്കണ്ട പ്രസിദ്ധനായ ഭൗതികശാസ്ത്രജ്ഞൻ പ്രൊഫ. എം.വിജയൻ. ജീവന്റെ രാസപരിണാമവും ഉദ്ഭവവും സംബന്ധിച്ച് ശാശ്വത ഫലങ്ങൾ നൽകാൻ സൂപ്പർമോളിക്യുലാർ ക്രിസ്റ്റലോഗ്രാഫ് ഉപയോഗിച്ചു പ്രൊഫ.വിജയൻ നടത്തയ ഗവേഷണങ്ങൾ പ്രസിദ്ധമാണ്. ക്രിസ്റ്റലോഗ്രഫിയിലും സ്ട്രക്ചറൽ ബയോളജിയിലും ലോകശാസ്ത്ര രംഗത്ത് ഇന്ത്യയെ ഉന്നതസ്ഥാനത്തെത്തിച്ച അദ്ദേഹത്തിനു പദ്മശ്രീ ലഭിച്ചപ്പോൾ ജന്മനാടായ ചേർപ്പിൽ ഒരു സ്വീകരണമൊരുക്കിയിരുന്നു. അത് ഉദ്ഘാടനം ചെയ്തത് അന്നു സ്പീക്കറായിരുന്ന തേറമ്പിൽ രാമകൃഷ്ണനായിരുന്നു.

''വിജയനെ അന്നു കേരളവർമ്മയിൽ ഞാൻ തോൽപ്പിച്ചില്ലായിരുന്നുവെങ്കിൽ വിജയൻ ശാസ്ത്രജ്ഞനാകുമായിരുന്നില്ല. പകരം

ഒരു വട്ടം കൂടി...

ഞാനായേനേ ശാസ്ത്രജ്ഞൻ.'' സ്വീകരണച്ചടങ്ങിൽ തേറമ്പിൽ പറഞ്ഞു. ഹാസ്യത്തിലും പിന്നിലായിരുന്നില്ല വക്കീൽ.

പ്രൊഫ.എം.വിജയൻ 2022 ഏപ്രിലിലാണ് അന്തരിച്ചത്.

കേരളവർമ്മ കോളജിലെ കാര്യമാണ് പറഞ്ഞുവന്നത്. കേരള വർമയിൽ ഭൂരിപക്ഷം സീറ്റുകളും ഇടതു വിദ്യാർഥി സംഘടനയിൽ നിന്ന് അടർത്തിയെടുക്കുന്നതിൽ തേറമ്പിൽ രാമകൃഷ്ണൻ പ്രക ടിപ്പിച്ച മികവും മിടുക്കും പിന്നീടൊരിക്കലും അതേപടി ആ ക്യാംപ സിൽ മറ്റാർക്കും പ്രകടിപ്പിക്കാൻ കഴിഞ്ഞതേയില്ല. അന്നു തുടങ്ങി യതാണ് രാഷ്ട്രീയ പ്രവർത്തനം. കേരളവർമ്മയിലെ രാഷ്ട്രീയാന്ത രീക്ഷമാണ് രാഷ്ട്രീയ ചിന്താധാരയെ സമ്പന്നമാക്കിയത്. പ്രസംഗം മാത്രമല്ല, പ്രായോഗിക പ്രവർത്തനവും പഠിച്ചെടുത്തതു കേരള വർമയിൽ നിന്നുതന്നെ.

കവി തിലകൻ പ്രൊഫ. ശങ്കരൻ നമ്പ്യാരുടെ തുടർച്ചക്കാ രായി വന്ന പ്രൊഫ. വെങ്കിട്ടരാമൻ, ടി.സി. ബാലകൃഷ്ണമേനോൻ, രാമവർമ്മ തമ്പുരാൻ, അഖിലേശ്വര അയ്യർ, രാമചന്ദ്രയ്യർ, കെ.പി. നാരായണ പിഷാരടി തുടങ്ങിയ പ്രഗത്ഭരായ അദ്ധ്യാപകരായിരുന്നു അന്ന് കേരളവർമ്മയിൽ ഉണ്ടായിരുന്നത്. കേരളവർമ്മയിൽ നിന്ന് നമ്മൾ നേടുന്നത് കേവലം ബിരുദങ്ങൾ മാത്രമല്ല, ജീവിതം കൂടി യാണ്. ഏത് പ്രതികൂല സാഹചര്യങ്ങളേയും ഏത് പ്രതിബന്ധങ്ങ ളേയും അതിജീവിക്കാനുള്ള കരുത്താണ് കേരളവർമ്മ നൽകുന്നത്.

''ഖദർഷർട്ടിന്റെ കൈ ലേശം ചുരുട്ടിവെച്ച് സുസ്മേരവദനനായി കോളേജ് ക്യാംപസ്സിൽ നിറഞ്ഞുനിന്ന കൃശഗാത്രനായ രാമകൃഷ്ണൻ എന്ന വിദ്യാർത്ഥിനേതാവിനെ അദ്ധ്യാപകരെല്ലാം അന്നേ സാകൂതം ശ്രദ്ധിച്ചു. സമരട്ടഹാസങ്ങളുടെയല്ല സൗഹൃദപൂർണ്ണമായ പെരുമാറ്റ ങ്ങളിലൂടെയാണ് അദ്ദേഹം നേതാവായത്.'' അന്നത്തെ അധ്യാ പകനും പിന്നീട് ചീഫ് സെക്രട്ടറിയുമായ ടി.എൻ. ജയചന്ദ്രന്റെ വാക്കുകളാണിവ.

നേതൃത്വപാടവം അന്നേ പ്രകടമാക്കിയ വിദ്യാർത്ഥി നേതാവാ യിരുന്നു രാമകൃഷ്ണൻ. വായാടിയാകാതെ വാചാലനായി ഏത് വിഷയത്തെ സംബന്ധിച്ചും സംസാരിക്കാൻ കഴിവുള്ള, ഒരാളെയും പിണക്കാതെ പഠിപ്പും കോളേജ് യൂണിയൻ പ്രവർത്തനവും ഒരുമിച്ച് കൊണ്ടുപോയ രാമകൃഷ്ണൻ വിദ്യാർത്ഥിനേതാക്കൾക്ക് ഒരു മാതൃക യാണെന്ന് അധ്യാപകൻ ഡോ. കെ.കെ. വാസുവിന്റെ അഭിപ്രായം.

■

നാടിന്റെ വക്കീൽ

എൻജിനീയറിങ് സാധ്യതകൾ മുന്നിൽ തെളിഞ്ഞിട്ടും അതൊന്നും അടിച്ചേൽപിക്കാൻ ആരും മുതിർന്നിട്ടില്ലാത്തതിനാൽ നിയമം പഠിക്കാനുള്ള മോഹത്തിനു ഭംഗം വന്നില്ല. ക്യാംപസ് രാഷ്ട്രീയം തലയ്ക്കു പിടിച്ചപ്പോഴും പഠനത്തിൽ തെല്ലും പിന്നോട്ടു പോകാത്ത ഊർജസ്വലത ഇച്ഛാശക്തിയുടെയും നിശ്ചയദാർഢ്യത്തിന്റെയും ദൃഷ്ടാന്തമായിരുന്നു. ലക്ഷണയുക്തനായൊരു പൊളിറ്റീഷ്യനിലേക്കുള്ള പ്രയാണം മനസ്സിൽ കെടാതെ നിന്നു. അതിനു നിയമം പഠിക്കണമെന്ന ചിന്ത ചെറുപ്പത്തിലേ വേരുറച്ചതിനാൽ പിന്നീട് കണ്ടതും നടന്നതുമായ വഴിയെല്ലാം അവസാനിച്ചത് ലോ കോളേജിലായിരുന്നു. എറണാകുളം ലോകോളേജിൽ എഫ് എൽ (ഫെലോ ഓഫ് ലോ) കോഴ്സിനു ചേരുന്നത് അങ്ങനെയാണ്. ഡിഗ്രി കഴിഞ്ഞു വരുന്നവർക്ക് അന്നു രണ്ടു കൊല്ലമാണ് നിയമപഠന കോഴ്സ്. എഫ്എൽ ഒരു വർഷം ബിഎൽ ഒരുവർഷം. ലോ കോളേജ് ഹോസ്റ്റലിൽ താമസിച്ചപ്പോഴും പതിവു കോളേജ് ഗ്യാങ്ങുകളിലൊന്നും

പെട്ടില്ലെങ്കിലും അവിടെ മാഗസിൻ എഡിറ്ററായി സംഘടനാ പ്രവർത്തനമെന്ന ഇച്ഛാ ശക്തിയെതേച്ചു മിനുക്കി. പക്ഷേ, കൊച്ചിയിലെ പഠനകാലത്ത് അവിടെ വലിയ സൗഹൃദങ്ങളിലേക്കൊന്നും വല വിരിക്കാൻ ശ്രമിച്ചിരുന്നില്ല. ആഴ്ചയിൽ ഒരിക്കൽ തൃശ്ശൂരിൽ വീട്ടിലെത്തുന്നതായിരുന്നു രീതി.

എറണാകുളത്ത് അൽപം ഒതുങ്ങിയാണുകഴിഞ്ഞതെങ്കിലും തികഞ്ഞ രാഷ്ട്രീയ ലക്ഷ്യത്തോടെയാണു ബിഎൽ കോഴ്സിനു തിരുവനന്തപുരം ലോ കോളേജിൽ അഡ്മിഷനെടുക്കുന്നത്. ലോകം ഒന്നുകൂടിവലുതാകുന്നതു പോലൊരു തോന്നൽ. പട്ടം താണുപിള്ളയുടെ ഭരണകാലമാണതെന്നോർക്കണം.തിരുവനന്തപുരത്തെത്തിയ ശേഷം നിയമസഭാ മന്ദിരമൊക്കെ അന്നു നടന്നു കാണാൻ ചെന്നപ്പോഴൊന്നും ഒരിക്കൽ സ്പീക്കറായി ഈ മന്ദിരത്തിന്റെ മേൽനോട്ടക്കാരനാവുമെന്ന ചിന്ത സ്വപ്നത്തിൽപോലും ഉണ്ടായിരുന്നില്ല. വടക്കാഞ്ചേരി എംഎൽഎയായിരുന്ന കെ. ബാലകൃഷ്ണ മേനോനായിരുന്നു തിരുവനന്തപുരത്തെ ലോക്കൽ ഗാർഡിയൻ. സോഷ്യലിസ്റ്റ് നേതാവാണ് ബാലകൃഷ്ണമേനോൻ. അദ്ദേഹം വൈകിട്ടു നടക്കാനിറങ്ങുമ്പോൾ കൂടെയിറങ്ങും. സെക്രട്ടേറിയറ്റും നിയമസഭാമന്ദിരവും എംഎൽഎ ഹോസ്റ്റലുമെല്ലാം അദ്ദേഹത്തോടൊപ്പമുള്ള ഈ നടപ്പിനിടെയാണ് പരിചിതമായത്. സെക്രട്ടേറിയറ്റിനു മുന്നിലെ ലോഡ്ജിലായിരുന്നു ഒറ്റയ്ക്കുള്ള താമസം.

പിന്നീട് പിഎസ്സി അംഗമായ വിജയബാലനും ലക്ഷ്മണയ്യരും എസ്.രാമചന്ദ്രൻപിള്ളയും കോലിയക്കോട് കൃഷ്ണൻനായരുമെല്ലാം അന്നവിടെ വിദ്യാർഥികളായിരുന്നു. ലോ കോളേജിലെത്തിയപ്പോഴും പ്രസംഗ മത്സരത്തിൽ നിന്നു പിൻവാങ്ങാതിരുന്ന അദ്ദേഹം അവിടെയും വാക്വൈഭവം തുടർന്നു കൊണ്ടേയിരുന്നു. കോളേജിൽ നടന്ന ഒരുപ്രസംഗമത്സരത്തിൽ സമ്മാനം നേടിയ 'വടക്കൻ സഹപാഠിയെ' അന്നേ ശ്രദ്ധിച്ചിരുന്നുവെന്നു ലോകോളേജിൽ ഒപ്പം പഠിച്ച വിജയബാലൻ പിന്നീട് പറഞ്ഞിട്ടുണ്ട്.

1961-62 കാലമാണ്. അക്കാലത്താണ് തിരുവനന്തപുരത്തു വ്യാപകമായി മഞ്ഞപ്പിത്തം പടർന്നു പിടിച്ചത്. തനിച്ചായിരുന്നുവല്ലോ താമസം. കടുത്ത മഞ്ഞപ്പിത്തം ഇദ്ദേഹത്തെയും പിടികൂടി.

വിവരമറിഞ്ഞതോടെ സഹപാഠികൾ തിരുവനന്തപുരം മെഡിക്കൽ കോളേജിൽ അഡ്മിറ്റാക്കി. പ്രസിദ്ധനായ ഡോ.പൈയുടെ നേതൃത്വത്തിലായിരുന്നു ചികിത്സ. നിയന്ത്രിക്കാൻ കഴിയാത്ത വിധം ഓരോ ദിവസവും മഞ്ഞപ്പിത്തത്തിന്റെ പിടിയിൽപെട്ട് തിരുവനന്തപുരം വല്ലാതെ വീർപ്പുമുട്ടി. മെഡിക്കൽ കോളേജിലെ വാർഡ് മുഴുവൻ മഞ്ഞപ്പിത്തക്കാരാണ്. കാണുന്നവരുടെയെല്ലാം കണ്ണുകളിൽ പോലും മരണം മഞ്ഞനിറത്തിൽ നിഴലിച്ചു നിന്നു. ഓരോ ദിവസവും വരുന്ന

മരണ വാർത്ത കേൾക്കുമ്പോൾ ഉള്ളിലൊരു തണുപ്പും മരവിപ്പും കയറും.

പിൽക്കാലത്ത് കോവിഡ് വന്ന്, മരണഭയത്തോടെ നാട് വിറങ്ങലിച്ചു പോയ അതേ സാഹചര്യം. ബന്ധുക്കളാരും കൂടെയില്ല. വീട്ടിൽ ആദ്യമൊന്നും അറിയിച്ചിരുന്നില്ല. അവർ ഭയപ്പെട്ടാലോ. കൂടെ നിൽക്കാൻ ചില സഹപാഠികളുണ്ട്. പിന്നെ ബാലകൃഷ്ണ മേനോന്റെ ബന്ധു വിജയൻ കാരിക്കത്തായിരുന്നു മുഴുവൻ സമയവും നിഴലായി കൂടെ നിന്നത്. 20 ദിവസത്തോളം ആശുപത്രിയിൽ. ദേഹം മുഴുവൻ മഞ്ഞനിറം.

കണ്ണുകളിൽ മഞ്ഞപ്പാട വന്നു മൂടിയതു പോലെ. മരണത്തെ മുഖാമുഖം കണ്ട ദിവസങ്ങൾ. മെഡിക്കൽ കോളജിലെ കുട്ടികൾ വരുന്നതാണൊരു ആശ്വാസം. അവർക്കു നമ്മളൊരു പരീക്ഷണ വസ്തുവാണ്. ചുറുചുറുക്കുള്ള ഡോക്ടർ കുട്ടികളോട് ചങ്ങാത്തം കൂടുമ്പോഴാണ് മരണഭയം ഉറഞ്ഞില്ലാതാവുക. ബി.എൽ കഴിഞ്ഞ് എൻറോൾ ചെയ്തു തൃശ്ശൂർക്കു മടങ്ങിയ ശേഷം ഉടൻ തന്നെ പ്രാക്ടീസും തുടങ്ങി. കോടതി വ്യവഹാര ചരിത്രത്തിൽ തൃശ്ശൂരിൽ വലിയ വേരും വിജയങ്ങളുമുള്ള പുത്തേഴത്ത് ഗോപാലമേനോന്റെ ജൂനിയറായിട്ടായിരുന്നു അഭിഭാഷകവൃത്തിയിലെ തുടക്കം. 1962ൽ ആണ് അദ്ദേഹത്തിന്റെ ജൂനിയറായി വക്കീൽപ്പണി ആരംഭിച്ചത്.

''അദ്ദേഹം അച്ഛന്റെ അടുപ്പക്കാരനാണ്. സിവിലും ക്രിമിനലും ഒരുപോലെ വഴങ്ങുകയും വിജയിക്കുകയും ചെയ്തു പോന്ന അദ്ദേഹത്തിന്റെ ജൂനിയറായി ഞാനും ചേർന്നു. അച്ഛനാണ് പുത്തേഴത്തിനൊപ്പം ജൂനിയറായി വേണം പ്രാക്ടീസ് തുടങ്ങാൻ എന്ന അഭിപ്രായം പറഞ്ഞത്. പുത്തേഴത്ത് രാമൻ മേനോന്റെ ബന്ധുവായി വരും അദ്ദേഹം. കോടതിയാണദ്ദേഹത്തിന്റെ ലോകം.

നേരം പുലരുന്നതു മുതൽ രാവേറെയാകും വരെ നിയമചിന്തകൾക്കൊപ്പമാണ് നടപ്പ്. ഒരു പുതിയ കേസിനു തുടക്കമിട്ടാൽ ആ കേസ് എത്തിച്ചേരുന്ന അവസാനത്തെ സാഹചര്യം വരെ മുൻകൂട്ടി കണ്ടു തയ്യാറാക്കുന്ന 'കേസ് സ്റ്റഡി' പുത്തേഴത്തു വക്കീലിന്റെ പ്രത്യേകതയാണ്. ഏറ്റെടുക്കുന്ന കേസിന്റെ അന്തിമവിധി എന്തായിരിക്കുമെന്ന് അദ്ദേഹം ആദ്യമേ കണക്കു കൂട്ടുമായിരുന്നു. അതിലേക്കുള്ള തന്ത്രങ്ങളുടെ കെട്ടഴിക്കലിലാവും പിന്നീടുള്ള അദ്ദേഹത്തിന്റെ ശ്രദ്ധയും ശ്രമവും.

''വക്കീൽ പണിയും രാഷ്ട്രീയവും കൂടി നടക്കില്ല കേട്ടോ'' എന്ന് ഇടയ്ക്കിടെ അദ്ദേഹം എന്നെ ഓർമ്മപ്പെടുത്തുമായിരുന്നു.''

വക്കീൽജീവിതത്തിന്റെ ഒരേട് അദ്ദേഹം മറിച്ചു.

കൈയിൽ കാശില്ലാത്തവരുടെ നീതിയുടെ വഴിതേടിയുള്ള യാത്ര അവസാനിക്കുന്നത് അയ്യന്തോളിലെ തേറമ്പിൽ അസോസിയേറ്റ്സ് എന്ന വക്കീലാപ്പീസിലായി. എസ്സി-എസ്ടി കോർപ്പറേഷൻ പട്ടിക ജാതിവിഭാഗങ്ങൾക്കായി ഭൂമി വാങ്ങാൻ സഹായിക്കുന്ന പദ്ധതിയിൽ രേഖകൾ പരിശോധിക്കാനുള്ള അഭിഭാഷകരിൽ ഒരാളായിരുന്നു തേറമ്പിൽ. തൃശ്ശൂർ ജില്ലയിലെ നൂറുകണക്കിന് പട്ടികജാതി വിഭാഗക്കാർ തേറമ്പിലുമായി ദിവസവും ബന്ധപ്പെട്ടു തുടങ്ങിയത് അങ്ങനെയാണ്. സർക്കാർ നിശ്ചയിച്ച വക്കീൽഫീസ് വാങ്ങാതെ, മടക്കയാത്രയ്ക്കുള്ള വണ്ടിക്കൂലി പോലും നൽകേണ്ടിവന്നിട്ടും അധഃസ്ഥിതർക്കായി അവർ അർഹിക്കുന്ന ഭൂമി സ്വന്തമാക്കാനുള്ള ശ്രമത്തിൽഅവർക്കൊപ്പം തേറമ്പിൽ എന്ന അഭിഭാഷകനും ഉണ്ടായിരുന്നു. ഫുട്ബോൾ താരം ഐ.എം.വിജയന്റെ കുടുംബം സമ്പന്നരായ ഭൂവുടമകളുടെ കുടിയാന്മാരായിരുന്നു. വിജയന്റെ കുടുംബത്തിനും ചുറ്റുവട്ടത്തുള്ള ഒട്ടേറെപ്പേർക്കും പട്ടയം കിട്ടാതെ പ്രതിസന്ധിയിലായ പ്രശ്നം കേസായപ്പോൾ കുടിയാന്മാർക്കായി വാദിച്ചതു തേറമ്പിലായിരുന്നു. ഭൂപരിഷ്കരണ നിയമത്തിന്റെ ഭാഗമായി വിജയന്റെ വീട്ടുകാർക്കു സ്വന്തമായി പട്ടയമുള്ള ഭൂമി വാങ്ങിക്കൊടുക്കാനുള്ള നിയമപ്പോരാട്ടം സൗജന്യമായാണ് തേറമ്പിൽ ഏറ്റെടുത്തത്. ഒടുവിൽ കേസ് വിജയിച്ചു.

കോടതിമുറികളിൽ ഒതുങ്ങിക്കൂടുന്ന വക്കിലാവാനല്ല, മറിച്ച് സമൂഹത്തിന്റെ മുഴുവൻ താത്പര്യസംരക്ഷകനാവാനായിരുന്നു തേറമ്പിലിന്റെ നിയോഗം. തിരക്കേറിയ പൊതുപ്രവർത്തനങ്ങൾക്കിടയിലും അഭിഭാഷകവൃത്തിയെ അവഗണിക്കാതിരിക്കാൻ എം.എൽ.എ. ഫണ്ട് ഉപയോഗിച്ച് തേറമ്പിൽ പ്രത്യേകം ശ്രദ്ധിച്ചു. തൃശ്ശൂരിൽ അഭിഭാഷകർക്കു വേണ്ടി അനക്സ് ഹാൾ നിർമ്മിച്ചതും പുതിയ കോടതി സമുച്ചയവും യാഥാർത്ഥ്യമാക്കുന്നതിനുവേണ്ടിയുള്ള അദ്ദേഹത്തിന്റെ കഠിനപ്രയത്നവും തൃശ്ശൂരിലെ അഭിഭാഷകർക്ക് ഒരിക്കലും വിസ്മരിക്കാവുന്നതല്ല. ■

ലോ കോളേജ്

തൃശ്ശൂരിൽ ഒരു ലോകോളേജ് വേണമെന്നത് തൃശ്ശൂർക്കാരുടെ ചിരകാല അഭിലാഷമായിരുന്നു. തേറമ്പിൽ എം.എൽ.എ. ആയതിനു ശേഷമാണ് ആ മോഹത്തിന് ചിറകു വിരിച്ചത്. നടപടിക്രമങ്ങളുടെ നൂലാമാലകൾ സ്വാഭാവികമായും സങ്കീർണ്ണങ്ങളായിരുന്നു. എന്നാൽ തേറമ്പിൽ പിൻവാങ്ങിയില്ല. തൃശ്ശൂരിന്റെ നാഡീമിടിപ്പുകൾ കൃത്യമായി അറിയാവുന്ന മുഖ്യമന്ത്രി കരുണാകരന്റെ പിന്തുണ കൂടി ലഭിച്ചപ്പോൾ ആ സ്വപ്നം യാഥാർത്ഥ്യമായി. അദ്ധ്യയന വർഷത്തിന്റെ അവസാന പാദത്തിൽ (1992 ഫെബ്രുവരി മാസത്തിൽ) അയ്യന്തോൾ

എൽ.പി. എൽ.സി ആകുന്നു. അയ്യന്തോൾ എൽ.പി. സ്കൂളിന്റെ താക്കോൽ പുതിയ ലോ കോളേജിനു വേണ്ടി ഏറ്റുവാങ്ങുന്നു.

പ്രൈമറി സ്കൂളിൽ ലോകോളേജ് ആരംഭിച്ചു. പരിമിതികൾ നിരവധി. ബാലാരിഷ്ടതകൾ വളരെയേറെ. നിശ്ചയദാർഢ്യവും ഏകോപിച്ചുള്ള പ്രവർത്തനങ്ങളും വഴി വളർന്ന ലോകോളേജ് ഇന്ന് കേരളത്തിലെ മികച്ച നിയമപഠനകേന്ദ്രമായി വളർന്നിരിക്കുന്നു.

ലോകോളേജിന്റെ സ്പെഷൽ ഓഫീസറും പ്രഥമ പ്രിൻസിപ്പലും പിന്നീട് പി.എസ്.എസി. മെമ്പറുമായ പ്രൊഫ. വി. വിജയബാലന്റെ വാക്കുകൾ ഇങ്ങനെ: ‘‘മുഖ്യമന്ത്രി കരുണാകരന്റെ പിന്തുണയും തേറമ്പിലിന്റെ അശ്രാന്ത പരിശ്രമവും ചേർന്നപ്പോൾ മിന്നൽ വേഗത്തിലാണ് ഫയലുകൾ നീങ്ങിയത്. ഇത്രയും ചുരുങ്ങിയ കാലഘട്ടത്തിനുള്ളിൽ ഇത്രയും വലിയ കാര്യം സാധിതപ്രായമായത് ഒരത്ഭുതമാണ്. അതിന്റെ പൂർണ്ണ ക്രെഡിറ്റ് തേറമ്പിലിനാണ്.’’

കോളേജ് ആരംഭിക്കുന്നതിനു മാത്രമല്ല ബാലാരിഷ്ടതകൾ തീർക്കുന്നതിനും അദ്ദേഹം അതീവ ശ്രദ്ധ ചെലുത്തി. ചില സാങ്കേതിക കാരണങ്ങളാൽ ആദ്യബാച്ച് വിദ്യാർത്ഥികൾക്ക് പരീക്ഷ എഴുതാൻ തടസ്സം നേരിട്ടപ്പോൾ തേറമ്പിൽ സമയോചിതമായി പ്രശ്നത്തിൽ ഇടപെട്ടു. അഖിലേന്ത്യ ബാർ കൗൺസിൽ പ്രസിഡന്റിനെ കൊണ്ട് അനുകൂലമായ തീരുമാനങ്ങൾ എടുപ്പിച്ച തേറമ്പിലിനെ വിദ്യാർത്ഥികൾ അതീവ നന്ദിയോടെയാണ് ഓർക്കുന്നത്. തൃശ്ശൂർ ലോകോളേജിന്റെ ഗോഡ്ഫാദറായിട്ടാണ് തേറമ്പിലിനെ അവർ വിശേഷിപ്പിച്ചത്.

റോഡുകളും പാലങ്ങളും കെട്ടിടസമുച്ചയങ്ങളും കാലം കഴിയും തോറും ജീർണ്ണാവസ്ഥയിലാവും. പക്ഷേ, ലോകോളേജിനെപ്പോലെയുള്ള പഠനകേന്ദ്രങ്ങൾ തലമുറകൾക്ക് വിജ്ഞാനം പകരുന്ന സ്ഥാപനങ്ങളായതുകൊണ്ട് കാലത്തെ അതിജീവിക്കുന്നു. തന്റെ പ്രവർത്തനങ്ങളിൽ ഏറ്റവും ചാരിതാർത്ഥ്യം നൽകിയ ഒന്നായിരുന്നു ലോകോളേജിന്റെ പിറവി എന്ന് തേറമ്പിൽ അഭിമാനം കൊള്ളുന്നു. ■

സമീപനത്തിന്റെ സൗന്ദര്യം

രാഷ്ട്രീയ എതിരാളികൾ മാത്രമല്ല, കലാ,സാംസ്കാരികനായകന്മാർ വരെ എത്രയെത്ര വിമർശന ശരങ്ങളാണ് എയ്തത്. നഷ്ടങ്ങളുടെ ഇരുൾ വന്നു വീണപ്പോഴും വിശ്വസിച്ചു കൂടെനിന്നവരിൽ ചിലർ മുഖംതിരിക്കുന്നതു കണ്ട് ഉള്ളുരുകിയപ്പോഴും പ്രതിഷേധമോ കറുത്ത പ്രതികരണമോ നടത്തിയില്ല. വാക്കുകൾ കൊണ്ടാരെയും മുറിപ്പെടുത്തിയില്ല. വെറുതേയിരുന്നു സ്വയം വെന്തു. പുറമേ ചിരിച്ചു. അതായിരുന്നു ശരിയെന്നു കാലം പിന്നീടു തെളിയിക്കുകയും ചെയ്തു. സുകുമാർ അഴീക്കോട് ചില കാര്യങ്ങളിൽ പരസ്യമായി ഇദ്ദേഹത്തെ വിമർശിച്ചിരുന്നു.

സുകുമാർ അഴീക്കോടിന്റെ സപ്തതി ആഘോഷ വിരുന്ന്.
തകഴി, ഇ.എം.എസ്. തുടങ്ങിയവരോടൊപ്പം

അയ്യന്തോളിൽ സിവിൽലൈൻ പാർക്കിനു മുൻപിലെ കാർഗിൽ സ്മൃതിയുദ്ധസ്മാരകത്തിലെ തോക്കിൻശിൽപത്തെ ചൂണ്ടി അഴീക്കോട് ആഞ്ഞടിച്ചു. ആ ശിൽപം സമൂഹത്തിനു നല്ല സന്ദേശമല്ല നൽകുകയെന്ന് അദ്ദേഹം ആരോപിച്ചു. ഒരു മറുവാക്കിനുപോലും തേറമ്പിലിൽനിന്നും പുറത്തു വന്നില്ല. ചെമ്പിശ്ശേരി മേൽപാലം നിർമാണം ഇഴഞ്ഞു നീങ്ങുന്ന കാലത്താണു നിർമാണത്തിനെത്തിയ രണ്ട് ഇതരസംസ്ഥാനക്കാർ പാലംപണിക്കിടെ അപകടത്തിൽ മരിച്ചത്. ഈ മരണം സംഭവിച്ചതോടെ പ്രതിപക്ഷ പാർട്ടിക്കാർ പ്രതിഷേധക്കടൽ തീർത്തു. പാലം നിർമാണം നീണ്ടു പോകുന്നതിനെതിരെ പ്രതിപക്ഷം സമരം കടുപ്പിച്ചപ്പോൾ അഴീക്കോട് മാഷ് അവർക്കൊപ്പം നിന്നു.

“അപ്പോഴും മാഷിനെ ഒരു വാക്കുകൊണ്ടു പോലും നോവിക്കാൻ ഞാൻ ശ്രമിച്ചില്ല. ആഗ്രഹിച്ചുമില്ല.പലപ്പോഴും പല വേദികളിലും ഇതിനിടയിലും ഞങ്ങൾ കണ്ടുമുട്ടാറുണ്ടെങ്കിലുംഇക്കാര്യങ്ങളൊന്നും ഞങ്ങൾ നേരിൽ സംസാരിച്ചില്ല. ഇക്കാലത്താണ് എനിക്കെതിരെ അഴീക്കോട് സ്ഥാനാർഥിയാകുന്നു എന്ന പ്രചാരണം ശക്തമായത്. എന്നിട്ടും ബന്ധത്തിനു ഞങ്ങൾക്കിടയിൽ ഉടവുതട്ടാതെ നോക്കാൻ ഞാനെന്നും ശ്രദ്ധിച്ചു.” അഴീക്കോട് മാഷോടുള്ള എല്ലാ ആദരവോടെയും തേറമ്പിൽ വികാരാധീനനായി പറഞ്ഞു.

സ്പീക്കറായപ്പോൾ തേറമ്പിൽ സുകുമാർ അഴീക്കോടിനെ സംസ്ഥാന നിയമസഭയിലേക്ക് അതിഥിയായി ക്ഷണിച്ചു. അന്നത്തെ വിഐപിയായി അദ്ദേഹം നിയമസഭയിലെത്തി. ആദ്യമായിനിയമസഭാ നടപടികൾ കാണുന്നതിന്റെ കൗതുകം അഴീക്കോട് മറച്ചുവച്ചില്ല. തികച്ചും ആഹ്ലാദഭരിതനായിട്ടായിരുന്നു അന്നദ്ദേഹം നിയമസഭാ മന്ദിരത്തിന്റെ പടികളിറങ്ങിയതെന്നു തേറമ്പിൽ ഓർത്തെടുക്കുന്നു. അഴീക്കോടിന്റെ സപ്തതി ആഘോഷം ആരും ഓർമയിൽ സൂക്ഷിക്കുന്ന ഒരു ചടങ്ങാക്കി മാറ്റണമെന്ന നിർബന്ധം ഏറ്റവും കൂടുതൽ തേറമ്പിലിനായിരുന്നു. സുഹൃദ്സംഘത്തിന്റെ പേരിൽ ആ സപ്തതിയാഘോഷം ഒരു ഉത്സവം പോലെ കൊണ്ടാടാനുള്ള ചുമതലയും തേറമ്പിൽ ഏറ്റെടുത്തു. ഇഎംഎസും തകഴിയും വി.ആർ.കൃഷ്ണയ്യരുമടക്കം തലയെടുപ്പുള്ള അതിഥികളുടെ നിര. തൃശ്ശൂരിലെ സാംസ്കാരിക പ്രവർത്തകരുടെ കൂറ്റൻ കൂട്ടായ്മ. മനസ്സിൽ വറ്റാത്ത മധുരമായിപാലടയടക്കമുള്ള പിറന്നാൾ സദ്യ. ഇത്രമേൽ വിമർശനശരങ്ങളെയ്തിട്ടും ഓർത്തുവയ്ക്കാൻ പാലടയുടെ മാധുര്യം വിളമ്പിയ തേറമ്പിലിക്കുറിച്ച് പിന്നീട് അഴീക്കോട് ഇങ്ങനെ പറഞ്ഞു; “പ്രതിയോഗികളുടെ വിമർശനങ്ങളോട് എങ്ങനെ പ്രതികരിക്കണമെന്നതു തേറമ്പിൽ രാമകൃഷ്ണനെ കണ്ടുപഠിക്കണം.” അഴീക്കോടിന്റെ ആ വാക്കുകൾ തെളിഞ്ഞ ചിരിയോടെ തേറമ്പിൽ ഇന്നും

നെഞ്ചിലേറ്റി നടക്കുന്നു. സംവാദവും സംഘർഷവും തന്റെ വഴിയല്ല എന്ന തിരിച്ചറിവാണ് തേറമ്പിലിന്റെ തലയെടുപ്പ്. സമഭാവവും സൗഹൃദവും കണ്ണിലെ കൃഷ്ണമണിപോലെ സൂക്ഷിക്കുന്ന ഈ മനുഷ്യനെ തൃശ്ശൂരുകാർ ആറുവട്ടം എംഎൽഎയാക്കി നിയമസഭ യിലേക്കയച്ചതിന്റെ രഹസ്യവും മറ്റൊന്നല്ലെന്നു നന്നായറിയുന്നവരും തൃശ്ശൂരുകാരാണ്.

രാഷ്ട്രീയത്തിൽ മാത്രമല്ല, കലാസാസ്കാരിക വാണിജ്യരംഗത്തു മെല്ലാം തേറമ്പിലിനു ആത്മബന്ധങ്ങളേറെയാണ്. അതിൽ പ്രായമോ പശ്ചാത്തലമോ പ്രശ്നമല്ല. സമദൂര സിദ്ധാന്തമൊക്കെ എൻഎസ് എസ് പ്രായോഗികമാക്കിയതിനും എത്രയോ മുൻപ് ജീവിതത്തിൽ അതുനടപ്പാക്കിയിട്ടുണ്ട് തേറമ്പിൽ. തൃശ്ശൂരിൽ സംഗീതനാടക അക്കാദമി ചെയർമാനായി നടൻ മുരളി ചുമതലയേറ്റെടുത്ത ശേഷം നേരിൽ കാണാൻ അയ്യന്തോളിലെ വീട്ടിൽ കയറിവന്നപ്പോൾ തേറ മ്പിലിന് അദ്ഭുതം. നടൻ മുരളിയെ നേരിട്ടു പരിചയമില്ല. ഒരു തര ത്തിലും പരസ്പര ബന്ധിത തലങ്ങളുമില്ല. ''ഞാൻ അദ്ഭുതപ്പെട്ടു പോയി. സംഗീത നാടക അക്കാദമി ചെയർമാനായി സ്ഥാനമേറ്റെ ടുത്തതിന്റെ പിറ്റേന്നായിരുന്നു മുരളിയുടെ വീട്ടിലേക്കുള്ള വരവ്. ഇടതുപക്ഷത്തു നിന്നാണെങ്കിലും അന്നു വീട്ടിലേക്കു വന്നതു മുതൽ ഞാനും മുരളിയും ആത്മസുഹൃത്തുക്കളായി. അദ്ദേഹത്തിന്റെ കാലത്താണു തൃശ്ശൂരിൽ രാജ്യാന്തര നാടകോത്സവം തുടങ്ങിയത്. അതൊരു മഹാസംഭവമായിരുന്നു.

ആ നാടകോത്സവം ചരിത്രമാക്കി മാറ്റുന്നതിൽ മുരളിക്കൊപ്പം എം.എൽ.എ ആയ ഞാനും തോളോടു തോൾ ചേർന്നു നിന്നു. മുരളിയുടെ മരണംവരെ നീണ്ടു സൗഹൃദത്തിലെ 'ഞങ്ങളുടെ പാരസ്പര്യം' തേറമ്പിൽ ഓർത്തെടുത്തു. പിന്നീട് സൂര്യ കൃഷ്ണ മൂർത്തി സംഗീതനാടക അക്കാദമി ചെയർമാനും പി.വി. കൃഷ്ണൻ നായർ സെക്രട്ടറിയുമായ കാലത്താണ് അവരുടെ ആവശ്യപ്രകാരം ഭരത് മുരളിയുടെ പേരിൽ സംഗീത നാടക അക്കാദമിയുടെ മുറ്റത്ത് ഒരു ഓപ്പൺ എയർ തിയറ്റർ സ്ഥാപിക്കുന്നത്. ആ കലാകാരന്റെ ഓർമ്മ തൃശ്ശൂരിന്റെ നാടകമണ്ണിൽ നിലനിർത്താൻ എംഎൽഎ ഫണ്ട് നൽകിയാണ് തേറമ്പിൽ തിയറ്റർ യാഥാർഥ്യമാക്കിയത്. വ്യക്തി ബന്ധമാണ് പ്രധാനം. രാഷ്ട്രീയത്തിലെ എതിർപ്പുകളും വിയോജി പ്പുകളുമെല്ലാം പിന്നീടേയുള്ളൂ എന്നും അദ്ദേഹം പറയും.

തൃശ്ശൂർ എന്ന സാസ്കാരിക ഭൂമികയുടെ തലയെടുപ്പുകളാണ് പ്രമുഖരുടെ സ്മരകശിലകൾ. കൊച്ചിരാജകുടുംബത്തിലെ പ്രമുഖർ മുതൽ മുൻമുഖ്യമന്ത്രി കെ.കരുണാകരൻ വരെ തൃശ്ശൂരിന്റെ പല യിടങ്ങളിൽ തലയെടുപ്പുള്ള ഓർമ്മയായി നിലകൊള്ളുന്നു.

■

രാഷ്ട്രീയ അനൗചിത്യങ്ങൾ

സൂര്യതേജസ്സുപോലെ നിറഞ്ഞുനിന്നൊരു രാഷ്ട്രീയ മഹാരഥന്റെ സ്മൃതി നിലനിർത്താൻ കാര്യമായൊന്നും ചെയ്യാൻ കഴിയാതെ പോയതിലുള്ള വ്യഥ തേറമ്പിലിന്റെ ഉള്ളിലിന്നും ബാക്കിയാണ്.

"സി.അച്യുതമേനോൻ എന്ന തൃശ്ശൂർക്കാരനോട് അദ്ദേഹത്തിന്റെ പിൻമുറക്കാർ ചെയ്തതു വലിയ നീതികേടാണ്. ഞാനടക്കമുള്ള വർക്ക് ഈ നീതികേടിൽ പങ്കുമുണ്ടെന്നു പറയാതെ വയ്യ. അച്യുത മേനോന്റെ പാർട്ടിക്കാരോ ഇടതുപാളയത്തിലുള്ളവരോ അദ്ദേഹ ത്തിന്റെ ഓർമ്മ നിലനിർത്താവുന്ന തലയെടുപ്പുള്ളൊരു സ്മാരകം പണിതുയർത്തിയില്ലെന്നതു മാത്രമല്ല നീതികേട്, അച്യുതമേനോന്റെ ഭവനം പോലും കൺമുന്നിൽ അന്യാധീനപ്പെടുന്നതു കണ്ടിരി ക്കേണ്ടി വരുന്നതു കഷ്ടവുമാണെന്നു പറഞ്ഞേ പറ്റൂ." തേറമ്പിൽ സ്വരത്തിൽ സങ്കടം മാത്രം.

തേക്കിൻകാട്ടിലെ നടത്തക്കാർക്കിടയിൽ പതിവുകാരനായിരുന്ന അച്യുതമേനോനെ ഇന്നലെ കണ്ടതുപോലെ ഓർക്കാനാണ് തേറമ്പി ലിനിഷ്ടം.

"മുഖ്യമന്ത്രിയായിരുന്ന കാലത്തു പോലും തൃശ്ശൂരെത്തിയാൽ അദ്ദേഹം തേക്കിൻകാട്ടിലൂടെ വലംവയ്ക്കും. തൃശ്ശൂർ ശങ്കരയ്യ റോഡിനടുത്തു ചേലാട്ട് ലെയ്നിലെ വീട്ടിൽ നിന്നിറങ്ങിയാൽ തികച്ചും കാര്യമാത്ര പ്രസക്തനെപ്പോലെ തലയുയർത്തിയാവും തേക്കിൻ കാട്ടിലേക്കുള്ള പോക്ക്. അധികം ചിരിക്കില്ല. ആരോടും അധികം ആവശ്യമില്ലാതെ സംസാരിക്കുകയുമില്ല. ചില നേരങ്ങളിൽ കാണാത്ത മട്ടിലൊക്കെയങ്ങു പോയ്ക്കളയും. ഇപ്പോഴത്തെ രാഷ്ട്രീയക്കാരുടെ പതിവുശൈലികളൊന്നും ഇല്ലാതിരുന്ന ഒരു പച്ചമനുഷ്യൻ. പരത്തി പറയുകയും നിറച്ചു ചിരിക്കുകയും കെട്ടിപ്പിടിക്കുകയും ചെയ്യുന്ന സമീപകാല രാഷ്ട്രീയഭാവങ്ങളായിരുന്നില്ല അദ്ദേഹത്തിന്. കെട്ടു കാഴ്ചകൾ തീരെയില്ലാത്ത അദ്ദേഹത്തിന്റെ ഓർമ നിലനിർത്താൻ കുട്ടനെല്ലൂരിലെ സർക്കാർ കോളജിനൊരു പേര് നൽകിയതല്ലാതെ മറ്റെന്താണിവിടെയുള്ളത്. സജീവരാഷ്ട്രീയമൊക്കെ ഏകദേശം

അവസാനിപ്പിച്ച കാലത്തു വീട്ടിൽ വിശ്രമത്തിലിരിക്കെ തൃശ്ശൂർ പടിഞ്ഞാറേക്കോട്ടയിലെ ചില വ്യാപാരികളുടെ കെട്ടിട നിർമാണം സംബന്ധിച്ച് അദ്ദേഹം ഒരു പൊതുതാൽപര്യ ഹർജി നൽകിയിരുന്നു. ആ പരാതിക്കൊപ്പം പോലും പാർട്ടി അദ്ദേഹത്തോട് ചേർന്നു നിന്നില്ല. അവസാന കാലത്ത് പാർട്ടി അദ്ദേഹത്തിന് അർഹിക്കുന്ന പരിഗണന കൊടുത്തില്ലെന്ന പരിഭവം ഇന്നും അദ്ദേഹത്തെ ആരാധിക്കുന്ന പലർക്കുമുണ്ട്. ഒടുവിൽ മകൻ രാമൻകുട്ടി അദ്ദേഹത്തെ തിരുവനന്തപുരത്തേക്കു കൊണ്ടു പോവുകയായിരുന്നു.

''തൃശ്ശൂരിന്റെ പൾസ് നന്നായറിയാവുന്ന ആ രാഷ്ട്രീയ മഹാരഥൻ തൃശ്ശൂർ വിട്ടതിൽ ഏറെ ഖിന്നനായിരുന്നു. ഞാനും തൃശ്ശൂരിലെ മുതിർന്ന മാധ്യമപ്രവർത്തകനായിരുന്ന എം.ആർ.നായരും ഒരിക്കൽ അദ്ദേഹത്തെ തിരുവനന്തപുരത്തെ വസതിയിൽ ചെന്നു കണ്ടപ്പോൾ മണിക്കൂറുകളോളം സംസാരിച്ചിരുന്നു. പലവട്ടം പിന്നീടും ഞങ്ങൾ കൂടിക്കണ്ടു. നേരേ ചൊവ്വേ കാര്യങ്ങൾ പറയുന്ന ആ വലിയ നേതാവിന്റെ വാക്കുകൾ സ്വന്തം പാർട്ടിക്കാർക്കു കൂടി അത്രമേൽ സ്വീകാര്യമാകാതെ പോയതെന്തു കൊണ്ടെന്നെനിക്കറിയില്ല. മരിച്ചപ്പോൾ തൃശ്ശൂരിൽ കൊണ്ടുവരാൻ ഞങ്ങളൊക്കെ ആവശ്യപ്പെട്ടിട്ടും അതു പോലും നടപ്പിലായില്ല. എനിക്കുറപ്പുണ്ട്, തൃശ്ശൂരിന്റെ മണ്ണിൽ അലിഞ്ഞു ചേരാൻ കൊതിച്ച മനുഷ്യനായിരുന്നു അദ്ദേഹം. പാർട്ടി അതിനൊന്നും മുൻകൈയെടുത്തില്ലെന്നാണെന്റെ പരിഭവം.'' തേറമ്പിൽ പറഞ്ഞു.

അച്യുതമേനോനും കോൺഗ്രസ് സ്ഥാനാർഥിയായി ഡോ.എ.ആർ.മേനോനും മത്സരിച്ച ഒരു തിരഞ്ഞെടുപ്പോർമ്മ കൂടി തേറമ്പിൽ കൂട്ടിച്ചേർത്തു.

''അന്നു ഞങ്ങളൊക്കെ കുട്ടികളാണ്. അച്യുതമേനോൻ ജയിലിലിരുന്നു മത്സരിച്ച തിരഞ്ഞെടുപ്പ്. ഫലപ്രഖ്യാപന ദിവസം ആദ്യമൊക്കെ കോൺഗ്രസ് സ്ഥാനാർത്ഥിയായിരുന്ന എ.ആർ.മേനോനായിരുന്നു മുന്നിൽ. ഞങ്ങളൊക്കെ ഡോ.എ.ആർ.മേനോന്റെ പേരിൽ പടക്കം പൊട്ടിച്ചു. കൊടിതോരണങ്ങളൊക്കെ തയ്യാറാക്കിവച്ചു. പക്ഷേ, അദ്ഭുതപ്പെടുത്തി വോട്ടെണ്ണലിന്റെ അവസാന ലാപ്പിൽ അച്യുതമേനോൻ വിജയിച്ചു. അതേ അച്യുതമേനോൻ പിന്നീട് ലീലാ മന്നാഡിയാരോട് തൃശ്ശൂരിൽ തോൽക്കുയും ചെയ്തു.''

അച്യുതമേനോന് ഉചിതമായൊരു സ്മാരകം വേണമെന്നു തേറമ്പിൽ നിശ്ചയിച്ചുറപ്പിച്ചതായിരുന്നു. അതിനായുള്ള ശ്രമം നടത്തുകയും ചെയ്തു. എതിർപക്ഷത്തായിട്ടും എന്നും പ്രത്യേക വാത്സല്യം കാണിച്ച ആ രാഷ്ട്രീയാചാര്യനു വേണ്ടി ഒന്നും ചെയ്യാൻ കഴിയാതെ പോയതിൽ തേറമ്പിലിന് ഇന്നുംവലിയ ദുഃഖമുണ്ട്. അദ്ദേഹത്തിന്റെ പേരിൽ അച്യുത് മൈതാൻ എന്ന പേരിൽ പടിഞ്ഞാറേക്കോട്ടയിൽ

ഒരിടമുണ്ടായിരുന്നു. വികസനം വന്നു വട്ടമിട്ടതോടെ ആ സ്ക്വയർ ഒരു ചെറിയ ത്രികോണമായി ചുരുങ്ങി. അതിലൊരു ചെറിയ കെട്ടിടത്തിൽ വായനശാലയൊക്കെ ഉണ്ടായിരുന്നതാണ്. അതെല്ലാം കാടുകയറി പൊടിപിടിച്ചു കിടക്കുകയാണ്. സംസ്ഥാനത്തെ ഒരു മുഖ്യമന്ത്രിയുടെ പേരിലുണ്ടാക്കിയ ഇടമാണിങ്ങനെ നോക്കാനാളില്ലാതെ അനാഥമായി കിടക്കുന്നത്. അദ്ദേഹത്തിന്റെ അർദ്ധകായ പ്രതിമ ആ മൈതാനത്തു വയ്ക്കാൻ ഒരു നിർദേശം വച്ചതാണ്. ഉമ്മൻ ചാണ്ടി മുഖ്യമന്ത്രിയായ കാലത്ത് അതിനായി ഫണ്ട് തരാമെന്ന അനുമതി ലഭിച്ചതാണ്. പക്ഷേ, അത് നടന്നില്ല.

''നോക്കൂ, അച്യുതമേനോൻ അവസാന നാളുകൾ ചെലവിട്ട, അദ്ദേഹത്തിന്റെ രാഷ്ട്രീയ ചിന്താധാരകളുറങ്ങുന്ന ചേലാട്ട് ലെയ്നിലെ 'സാകേതം' എന്ന വീടിനെന്തു സംഭവിച്ചുവെന്ന് ആർക്കെങ്കിലും ഇന്നറിയുമോ?''

സ്മാരകമായി നിലനിർത്താമെന്ന വാക്കിൽ കൈമാറ്റം ചെയ്യപ്പെട്ട ആ വീട് വിറ്റുവെന്നാണ് കേൾക്കുന്നത്. അച്യുതമേനോന്റെ പ്രസ്ഥാനച്ചുവപ്പിൽ ആത്മാർത്ഥതയുള്ള ഒരാളെങ്കിലും ഉണ്ടായിരുന്നുവെങ്കിൽ ഇങ്ങനെ സംഭവിക്കുമായിരുന്നോ? ■

ശൈലീവല്ലഭൻ

പി. പരമേശ്വർജി ഒരിക്കൽ തേറമ്പിലിന്റെ പ്രസംഗത്തെക്കുറിച്ചു പറഞ്ഞത് ഇങ്ങനെ;

''സദസ്സിന്റെ ഹൃദയത്തുടിപ്പ് ഒപ്പിയെടുത്ത് തന്റെ സ്വതസ്സിദ്ധമായ വാക്ധോരണിയിലൂടെ അതാവിഷ്കരിക്കുമ്പോൾ സദസ്സ് ആവേശഭരിതമാവാറുണ്ടായിരുന്നു. അത് അദ്ദേഹത്തിന്റെ ജന്മസിദ്ധമായ സരസ്വതീ കടാക്ഷം കൊണ്ടായിരുന്നു. എന്നാൽ പല പ്രസംഗകരെയും പോലെ പൊള്ളയായ ഭാഷാപ്രയോഗം കൊണ്ടു കയ്യടി വാങ്ങുന്നതായിരുന്നില്ല തേറമ്പിലിന്റെ ശൈലി. ഉജ്വലമായ ഭാഷാസ്വാധീത്തോടൊപ്പം ഉദാത്തമായ ഭാവാവിഷ്കാരവും അദ്ദേഹത്തിനു സ്വായത്തമായിരുന്നു.''

പ്രസംഗവും പ്രവൃത്തിയും രണ്ടല്ലെന്നതാണു ചിന്ത. സദസ്സറിഞ്ഞുള്ളതാണ് വാക്കുകൾ. സന്ദർഭത്തെയും ശ്രോതാക്കളേയും ഉള്ളിലേക്കാവാഹിച്ചുള്ള പറച്ചിലുകൾ. അതിനായുള്ള ചില തയ്യാറെടുപ്പുകൾ. അത്രയുമായാൽ തേറമ്പിൽ രാമകൃഷ്ണനിലെ പ്രസംഗകനായി. വലിയ ചിന്താധാരകളിലേക്കൊക്കെ വാക്കുകളെറിഞ്ഞു കേട്ടുനിൽക്കുന്നവരെ വീഴ്ത്തിക്കളയുന്നമാന്ത്രികത ഏറ്റവും ആസ്വദിച്ചതു തൃശ്ശൂർക്കാരാണ്. കാരണം, തൃശ്ശൂരിനപ്പുറത്തൊരു ലോകം തേറമ്പിലിന്റെ മാനിഫെസ്റ്റോയിലേയില്ല. തൃശ്ശൂരിൽ ഏറ്റവുമധികം വേദികളിൽ പ്രസംഗിച്ചതും തേറമ്പിൽ തന്നെ. വൈവിധ്യമാർന്ന വിഷയങ്ങളെപ്പറ്റി തന്നേക്കാൾ അധികം പ്രസംഗിച്ചിട്ടുള്ളത് തേറമ്പിലാണെന്ന് സുകുമാർ അഴീക്കോട് പലപ്പോഴും സാക്ഷ്യപ്പെടുത്തിയിട്ടുണ്ട്. തേക്കിൻകാട് ചുറ്റിക്കറങ്ങുന്ന ഇളംകാറ്റിനു പോലും അദ്ദേഹത്തിന്റെ മൃദുശബ്ദം സുപരിചിതമാണ്. ശബ്ദം മാത്രമല്ല, സ്വഭാവം മൃദുവും ലളിതവുമായതാണ് വക്കീൽ രാഷ്ട്രീയനായകന്റെ സ്വീകാര്യതയെ കൂടുതൽ ഹൃദ്യമാക്കുന്നത്. പനമ്പിള്ളി ഗോവിന്ദമേനോന്റെ പ്രസംഗങ്ങൾക്കൊപ്പം നടന്നതു കൊണ്ടാവാം, മുനയുള്ള, പല തലങ്ങളിൽ വ്യാഖ്യാനിക്കാവുന്ന ശൈലി പ്രസംഗത്തിൽ ഉൾച്ചേർന്നത്. പ്രസംഗം ഒരു കലയാണ്. അതു ജന്മനാ

ലഭിച്ചു വളർത്തിയാൽ ആകർഷകവുമാണ്. കുറ്റൂരിലെ പാടവരമ്പുകളിലൂടെ ഒറ്റയ്ക്കു നടക്കുമ്പോൾ പാടത്തെ പുൽക്കൊടികളെ നോക്കി, പച്ചപ്പിന്റെ വിശാലത കണ്ട് പറയുന്ന വാക്കുകളിൽ നിന്നാണ് ഈ പ്രസംഗപരിശീലനം. അതാവട്ടെ, കുട്ടിക്കാലത്തേ തുടങ്ങിയതും. വിവിധ വിഷയങ്ങൾ അന്നുമുതൽ അങ്ങനെ പ്രസംഗങ്ങളായി. രാഷ്ട്രീയം, ദേശാഭിമാനം, മതം, ജാതി തുടങ്ങി ആകാശത്തിനു കീഴിലെ സർവചരാചരങ്ങളെക്കുറിച്ചും കുഞ്ഞുരാമകൃഷ്ണൻ കുറ്റൂർ പാടത്തോട് പങ്കുവച്ചു. ഉള്ളിലൂറിവരുന്ന ചിന്തകളെ കുറ്റൂർ തോട്ടിലൊഴുകിയ വെള്ളത്തിലിട്ട് കുളിപ്പിച്ചൊരുക്കി. വിശാലമായ കുറ്റൂർ പാടം മുറിച്ചുകടക്കുമ്പോൾ ഉച്ചത്തിൽ ഒറ്റയ്ക്കു സംസാരിച്ചു തുടങ്ങിയപ്പോൾ ഒരിക്കലും കരുതിയിരിക്കില്ല ഇതുപോലെ വിശാലമായ ആൾപ്പരപ്പിനെ നോക്കി ഒട്ടേറെ പ്രസംഗങ്ങൾ ചെയ്യേണ്ടി വരുമെന്ന്. പാടത്തിന്റെ വിശാലത കണ്ടാണ് വളർന്നത്. ആ വൈപുല്യം ഹൃദയത്തിലേക്ക് ആവാഹിക്കാനായതാവാം പ്രസംഗത്തെയും പ്രവൃത്തിയെയും ഇത്രമേൽ ചൈതന്യധന്യമാക്കിയത്.

വേണമെങ്കിൽ കേരളം മുഴുവൻ, അല്ലെങ്കിൽ ഇന്ത്യയോളം ആ പ്രസംഗത്തിന്റെ വ്യാപ്തി കൂട്ടാവുന്ന സന്ദർഭങ്ങൾ പലകുറി വന്നപ്പോഴും തേറമ്പിൽ തൃശ്ശൂരിലേക്കു ഓരോ വട്ടവും ചേർന്നു ചേർന്നുനിന്നു. ആ ചേർച്ചയാവാം തൃശ്ശൂരുമായുള്ള ആത്മബന്ധം ഒരുതരിപോലും ചോരാതെ ഇന്നും സൂക്ഷിക്കാൻ തേറമ്പിലിനു സാധിക്കുന്നതിന്റെ രസതന്ത്രം. തൃശ്ശൂരും തേറമ്പിലും തമ്മിലുള്ള ആ പാരസ്പര്യത്തിന്റെ കഥകൾ വടക്കുംനാഥനെ വലംവച്ചും പാറമേക്കാവിലേക്കിറങ്ങിയും തിരുവമ്പാടിയിലേക്കു നോക്കിയും വർഷങ്ങളെത്ര കഴിഞ്ഞാലും ഈ മണ്ണിലിങ്ങനെ തൊട്ടുകിടക്കും. എൻ എസ്സ് എസ്സുമായ ബന്ധത്തെക്കുറിച്ച് അദ്ദേഹം നിയമസഭയിൽ നടത്തിയ ഉജ്ജ്വലപ്രസംഗം ചരിത്രമാണ്. എൻ.ഡി.പി എന്ന രാഷ്ട്രീയ പ്രസ്ഥാനത്തെ നയിച്ചപ്പോഴും നായരായി മാത്രമല്ല, നസ്രാണിയായും ഇസ്ലാമായും മാനസികമായി പരിവർത്തനം ചെയ്യപ്പെടാനുള്ള പാകത തേറമ്പിൽ കെടാതെ സൂക്ഷിച്ചു. മതസ്ഥാപനങ്ങളുടെ ചടങ്ങുകളിൽ അവരിലൊരാളായി ഇഴുകിച്ചേരാനാകുന്ന തന്മയത്വത്തെയും വിശാലമായ മാനവികതെയേയും തേറമ്പിൽ എന്നല്ലാതെ എന്തു വിളിക്കാനാകും?

മാർപാപ്പ അന്തരിച്ച വേളയിൽ. അന്നു തേറമ്പിൽ നിയമസഭ സ്പീക്കറാണ്. മാർപാപ്പ പണ്ട് തൃശ്ശൂരിൽ വന്നപ്പോൾ ആ സ്വീകരണച്ചടങ്ങുകളുടെ തുടക്കം മുതൽ അവസാനം വരെ മുന്നിൽ നിന്നും ഒപ്പം നടന്നും നയിച്ചതു തേറമ്പിലാണ്. പോപ്പ് വന്നപ്പോൾ തേറമ്പിൽ എംഎൽഎയായിരുന്നു. മുഖ്യമന്ത്രി കെ.കരുണാകരനും കൃഷിമന്ത്രി പി.പി.ജോർജിനും പാർലമെന്റംഗം പി.എ. ആന്റണിക്കുമൊപ്പം

സമീപനത്തിന്റെ സൗന്ദര്യം
ജോൺ പോൾ രണ്ടാമൻ മാർപ്പാപ്പ തൃശ്ശൂർ സന്ദർശിച്ചപ്പോൾ

തലയെടുപ്പുള്ള സ്വീകരണച്ചടങ്ങിന്റെ വിജയഭേരിക്കായി ശ്രമപ്പെട്ട തിന്റെ ഓർമപ്പെടുത്തലായി വികാരനിർഭരമായ പ്രസംഗമായിരുന്നു തേക്കിൻകാട് മൈതാനിയിൽ പോപ്പിന്റെ അനുസ്മരണച്ചടങ്ങിൽ അദ്ദേഹം നടത്തിയത്. തൃശ്ശൂരിലെ മറ്റാരേക്കാൾ പ്രധാനപ്പെട്ട ഒരു സഭാംഗത്തെ എന്നപോലെ അദ്ദേഹത്തിന്റെ വാക്കുകൾക്കൊപ്പം ചടങ്ങിനെത്തിയ വിശ്വാസികൾ നടന്നു. ചിലരുടെ കണ്ണുകൾ ഈറ നണിഞ്ഞു. വാക്കുകളിലെ സത്യസന്ധതയും ആത്മാർത്ഥതയും അതേപടി പ്രതിഫലിപ്പിക്കുകയായിരുന്നു. മുസ്ലിം മത പരിപാടി കൾക്കുപോകുമ്പോൾ നബി വചനങ്ങളൊക്കെ ഉദ്ധരിച്ചാവും പ്രസംഗം. വായനയിലൂടെയുള്ള തയ്യാറെടുപ്പുകൾ തേറമ്പിലിന്റെ പ്രസംഗത്തെ എന്നും പ്രോജ്ജ്വലിപ്പിച്ചുനിർത്തിയിട്ടുണ്ട്.

ഒരിക്കൽ തൃശ്ശൂർ കൂർക്കഞ്ചേരിയിൽ എസ്എൻഡിപി ഹാൾ ഉദ്ഘാടനവേദിയിൽ ശ്രീനാരായണദർശനത്തെക്കുറിച്ചു പറഞ്ഞ പ്പോൾ ഈ പഴയ എൻഎസ്എസ് നേതാവ് തനി എസ്എൻഡി പിക്കാരനെപ്പോലെയായി. ശിവഗിരിയിലെ മഹായോഗത്തിൽ മുഖ്യ പ്രഭാഷണം നടത്തിയിറങ്ങുമ്പോൾ അവിടെ പലരും കരുതിയതു തേറമ്പിൽ തൃശ്ശൂരിലെ ഈഴവത്തറവാട്ടിൽനിന്നുള്ളയാളാണെന്നാണ്.

പശ്ചാത്തലങ്ങളൊക്കെ പഠിക്കുകയും ചോദിച്ചു മനസ്സിലാക്കുകയും ചെയ്യുന്ന രീതി മുൻ പറഞ്ഞതു പോലെ പനമ്പിള്ളി ഗോവിന്ദ മേനോന്റെ ഒപ്പം നടന്നു സ്വായത്തമാക്കിയാതാവാം. സ്കൂളിൽ സാഹിത്യസമാജങ്ങളുണ്ടായിരുന്നു അന്നൊക്കെ. അതായിരുന്നു പ്രസംഗത്തിന്റെ ആദ്യ പരിശീലനക്കളരി. സ്കൂൾ വാർഷികത്തിനു തേറമ്പിലിന്റെ പ്രസംഗം ഉറപ്പാണ്. മലയാളത്തിൽ മാത്രമല്ല, ഇംഗ്ലീഷിലും അരക്കൈ നോക്കാൻ അന്നും തേറമ്പിൽ മടിച്ചതേയില്ല. ഒരുവട്ടം പാട്ടിനു വരെ സമ്മാനം കിട്ടിയ കഥ തേറമ്പിൽ തന്നെ പറയും.

"പാട്ടും ഓട്ടൻതുള്ളലുമൊന്നും പഠിച്ചിട്ടില്ല. ഒന്നിലും നമ്മൾ മോശക്കാരനാവരുതല്ലോ. വേദിയിൽ കയറുക, അവതരിപ്പിക്കുക. ഈ ആത്മവിശ്വാസം മാത്രം കൈമുതൽ. ഒരിക്കൽ ഓട്ടൻതുള്ളൽ വരെ അവതിരിപ്പിക്കുന്നിടത്തെത്തിച്ചു. കാഴ്ചക്കാർക്കിടയിൽ സ്കൂൾ മാനേജർ കൊച്ചുണ്ണി മേനോനും ഉണ്ടായിരുന്നു. അദ്ദേഹത്തിന്റെ മുന്നിലാണ് പ്രായോഗിക ശിക്ഷണമില്ലാതെ ഓട്ടൻതുള്ളൽ അവതരിപ്പിച്ചത് എന്ന് ഓർക്കുമ്പോൾ ഇപ്പോഴും ചിരിവരും."

"എന്തു പറയണം എന്ന പോലെ, എന്തു പറയാൻ പാടില്ല എന്ന തിരിച്ചറിവ് എനിക്കുണ്ട്. വാക്പ്രയോഗങ്ങൾ ശീലമാക്കിയതൊന്നുമല്ല. സ്വാഭാവികമായി സംഭവിക്കുന്നതാണ്"

ഒരിക്കൽ തൃശ്ശൂരിൽ കുടുംബക്കോടതി ഉദ്ഘാടന ചടങ്ങ് നടക്കുകയാണ്. തൃശ്ശൂരിൽ കുടുംബക്കോടതി വരും മുൻപ് കേസുകളെല്ലാം എറണാകുളം കോടതിയിലായിരുന്നു. ഉദ്ഘാടനചടങ്ങിൽ കൊച്ചിയിൽ നിന്നു ജഡ്ജി ഗോപകുമാരൻ നായർ മുഖ്യാതിഥിയാണ്.

"കുടുംബ കോടതി എന്നു പറയുന്നതു തന്നെ തെറ്റാണ്. ആ പ്രയോഗം അലോസരപ്പെടുത്തുന്നതുമാണ്. കുടുംബം എന്നതു കോടതിയോട് ചേർത്തു വയ്ക്കേണ്ട പേരല്ല. അതുകൊണ്ടു കുടുംബക്കോടതി എന്ന പേരു മാറ്റി കുടുംബവേദി എന്നോ മറ്റോ ആലോചിക്കാവുന്നതാണ്."തേറമ്പിലിന്റെ വാക്കുകൾ കേട്ട് ജഡ്ജി പോലും അദ്ഭുതപ്പെട്ടു. കുടുംബക്കോടതിയുമായി ഇത്രയേറെക്കാലം അഭേദ്യബന്ധമുണ്ടായിട്ടും ഇങ്ങനെയൊരു തോന്നൽ ഇല്ലാതെ പോയല്ലോ എന്നായിരുന്നു ഗോപകുമാരൻ നായരുടെ ചിന്ത.

മറ്റാരും ചിന്തിക്കാത്ത വഴികളിലേക്കു ചിന്തയുടെ നേർരേഖ വരയ്ക്കാൻ തേറമ്പിലിനോളം ചാതുര്യം മറ്റാർക്കുണ്ട് എന്നു തോന്നിപ്പോകും പ്രവർത്തനങ്ങളുടെ വൈവിധ്യം കണ്ടാൽ.

പി.പി.ജോർജ് ആദ്യമായി തിരഞ്ഞെടുപ്പിൽ മത്സരിച്ചത് ചാലക്കുടി നിയോജകമണ്ഡലത്തിലായിരുന്നു. നിയമസഭാ തിരഞ്ഞെടുപ്പാണ്.

ബി.സി.വർഗീസാണ് എതിർ സ്ഥാനാർഥി. പിഎസ്പി പാർട്ടിയുടെ കരുത്തനായ നേതാവ് മാത്രമല്ല, ക്രിസ്ത്യൻ സമുദായത്തിൽ വലിയ സ്വാധീനവുമുണ്ട് വർഗീസിന്. ബി.സി.വർഗീസ് ജയിക്കുമെന്നാണ് മണ്ഡലത്തിലെ പൊതുവികാരം. തിരഞ്ഞെടുപ്പിന്റെ കലാശക്കൊട്ടിനു പനമ്പിള്ളിയൊക്കെ പങ്കെടുക്കുന്നുണ്ട്. കോൺഗ്രസിന്റെ യുവരക്തങ്ങളിൽ പ്രമുഖനായ പി.പി.ജോർജും പോരാട്ടവീര്യത്തിൽ ഒട്ടും മോശക്കാരനല്ല. സമാപന സമ്മേളനത്തിൽ പനമ്പിള്ളി വരാൻ അൽപം വൈകുമെന്നായി. നെന്മാറയിലോ മറ്റോ പ്രചാരണ യോഗത്തിൽ പങ്കെടുക്കുന്നതിനാൽ ചാലക്കുടി യോഗത്തിൽ എത്താൻ വൈകുമെന്നായപ്പോൾ സംഘാടകർ ആകെ അങ്കലാപ്പിലായി. ഒടുവിൽ ഒരു വണ്ടിയെടുത്തു തൃശ്ശൂരിൽ ചെന്നു തേറമ്പിൽ രാമകൃഷ്ണനെ പ്രസംഗിക്കാൻ കയ്യോടെ പൊക്കിയ കഥ പഴയകാല കോൺഗ്രസ് നേതാക്കൾ പലരും അനുസ്മരിക്കാറുണ്ട്

പനമ്പിള്ളി ഏകദേശം രണ്ടുമണിക്കൂറോളം വൈകിയപ്പോൾ അദ്ദേഹം വരുംവരെ തേറമ്പിൽ പ്രസംഗവേദിയിൽ കത്തിക്കയറി. ആ തിരഞ്ഞെടുപ്പിലായിരുന്നു ബി.സി.വർഗീസ് പി.പി.ജോർജിനെ 'വെറും കുറ്റിച്ചൂൽ' എന്നു പ്രസംഗിച്ചു വിവാദമാക്കിയത്. ചാലക്കുടിയിലെ മാലിന്യത്തെ മാറ്റാൻ ഒരു കുറ്റിച്ചൂലിനു സാധിക്കുന്നതും ഒരു വിജയമാണെന്നു തേറമ്പിലിന്റെ നർമ്മത്തിൽ പൊതിഞ്ഞ മറുപടി. ആ പോരാട്ടത്തിൽ പി.പി.ജോർജ് വിജയിച്ചു. തേക്കിൻകാട് മൈതാനിയിലും യുഡിഎഫ് വേദിയിൽ മന്നത്തു പത്മനാഭൻ വരുന്നതു വരെ ഇതുപോലൊരിക്കൽ മണിക്കൂറുകളോളം പ്രസംഗം നീട്ടി അണികളെ ആവേശത്തിന്റെ നൂലിൽ കോർത്തുനിർത്തിയ കഥ തേറമ്പിലിന്റെ പ്രസംഗകാല സ്മൃതികളിലുണ്ട്. ■

നഷ്ടനോവുകൾ

മടങ്ങുമ്പോൾ തേക്കിൻ കാട് മൈതാനം കുറുകെ കടന്നു. തിരുമുമ്പിൽ കണ്ണടച്ചു കൈകൂപ്പി എത്രനേരം നിന്നുവെന്നറിഞ്ഞില്ല. മനസ്സിൽ ഒരു കോടി ആലിലകളിൽ കാറ്റ് പിടഞ്ഞു. ഇനി ഒരിക്കലും ഇനി ഒരിക്കലും ഇങ്ങനെ. നടുവിലാലിന്റെ തണലിൽ റോഡ് കുറുകെ കടക്കാൻ കാത്തു നിന്നു. ''കൺമുന്നിലൂടെ വിടവില്ലാതെ നിശ്ശബ്ദമായ വാഹന പ്രവാഹം. ലോകത്തിലെ ശബ്ദമെല്ലാം വറ്റിപ്പോയിരിക്കുന്നു.'' (നിശാശലഭം - വൈശാഖൻ).

തേറമ്പിൽ രാമകൃഷ്ണന്റെ മനസ്സും ഒരിക്കൽ വറ്റി വരണ്ടുപോയതു നമ്മളാരുമറിഞ്ഞില്ല. ഒരു കോടി ആലിലകളിൽ കാറ്റ് പിടഞ്ഞപ്പോൾ നടുവിലാലിന്റെ തണലിൽ അദ്ദേഹം നിന്നു വിളറിയതും വാക്കു നഷ്ടപ്പെട്ടവനെപ്പോലെ വീട്ടിൽ വന്നു കയറിയതും ആരും കണ്ടതേയില്ല. അതുമൊരുനിയോഗമാണ്. പൊതുവിൽ വിജയങ്ങളുടെ ജീവിതവഴിയാണെങ്കിലും അവിടങ്ങളിലേറ്റ കല്ലേറ്. പക്ഷേ അധികമാരും കണ്ടെന്നിരിക്കില്ല. അതാരും പറയാറുമില്ല. ആദ്യമായിതിരഞ്ഞെടുപ്പിനിറങ്ങിയതും തോറ്റതും രാഷ്ട്രീയമായും സാമ്പത്തികമായും വ്യക്തിപരമായും തിരിച്ചടികൾ നേരിട്ടതുമെല്ലാം പിന്നീട് ആലോചിക്കുമ്പോൾ ഉള്ളിൽ ചെറിയ തീച്ചൂടുണ്ടാക്കും. ആ ഇളംചൂടോർമ്മകൾ കാലത്തിന്റെ ഇടവേളയ്ക്കിലിരുന്ന് തേറമ്പിൽ പറയുകയാണ്.

''ആദ്യമായി തിരഞ്ഞെടുപ്പിനു മത്സരിക്കാനിറങ്ങുന്നത് 1970ൽ ഗുരുവായൂരിലാണ്. സംഘടനാകോൺഗ്രസ്സിന്റെ സ്ഥാനാർഥിയായുള്ള മത്സരം. 1965 മുതൽ അവിഭക്ത കോൺഗ്രസിന്റെ ജില്ലാ ജനറൽസെക്രട്ടറിയായും കെപിസിസി അംഗമായുമൊക്കെ സജീവമായ രാഷ്ട്രീയ ബന്ധം നിലനിർത്തിയ കാലത്തായിരുന്നു രാജ്യത്ത് ഇന്ത്യൻ നാഷനൽ കോൺഗ്രസ് പാർട്ടിയുടെ പിളർപ്പ്. ഉള്ളുനിറയുന്ന ആത്മബന്ധം രാഷ്ട്രീയത്തിലും പ്രകടിപ്പിച്ചതിനാൽ ചേരികൾ മാറിയപ്പോഴും അഭിപ്രായവ്യത്യാസങ്ങൾ ഉണ്ടായപ്പോഴും ആരുമായും ഒരിക്കലും അകലെയായെന്നു തോന്നിപ്പിച്ചില്ല. അതൊരനുഗ്രഹമാണ്.

''എനിക്കൊരിക്കലും ഗോഡ്ഫാദർ ഉണ്ടായിട്ടില്ല.കോൺഗ്രസിലും സംഘടനാകോൺഗ്രസിലും എൻഎസ്എസിലും എൻഡിപിയിലുമെല്ലാം ആരുടെയും തണലിലല്ല ഞാൻ വളർന്നത്. ശിങ്കിടികളെ ഉണ്ടാക്കാൻ മെനക്കെട്ടിട്ടില്ലാത്തതിനാൽ എന്നും കൂടുയുണ്ടാകാറുള്ള വെളുത്ത അംബാസഡർ കാറിൽ ഇടിച്ചുകയറാൻ ആരും നിന്നില്ല. 4041 നമ്പർ അംബാസഡർ ഇന്നുമുണ്ട്. അതാണെന്റെ ജീവിതത്തിലെ ഏറ്റവും വലിയ ആഡംബരം.''

2021, 3031, 4041, 5051 തുടങ്ങിയ നമ്പറുകളുള്ള അംബാസഡർ കാറുകളാണ് തേറമ്പിലിന്റെ ഉടമസ്ഥതയിൽ ഉണ്ടായിരുന്നത്. വെള്ള അംബാസഡർ കാറുകളായിരുന്നു എല്ലാം. ഡ്രൈവിങ് അറിയില്ലേ എന്നു ചോദിച്ചാൽ ലൈസൻസ് എടുത്തില്ലെന്നാവും മറുപടി. മാത്രമല്ല, ഇതാവുമ്പോൾ യാത്രയിൽ ആരെക്കണ്ടാലും കൈവീശി അഭിവാദ്യം ചെയ്യാമല്ലോ. ഡ്രൈവിങ് സീറ്റിലിരുന്നാൽ അതു നടന്നില്ലെങ്കിലോ. ഒട്ടും മെക്കാനിക്കൽ അല്ലാത്ത തൃശ്ശൂരിന്റെ ഈ വക്കീൽ യാത്രകൾക്കു സാരഥികളായി കൂടെക്കൂട്ടിയവർ ഒരുപാടു പേരുണ്ട്. സദാനന്ദനായിരുന്നു ആദ്യ ഡ്രൈവർ. മനോജ്, നന്ദൻ, മണി, ബിജു, ഷാജി തുടങ്ങിയവരൊക്കെ പല ഘട്ടങ്ങളിൽ ഒപ്പം നിന്നു. മകളുടെ ഡ്രൈവറായ സുരേഷ് ആണിപ്പോൾ സാരഥിയായി കൂടെയുള്ളത്.

പിരിയില്ലൊരിക്കലും

1969ൽ കോൺഗ്രസ് പാർട്ടി പിളരുമ്പോഴേക്കും തൃശ്ശൂരിൽ പാർട്ടിയിൽ തേറമ്പിലിന്റെ സ്വീകാര്യതയുടെ ഗ്രാഫ് കൂടിയ നിലയിലായിരുന്നു. പ്രസംഗവും പ്രവർത്തനവും വക്കീൽപ്പണിയുമെല്ലാമായി തൃശ്ശൂരിന്റെ രാഷ്ട്രീയ പരിസരത്തു തേറമ്പിൽ രാമകൃഷ്ണൻ അന്നു നിറസാന്നിധ്യമായി നിലകൊണ്ടു. പനമ്പിള്ളി ഗോവിന്ദമേനോനുമായി അക്കാലത്തുണ്ടായിരുന്ന ആത്മബന്ധം പാർട്ടിയിലെ പ്രയാണത്തിന് ഉപകരിച്ചിട്ടുമുണ്ടായിരുന്നു. അദ്ദേഹം അന്നു കേന്ദ്രത്തിൽ നിയമ വകുപ്പ് മന്ത്രിയാണ്. കോൺഗ്രസ് പാർട്ടി പിളർന്ന ഘട്ടത്തിൽ ഡൽഹിയിലുള്ള പനമ്പിള്ളി തന്റെ പച്ചമഷിപ്പേന കൊണ്ടു കേരളത്തിലെ പ്രമുഖർക്കെല്ലാം കത്തയച്ചു. പനമ്പിള്ളി എന്നും സുപ്രധാന കാര്യങ്ങൾ പച്ചമഷി കൊണ്ടാണ് എഴുതുക.

ഡൽഹിയിലെ കാറ്റ് ഇന്ദിരാഗാന്ധിക്ക് അനുകൂലമാണെന്നും അതിനോട് ഒത്തുപോകുന്ന നിലപാട് സ്വീകരിക്കുന്നതാവും നല്ലതെന്നും സൂചിപ്പിക്കുന്ന ഒരു കത്ത് അന്നു തേറമ്പിലിനും കിട്ടി. പനമ്പിള്ളിയുടെ നിലപാടിനൊപ്പം എല്ലാവർക്കും നിൽക്കാമെന്ന തീരുമാനത്തിലേക്കായിരുന്നു ആദ്യഘട്ടത്തിൽ പ്രാമുഖ്യം. കേരളത്തിൽ അന്നു കോൺഗ്രസിന് ഒമ്പത് എംഎൽഎമാരാണുള്ളത്. ലീഡർ കെ.കരുണാകരനടക്കം കേരളത്തിലെ കോൺഗ്രസ് എം. എൽ.എമാർ രാഷ്ട്രപതി തിരഞ്ഞെടുപ്പിൽ എഐസിസി നിർദേശിച്ച നീലം സഞ്ജീവറെഡ്ഢിക്കു വോട്ട് നൽകുകയും ഇന്ദിരാഗാന്ധിയെ എതിർക്കുകയും ചെയ്തവരാണ്. എന്നാൽ ഡൽഹിയിലെത്തിയ കരുണാകരൻ കേരളത്തിൽ ഞങ്ങളൊന്നിച്ചെടുത്ത തീരുമാനത്തിനു വിരുദ്ധമായി മറ്റാരോടും ആലോചിക്കാതെ ഇന്ദിരാജിയെ അനുകൂലിക്കുന്ന നിലപാട് എടുത്തു.

ഡൽഹിയിൽ കാര്യങ്ങൾ ഇന്ദിരാഗാന്ധിക്ക് അനുകൂലമാണെന്നു തിരിച്ചറിഞ്ഞപ്പോൾ എടുത്ത തീരുമാനമാവാം. കരുണാകരന്റെ ഈ നിലപാടിനൊപ്പം നിൽക്കാൻ തേറമ്പിൽ അടക്കമുള്ള തൃശ്ശൂരിലെ കോൺഗ്രസ് പ്രവർത്തകർ അന്നു താൽപര്യപ്പെട്ടില്ല. അവർ സംഘടനാ കോൺഗ്രസ്സിനൊപ്പം നിന്നു. അന്നു സംഘടനാ കോൺഗ്രസ്സിന്റെ കേരളത്തിലെ നേതാവ് കെ.ശങ്കരനാരായണനായിരുന്നു. തൃശ്ശൂർ ഡിസിസി പ്രസിഡന്റായിരുന്ന സി.സി.ജോർജ്, ക്യാപ്റ്റൻ എ.എൻ.മേനോൻ, കെ.വി.കെ പണിക്കർ, സി.എൻ. ബാലകൃഷ്ണൻ, ജോസ് കാട്ടൂക്കാരൻ, എം..പി. ഭാസ്കരൻ നായർ, ടി.പി.സീതാരമൻ, ഐ. എം. വേലായുധൻ മാസ്റ്റർ, കെ.കൊച്ചുകുട്ടൻ, കെ.ടി.അച്യുതൻ, തേറമ്പിൽ രാമകൃഷ്ണൻ തുടങ്ങിയവർ കെ.ശങ്കരനാരായണനൊപ്പം ഒറ്റക്കെട്ടായി നിന്നു.

1970ലെ നിയമസഭാ തിരഞ്ഞെടുപ്പിൽ സംഘടനാ കോൺഗ്രസിന്റെ സ്ഥാനാർഥികളായി തൃശ്ശൂർ ജില്ലയിലെ വിവിധ മണ്ഡലങ്ങളിൽ

പലരും മത്സരരംഗത്തു വന്നു. തേറമ്പിലിനു സീറ്റ് കിട്ടിയതു ഗുരുവായൂരിലായിരുന്നു. കെ.വി.കെ. പണിക്കർ കുന്നംകുളത്തും ടി.പി. സീതാരാമൻ കൊടകരയിലും തൃശ്ശൂരിൽ സി.സി. ജോർജും ജനവിധി തേടാനിറങ്ങി. ആ തിരഞ്ഞെടുപ്പിൽ ഇന്ദിരാഗാന്ധിയെ അനുകൂലിക്കുന്ന കോൺഗ്രസുകാർ മുസ്ലീംലീഗിനെ പിന്തുണച്ചതിനാൽ

ഗുരുവായൂരിൽ രൂപപ്പെട്ടത് ത്രികോണ പോരാട്ടമായിരുന്നു. തേറമ്പിൽ രാമകൃഷ്ണന്റെ കന്നി നിയമസഭാ പോരാട്ടമായിരുന്നു അന്ന്, 1970ൽ ഗുരുവായൂരിൽ നടന്നത്.

വിവാഹം കഴിഞ്ഞ് ഏറെ നാളായിരുന്നില്ല. എതിർസ്ഥാനാർത്ഥികളായി വർക്കി വടക്കനും സിറ്റിങ് എം.എൽ.എ.യായിരുന്ന മുസ്ലീംലീഗിന്റെ സി.വി. സീതിതങ്ങളും. വടക്കനച്ചന്റെ സഹോദരനാണ് വർക്കി വടക്കൻ. വള്ളൂർ കൃഷ്ണൻ നായർ, വടക്കേക്കര ബാലകൃഷ്ണൻ നായർ, വാകയിൽ ശങ്കരൻനായർ, ഒരുമനയൂർ ഫ്രാൻസിസ്, ശങ്കരനുണ്ണി നായർ, മുഹമ്മദാലി തുടങ്ങിയ പ്രാദേശിക നേതാക്കളുടെ സഹായത്തോടെ ഗുരുവായൂരിന്റെ മണ്ണിൽ തേറമ്പിൽ രാമകൃഷ്ണൻ ജനവിധി തേടിയിറങ്ങി. സൈക്കിളായിരുന്നു ചിഹ്നം. താരകേശ്വരി സിൻഹയൊക്കെ ഗുരുവായൂരിൽ പ്രസംഗിക്കാനെത്തി. രാഷ്ട്രീയമായി മറുഭാഗത്തായിരുന്നെങ്കിലും സാഹിത്യകാരൻ പുതൂർ ഉണ്ണികൃഷ്ണനെപ്പോലുള്ളവർ തേറമ്പിൽ ജയിച്ചു കാണണമെന്ന് ആഗ്രഹിച്ചിരുന്നു. ആ തിരഞ്ഞെടുപ്പിൽ സി.പി.എമ്മിനൊപ്പമായിരുന്നു സംഘടനാ കോൺഗ്രസ് നിലയുറപ്പിച്ചത്.

പലയിടത്തും സിപിഎമ്മുമായുള്ള ധാരണയിൽ സംഘടനാ കോൺഗ്രസിനു സ്ഥാനാർഥികളെ നിർത്താൻ സാധിച്ചു. മട്ടാഞ്ചേരി, പൊന്നാനി, കോഴിക്കോട്, ഗുരുവായൂർ തുടങ്ങിയ മണ്ഡലങ്ങളിൽ സംഘടനാ കോൺഗ്രസ് ശക്തി തെളിയിക്കാനിറങ്ങി. എല്ലായിടത്തും പിന്തുണ ഉറപ്പായെങ്കിലും ഗുരുവായൂരിൽ മാത്രം സി.പി.എം. ഒരു ഉപാധി വച്ചു. അഴീക്കോടൻ രാഘവൻ തുടങ്ങിയവർ നേരിട്ടു വന്നിട്ടായിരുന്നു അവരുടെ നിലപാട് വ്യക്തമാക്കിയത്. ഗുരുവായൂരിൽ തേറമ്പിൽ സ്ഥാനാർത്ഥിയായി വന്നാൽ കോൺഗ്രസിന്റെ തൃശ്ശൂർ ജില്ലാ സെക്രട്ടറി സ്ഥാനം രാജി വച്ചേ മതിയാകൂ എന്നായിരുന്നു അവരുടെ നിർദ്ദേശം. കോൺഗ്രസിന്റെ ഔദ്യോഗിക സ്ഥാനത്തിരിക്കുന്ന ഒരാളെ പിന്തുണച്ചു വോട്ട് ചോദിക്കുന്നതിൽ സിപിഎമ്മിന്റെ രാഷ്ട്രീയ വിമുഖത പ്രകടിപ്പിക്കലായിരുന്നു ആ നിർദേശത്തിനു പിന്നിലെ കാരണം. ചെറുപ്പത്തിന്റെ ഊർജസ്വലതയിൽ ആ നിർദേശത്തെ എതിർക്കാനായിരുന്നു തേറമ്പിൽ രാമകൃഷ്ണന് തോന്നിയത്. ഡിസിസി സെക്രട്ടറി സ്ഥാനം തേറമ്പിൽ രാജി വയ്ക്കാൻ തയ്യാറായില്ല. അതോടെ ചർച്ച പൊളിഞ്ഞു. അങ്ങനെ കെടിപി എന്ന കർഷക തൊഴിലാളി പാർട്ടിയുടെ വർക്കി വടക്കനെ സി.പി.എം. പിന്തുണയ്ക്കുകയും അദ്ദേഹം വിജയിച്ച് എംഎൽഎ ആവുകയും ചെയ്തു.

വലിയ ഓളമുണ്ടാക്കിയുള്ള പ്രചാരണമായിരുന്നെങ്കിലും ആ തിരഞ്ഞെടുപ്പിൽ തേറമ്പിലിന് അടിയറവ് പറയേണ്ടി വന്നത്

രാഷ്ട്രീയമായി വലിയ തിരിച്ചറിവുകളാണ് നൽകിയത്. തോറ്റപ്പോഴും സംഘടനാ കോൺഗ്രസ് സ്ഥാനാർത്ഥികളിൽ ജില്ലയിൽ ഏറ്റവും കൂടുതൽ വോട്ട് നേടിയതും തേറമ്പിലായിരുന്നു. കന്നിയങ്കം തോറ്റത് മുപ്പതുകളിലെന്നോർക്കേണ്ടതുണ്ട്. തിരഞ്ഞെടുപ്പു കഴിഞ്ഞതോടെ വലിയ കടബാധ്യത തലയിലായി. പാർട്ടിയിൽ വലിയ പ്രതീക്ഷ യ്ക്കു വകയില്ലാത്ത അവസ്ഥ. ഗുരുവായൂരിൽ നിന്നു മടങ്ങുമ്പോൾ കടഭാരം മാത്രമല്ലായിരുന്നു തലയിൽ. തേക്കിൻ കാട് മൈതാനം കുറുകെ കടന്നു വടക്കുന്നാഥന്റെ തിരുമുമ്പിൽ കണ്ണടച്ചു കൈകൂപ്പി നിന്നപ്പോൾ ദുർബലമായ മനസ്സിൽ ആയിരം ചോദ്യശരങ്ങൾ മുന കൂർപ്പിച്ചു. മനസ്സിൽ ഒരു കോടി ആലിലകളിൽ കാറ്റ് പിടഞ്ഞു. ഇനി ഒരിക്കലും ഇങ്ങനെ ഉണ്ടാവരുതെന്ന ഉറച്ച തീരുമാനത്തി ലേക്കു മനസ്സിനെ പരുവപ്പെടുത്തി വീട്ടിലേക്കു മടങ്ങിയ രാമ കൃഷ്ണൻ പിന്നീടുള്ള ദിവസങ്ങളിൽ വക്കീലാപ്പീസിലേക്കു ജീവിതം ചുരുട്ടിയൊതുക്കി. ഫുൾടൈം പൊളിറ്റീഷ്യൻ ആവാതെയുള്ള പരു വപ്പെടൽ. രാഷ്ട്രീയം ഉപജീവനമാക്കരുതെന്ന നിശ്ചയദാർഢ്യം. വിട്ടുവീഴ്ചകൾക്കു നിന്നിരുന്നെങ്കിൽ കന്നിയങ്കത്തിൽ തന്നെ തേറ മ്പിലിന് എംഎൽഎയായി തുടങ്ങാമായിരുന്നു. തേറമ്പിലിന്റെ നില പാടും സമീപനവും ആദർശത്തിനൊപ്പമേ നിലകൊണ്ടിട്ടുള്ളൂ. അതു കൊണ്ടാണ് ആദ്യതിരഞ്ഞെടുപ്പിൽ തോറ്റു കടബാധ്യതയും ചുമലി ലേറ്റി വീട്ടിലേക്കു മടങ്ങേണ്ടി വന്നത്.

''ചലച്ചിത്ര സംവിധായകൻ പി.രാമദാസ് ആത്മമിത്രമാണ്. ന്യൂസ് പേപ്പർ ബോയ് സിനിമയുടെ സംവിധായകനാണദ്ദേഹം. എന്റെ ദുരവസ്ഥയും സാമ്പത്തിക ബുദ്ധിമുട്ടും കണ്ട് രാമദാസാണ് എന്നോടാ ആശയം പറയുന്നത്. പ്രൊഫ. ഭാഗ്യനാഥ് എന്നൊരാളു ണ്ടെന്നും അദ്ദേഹം വലിയൊരു മജീഷ്യനാണെന്നും രാമദാസ് പറഞ്ഞു. പഠനകാലത്തേ മദ്രാസിലെത്തി മാജിക്ക് പഠിച്ചു പേരുകേട്ട ഭാഗ്യനാഥിന്റെ 'ഫെന്റാസിയ' എന്ന മാജിക് ഷോ വലിയ ചലന ങ്ങളുണ്ടാക്കിയതാണത്രെ. അതു നമുക്കു തൃശ്ശൂരിൽ ഒരു ഷോ ആയി നടത്തി പണമുണ്ടാക്കി കടം വീട്ടാമെന്നായിരുന്നു രാമദാസിന്റെ ഐഡിയ. സംഗതി തരക്കേടില്ലെന്നെനിക്കും തോന്നി. ഞങ്ങൾ മദ്രാ സിലെത്തി. ഭാഗ്യനാഥിനെ കണ്ടു ഷോ തീരുമാനിച്ചു. ഒരു ഷോ തൃശ്ശൂരിലും ഒന്നു ഗുരുവായൂരിലുമായാണ് തീരുമാനിച്ചത്. മൂന്നോളം വണ്ടികളിലായാണ് മാജിക് ഷോയുടെ സാധനങ്ങൾ മദ്രാസിൽ നിന്നെത്തിയത്. മാജിക് ഷോ വലിയ വിജയമായി. പക്ഷേ, വിചാ രിച്ചതു പോലെ കാശ് കിട്ടിയില്ല. കടം തീർക്കാൻ വേണ്ടി മാജിക് ഷോ നടത്തിയതു കൂടുതൽ കടക്കെണിയിൽപെട്ട അവസ്ഥയു ണ്ടാക്കി. അതോടെ രാഷ്ട്രീയം തന്നെ ഉപേക്ഷിക്കാമെന്ന മാനസികാ വസ്ഥ ഉള്ളിൽ ഉറഞ്ഞുകൂടി.''തേറമ്പിൽ ഓർത്തെടുത്തു.

അതിനിടയിലാണ് തൃശ്ശൂർ മണ്ഡലത്തിൽ ഒരു ഉപതിരഞ്ഞെടുപ്പ് വരുന്നത്. മുണ്ടശ്ശേരി മാഷ് രാജിവച്ച ഒഴിവിൽ നടന്ന തിരഞ്ഞെടു പ്പാണത്. പി.എ.ആന്റണിയാണ് കോൺഗ്രസ് സ്ഥാനാർത്ഥി. വി.ആർ.

രാമകൃഷ്ണൻ ഇടതുപക്ഷ സ്ഥാനാർഥിയും. ആ തിരഞ്ഞെടുപ്പിൽ സംഘടനാ കോൺഗ്രസ് പൂർണമായും സിപിഎമ്മിനെ തുണയ്ക്കാൻ തീരുമാനമെടുത്തതു തേറമ്പിലിനു പിടിച്ചില്ല. ഗുരുവായൂരിൽ തന്റെ തോൽവിക്കു രാഷ്ട്രീയമായി കാരണക്കാരായ സിപിഎമ്മിനെ പൂർണമായും പിന്തുണയ്ക്കാൻ തേറമ്പിലിന്റെ മനസ്സനുവദിച്ചില്ല. കടം കയറി കണ്ണുമൂടിയ അവസ്ഥയിൽ നിൽക്കുമ്പോൾ സിപിഎമ്മിനെ പിന്തുണയ്ക്കാനുള്ള സംഘടനാ കോൺഗ്രസിന്റെ തീരുമാനം തേറമ്പിലിന്റെ മനസ്സിൽ തീകോരിയിട്ടതു പോലെയായി. അതോടെ തേറമ്പിൽ സജീവ രാഷ്ട്രീയം വിട്ട് വക്കീലാപ്പീസിലേക്കു ജീവിതം പറിച്ചു നട്ടു.

‘‘കാശില്ലാണ്ടായാൽ നമ്മൾ പല വഴികളിൽ പല സാധ്യതകൾ ചികയും. അങ്ങനെ നാലു കാശുണ്ടാക്കണമെന്ന വാശിയിൽ സുഹൃത്തുക്കൾക്കൊപ്പം ഒരു ഹോട്ടൽ ബിസിനസിനും തുടക്കമിട്ടു തേറമ്പിൽ. തേറമ്പിൽ രാമകൃഷ്ണൻ എന്ന ജനനേതാവ് പണ്ടൊരു ഹോട്ടൽ നടത്തിപ്പുകാരനായിരുന്നുവെന്നു തൃശ്ശൂരിലിന്ന് അധികം പേർക്കും അറിയുമെന്നു തോന്നുന്നില്ല. പാറമേക്കാവ് ക്ഷേത്രത്തിനോട് ചേർന്ന് ഇപ്പോൾ കല്യാൺ ജ്വല്ലേഴ്സ് നിൽക്കുന്ന സ്ഥലത്തായിരുന്നു ‘ത്രിവേണി’ എന്ന ഹോട്ടൽ. ഹോട്ടൽ ആരംഭഘട്ടത്തിൽ തന്നെ വൻ വിജയം നേടി.

നല്ല തിരക്കായിരുന്നു. ഏറ്റവും നല്ല വെജിറ്റേറിയൻ ഹോട്ടൽ എന്നു പേരുകേട്ട ത്രിവേണി തൃശ്ശൂരിൽ അക്കാലത്തെ ജനപ്രിയ ഭക്ഷണശാലയായിരുന്നു. പത്തുകൊല്ലത്തോളം തൃശ്ശൂരിന്റെ രുചിപ്പെരുമയിൽ എഴുതിവയ്ക്കപ്പെട്ട ത്രിവേണി ഹോട്ടൽ നടത്തിപ്പിനും മേൽനോട്ടത്തിനും ആളില്ലാതെ വന്നതോടെ തകർച്ചയെ നേരിട്ടു. ജീവനക്കാരെ കിട്ടാനുള്ള ബുദ്ധിമുട്ടും ശമ്പളപ്രശ്നവും വാടകവർധനയുമെല്ലാം പ്രതികൂലമായി വന്നതോടെ തേറമ്പിലും സംഘവും ഹോട്ടൽ പൂട്ടി. കച്ചവടമല്ല ജീവിതദൗത്യം എന്നു തിരിച്ചറിഞ്ഞുവെന്നാണ് തേറമ്പിൽ അതേക്കുറിച്ചു പ്രതികരിച്ചത്. ഏതായാലും രാഷ്ട്രീയ പ്രവർത്തനം ഉണ്ടാക്കിയ സാമ്പത്തിക ദുരവസ്ഥയെ ഹോട്ടൽ ബിസിനസ് അൽപമൊന്നു ശമിപ്പിച്ചുവെന്നു പറയാം.

ചടുലമായ രാഷ്ട്രീയനീക്കങ്ങളിലൂടെ കോൺഗ്രസ് പ്രസ്ഥാനത്തിലെ യുവതുർക്കിയായി നടന്ന ഇദ്ദേഹം അപ്പോഴേക്കും ജോലിയിൽ മാത്രം വ്യാപരിക്കാമെന്ന മാനസികാവസ്ഥയിലേക്കു വഴിമാറിയിരുന്നു. ആ സമയത്തായിരുന്നു പ്രമാദമായ അബ്ദുൽഖാദർ കൊലപാതകം നടക്കുന്നത്. കൊടുങ്ങല്ലൂരിലെ അബ്ദുൽ ഖാദർ കൊല ചെയ്യപ്പെട്ട സംഭവവും ആ കേസും തേറമ്പിലിന്റെ ജീവിതത്തെ മറ്റൊരു ദിശയിലേക്കു വഴിതിരിച്ചൊഴുക്കിയെന്നു പറയാം. ■

എൻ.എസ്.എസ്സിൽ

കൊടുങ്ങല്ലൂരിലെ അബ്ദുൽ ഖാദർ കൊലക്കേസ് പ്രമാദമായിരുന്നു. രാഷ്ട്രീയത്തിലും നിയമവൃത്തങ്ങളിലും ഏറെ ചർച്ച ചെയ്യപ്പെട്ടൊരു കേസാണത്. പ്രതികൾക്കു വേണ്ടി ഹാജരായതു കളത്തിൽ വേലായുധൻ നായർ എന്ന പ്രമുഖ ക്രിമിനൽ വക്കീലാണ്. നായർ സർവീസ് സൊസൈറ്റിയുടെ (എൻഎസ്എസ്) പ്രസിഡന്റായിരുന്ന അദ്ദേഹത്തെ കാണാൻ അക്കാലത്ത് ഇന്ദിരാഗാന്ധി പോലും നേരിട്ടു കേരളത്തിൽ വന്നിട്ടുണ്ട്.

കളത്തിൽ വേലായുധൻ നായർ കോൺഗ്രസ്സുകാരനാണ്. ഒപ്പം എൻഎസ്എസുമാണ്. ആറന്മുളക്കാരനായ ഇദ്ദേഹം അവിടെ കോൺഗ്രസ് സ്ഥാനാർഥിയായി തിരഞ്ഞെടുപ്പിൽ മത്സരിച്ചിട്ടുമുണ്ട്. ആ തിരഞ്ഞെടുപ്പിൽ കേരള കോൺഗ്രസ് സ്ഥാനാർഥിയായി മറ്റൊരു എൻ. ഭാസ്കരൻ നായർ നിൽക്കുകയും മന്നത്തു പദ്മനാഭന്റെ പിന്തുണ ഭാസ്കരൻ നായർക്കു ലഭിച്ചപ്പോൾ കളത്തിൽ വേലായുധൻ നായർ തോൽക്കുകയും ചെയ്തതൊക്കെ ചരിത്രമാണ്. കേസുമായി ബന്ധപ്പെട്ടു കളത്തിൽ തൃശ്ശൂരിൽ വന്നപ്പോൾ അദ്ദേഹത്തിനൊരു 'ഡിന്നർ' നൽകാൻ തൃശ്ശൂരിലെ നായന്മാരായ വക്കീലന്മാർ തീരുമാനിച്ചു. ഒരു ചെറിയ ചടങ്ങായി സംഘടിപ്പിച്ച ആ പരിപാടിയിൽ കളത്തിൽ നടത്തിയ പ്രസംഗം തൃശ്ശൂരിലെ നായന്മാരായ വക്കീലന്മാരുടെ നെഞ്ചിലാണ് ചെന്നു തറച്ചത്.

''തൃശ്ശൂർക്കാരായ നിങ്ങൾക്കു പൂരോം വെടിക്കെട്ടും നടത്താനല്ലാതെ ഒരു സ്ഥാപനം നല്ല നിലയിൽ നടത്താനറിയ്യോ?'' അദ്ദേഹം എല്ലാവരോടുമായി ചോദിച്ചു. തൃശ്ശൂരിൽ അന്ന് എൻഎസ്എസ് അത്ര ശക്തമല്ല. തീരേ ശക്തരില്ല എന്നുതന്നെ പറയാം. യോഗം കഴിഞ്ഞു കളത്തിൽ മടങ്ങിപ്പോയെങ്കിലും അവിടെക്കൂടിയ നായർ പ്രമുഖരായ അഭിഭാഷകരെല്ലാം ചർച്ചയിലും ചിന്തയിലുമായി. കൂട്ടത്തിൽ ഏറ്റവും ചെറുപ്പം അന്നു തേറമ്പിൽ രാമകൃഷ്ണനായിരുന്നു.

''ചെറുപ്പക്കാരെ ആകർഷിക്കാൻ നമുക്കൊരു ഇംഗ്ലിഷ് മീഡിയം സ്കൂൾ തുടങ്ങിയാലോ എന്ന ആശയം ഞാനാണ് മുന്നോട്ടു വച്ചത്.''

കളത്തിലിന്റെ വെല്ലുവിളിക്കു മറുപടി കൊടുത്തേ പറ്റൂ എന്ന വൈകാരിക ചിന്ത എല്ലാവരിലും പടർന്നു. വ്യാപകമായി പിരിവെടുത്തുള്ള ശ്രമം. എൻഎസ്എസ് ഇംഗ്ലിഷ് മീഡിയം പബ്ലിക് സ്കൂൾ എന്ന പേരിൽ പടിഞ്ഞാറെ കോട്ടയിൽ സ്ഥലമെടുത്തു തൃശ്ശൂരിൽ നായർ സർവീസ് സൊസൈറ്റിയുടെ പ്രവർത്തനത്തിന്റെ ഊർജസ്വലതയ്ക്കു തുടക്കമിട്ടു. അഡ്വ.കെ.കെ.ഉണ്ണി, സി.നാരായണൻ നായർ, കുന്നമ്പത്ത് ബാലകൃഷ്ണമേനോൻ, എം.വേണുഗോപാല മേനോൻ, ക്യാപ്റ്റൻ എ.എൻ. മേനോൻ തുടങ്ങിയ പ്രമുഖരുടെ നേതൃത്വത്തിലായിരുന്നു ഫണ്ട് ശേഖരണം. തലനരച്ച പ്രമാണിമാർക്കൊപ്പം ചെറുപ്പക്കാരനായി തേറമ്പിലും സജീവമായി നിലകൊണ്ടു.

അഡ്വ. കെ.കെ.ഉണ്ണിയായിരുന്നു അന്നു താലൂക്ക് യൂണിയൻ പ്രസിഡന്റ്. രാഷ്ട്രീയത്തിൽ നിന്ന് അകലം പാലിച്ച കാലത്തായിരുന്നു തേറമ്പിലിന്റെ എൻഎസ്എസ് സംഘടനാ പ്രവർത്തനത്തിലേക്കുള്ള പടിയേറ്റം. അങ്ങനെ ആ നായർ കൂട്ടായ്മയുടെ സെക്രട്ടറിയായി തേറമ്പിലിന്റെ ജീവിതം മറ്റൊരു ദിശയിലേക്കു വളരാൻ തുടങ്ങി. ഏറെ വൈകാതെ തൃശ്ശൂരിൽ എൻഎസ്എസിന് ഒരു ഇംഗ്ലീഷ് മീഡിയം സ്കൂളായി. പിന്നീട് അതിനോടടുത്ത് ഒരു വർക്കിങ് വിമൻസ് ഹോസ്റ്റലായി. അൽപകാലം കഴിഞ്ഞപ്പോൾ വിയ്യൂരിൽ ഒരു ഫാർമസി കോളേജ് തുടങ്ങി. പ്രമുഖ പാത്തോളജിസ്റ്റായിരുന്ന

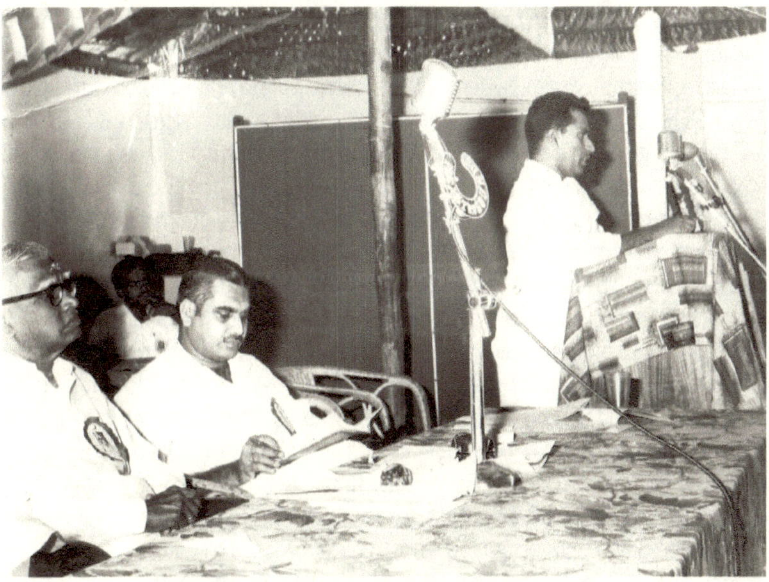

വേദിയിൽ: കളത്തിൽ വേലായുധൻ നായർ,
കിടങ്ങൂർ ഗോപാലകൃഷ്ണപിള്ള

രാമഭദ്രമേനോന്റെ നേതൃത്വത്തിലായിരുന്നു ഫാർമസി കോളജിന്റെ പ്രവർത്തനം. അങ്ങനെ കളത്തിൽ വേലായുധൻ നായർ നടത്തിയ വെല്ലുവിളിയോട് തൃശ്ശൂരിലെ നായന്മാർ നൽകിയ മറുപടിയായി ഒട്ടേറെ സ്ഥാപനങ്ങൾക്ക് എൻഎസ്എസ് തൃശ്ശൂരിൽ തുടക്കമിട്ടു. ഒപ്പം നായർ സർവീസ് സൊസൈറ്റി തൃശ്ശൂരിൽ നന്നായി വേരോട്ടം നടത്തി.

അങ്ങനെയാണ് തൃശ്ശൂരിൽ ഒരു നായർ മഹാ സമ്മേളനം നടത്താനുള്ള നിയോഗം തേറമ്പിലിനു ലഭിക്കുന്നത്. തിരുവിതാംകൂർ വിട്ട് ആദ്യമായാണ് നായർ മഹാ സമ്മേളനം മറ്റൊരിടത്ത് സംഘടിപ്പിക്കുന്നത്. പനമ്പിള്ളി രാഘവമേനോനായിരുന്നു അന്ന് എൻഎസ്എസ് പ്രസിഡന്റ്.തേക്കിൻകാട് മൈതാനിയിൽ തൃശ്ശൂർ നഗരം കണ്ട മഹാസംഭവമായി ആ നായർമഹാസമ്മേളനം.

സ്ത്രീകളടക്കം രംഗത്തിറങ്ങിയുള്ള പ്രവർത്തനമായിരുന്നു സംഘടിപ്പിച്ചത്. എന്നും കലാപരിപാടികൾ. മഞ്ജുഭാർഗവിയും പി. ജയചന്ദ്രനുമെല്ലാം കലാവിരുന്നുമായി വേദിയിലെത്തി.

സംസ്ഥാനത്തെ മന്ത്രിമാരിൽ പലരും മഹാസമ്മേളനത്തിൽ അതിഥികളായി. ആ നായർ മഹാസമ്മേളനം തേറമ്പിൽ എന്ന സമുദായ പ്രവർത്തകന്റെ താരോദയമായി.

തലയെടുപ്പും തലനരച്ചവരുമായ കേരളത്തിലെ നായർ പ്രമാണിമാർക്കും നേതാക്കൾക്കുമിടയിൽ തേറമ്പിൽ രാമകൃഷ്ണൻ എന്ന ചെറുപ്പക്കാരനായ നായർ സമുദായ പ്രവർത്തകന്റെ ഉദയമായിരുന്നു അത്. അതോടെ, കളത്തിൽ വേലായുധൻ നായർ പ്രസിഡന്റും കിടങ്ങൂർ ഗോപാലകൃഷ്ണ പിള്ള ജനറൽ സെക്രട്ടറിയുമായി എൻഎസ്എസ് ഡയറക്ടർ ബോർഡിൽ അന്നത്തെ ഏറ്റവും പ്രായം കുറഞ്ഞ അംഗമായി തൃശ്ശൂരിൽ നിന്നു തേറമ്പിൽ രാമകൃഷ്ണൻ തിരഞ്ഞെടുക്കപ്പെട്ടു. അതോടെ എൻഎസ്എസായി തേറമ്പിലിന്റെ പ്രവർത്തനമണ്ഡലം. കളത്തിലിനെയും കിടങ്ങൂരിനെയും കൂടാതെ വലിയൊരു നേതൃനിര എൻഎസ്എസിലുണ്ടായിരുന്ന കാലമാണത്. മക്കപ്പുഴ വാസുദേവൻ പിള്ളയായിരുന്നു വൈസ് പ്രസിഡന്റ്. കെ.ജി. മാധവൻ നായർ (വയനാട്), മുൻ മന്ത്രി എൻ.ഭാസ്കരൻ നായർ, മുൻ തിരുവിതാംകൂർ ദേവസ്വം ബോർഡ് പ്രസിഡന്റ് ടി.എൻ. ഉപേന്ദ്രനാഥക്കുറുപ്പ്, പിന്നീട് എൻഎസ്എസ് പ്രസിഡന്റായി മാറിയ പനമ്പിള്ളി രാഘവമേനോൻ, എറണാകുളത്തെ പ്രമുഖ അഭിഭാഷകനായിരുന്ന സി.കെ.ശിവശങ്കരപ്പണിക്കർ, കൊല്ലത്തെ കശുവണ്ടി മുതലാളി ഗംഗാധരൻ പിള്ള, ആറ്റിങ്ങൽ ജനാർദനൻ പിള്ള തുടങ്ങിയ മഹാരഥന്മാർക്കൊപ്പം തേറമ്പിൽ രാമകൃഷ്ണൻ എന്ന 35 വയസ്സുകാരൻ ഡയറക്ടർ ബോർഡിലിരുന്നു. മന്നത്തു പദ്മനാഭനെ തേറമ്പിൽ കണ്ടിട്ടുണ്ട്. സംസാരിച്ചിട്ടുമുണ്ട്. തൃശ്ശൂരിൽ അദ്ദേഹം പ്രസംഗിക്കാനെത്തിയപ്പോഴാണ് തേറമ്പിൽ മന്നത്തു പദ്മനാഭനോട്

ആദ്യമായി അടുത്തിടപഴകുന്നത്. പുത്തേഴത്തു രാമൻമേനോന്റെ വീട്ടിൽവച്ചായിരുന്നു മന്നത്തുപദ്മനാഭനെ ആദ്യമായി കണ്ടതെന്നാണ് ഓർമ്മ. പുത്തേഴത്ത് വലിയ പ്രത്യേകതയുള്ള ആളാണ്. അഭിപ്രായങ്ങൾ വെട്ടി തുറന്നു പറയുന്ന സ്വഭാവക്കാരനാണ് അദ്ദേഹം. എന്നാൽ അദ്ദേഹം ഭയഭക്തി ബഹുമാനത്തോടെ നിൽക്കുന്നതു കണ്ടിട്ടുള്ളത് മന്നത്ത് പദ്മനാഭന്റെ മുന്നിൽ മാത്രമാണ്.

മന്നത്തു പദ്മനാഭന്റെ സ്വാധീനത്താൽ മലബാറിൽ എൻഎസ്എസിനു ധാരാളം എസ്റ്റേറ്റുകൾ സ്വന്തമാക്കാനായെങ്കിലും കൊച്ചിയിലും മലബാറിലും അന്നൊന്നും സംഘടന ശക്തമല്ലായിരുന്നു. തിരുവിതാംകൂർ കേന്ദ്രീകൃതമായ സമുദായ സംഘടനയെന്ന നിലയിൽ കേരളത്തിന്റെ സാമൂഹികാന്തരീക്ഷത്തിൽ എൻഎസ്എസിന്റെ പ്രസക്തി വളരെ വലുതായിരുന്നു.

"ഞങ്ങളിലില്ല നായർ രക്തം
ഞങ്ങളിലില്ലാ ക്രിസ്ത്യൻ രക്തം
ഞങ്ങളിലുള്ളതു മാനവരക്തം"

എന്ന മുദ്രാവാക്യം കേരളത്തിന്റെ ജനമനസ്സുകളിൽ വിപ്ലവകരമായ സ്വാധീനമായി മാറിയ കാലം കൂടിയാണ് അതെന്നോർക്കണം. കൊച്ചിയിലും മലബാറിലും ആൾബലം കുറഞ്ഞിട്ടും സ്ഥാപനങ്ങളോ സ്വാധീനമോ കാര്യമായില്ലാഞ്ഞിട്ടും ചെറുപ്പക്കാരുടെ വൈകാരിക സാമീപ്യം തൊട്ടുകൂട്ടാൻ പോലും ഇല്ലാഞ്ഞിട്ടും തിരുവിതാംകൂറിന്റെ ബലത്തിൽ നായർ സംഘടന കേരളത്തിൽ തലയെടുപ്പോടെ നിന്നു. തിരുവിതാകൂർ ഭാഗത്തൊക്കെ അക്കാലത്ത് നായർ സമുദായത്തിൽ ഒരു കുഞ്ഞു ജനിക്കുന്നതു മുതൽ മരണം വരെ സംഘടന അവരുടെ ജീവിതത്തിൽ വലിയ സ്വാധീനമായി നിലനിന്നിരുന്നു തൃശ്ശൂർ ഭാഗത്ത് എൻഎസ്എസിനു ചെറുപ്പക്കാർ വിരലിലെണ്ണിയെടുക്കാൻ പോലുമില്ല അന്ന്. ഗുരുവായൂരിൽ നിയമസഭാ തിരഞ്ഞെടുപ്പ് തോൽവിയുണ്ടാക്കിയ രാഷ്ട്രീയ വിരക്തി തേറമ്പിൽ രാമകൃഷ്ണനെ നിരാശാഭരിതനാക്കിയ കാലത്താണ് എൻഎസ്എസുമായി അടുക്കുന്നത്. നായർ സർവീസ് സൊസൈറ്റിയുടെ സജീവമായ പ്രവർത്തനത്തിലൂടെ തൃശ്ശൂർ ജില്ലയിൽ സമുദായത്തിനു സംഘടിതമായ ഒരു ചട്ടക്കൂടുണ്ടാക്കിയെന്നു പറഞ്ഞാൽ ഒട്ടും അതിശയോക്തിയല്ല. ആൾബലം മാത്രമല്ല, സംഘടനയുടെ പേരിൽ സ്ഥാപനങ്ങളുടെ എണ്ണത്തിലും വലിയ വൈപുല്യമാണുണ്ടായത്. തേറമ്പിലിന്റെ നേതൃത്വത്തിലുള്ള എൻഎസ്എസ് നേതൃത്വത്തിനു ജില്ലയിലിന്നും തലയെടുപ്പോടെ നിൽക്കുന്ന എൻഎസ്എസ് സ്ഥാപനങ്ങളെ നോക്കി അഭിമാനം കൊള്ളാം.

വടക്കാഞ്ചേരി വ്യാസ കോളജ് സ്വാമിമാരുടേതായിരുന്നു. കോളജ് നടത്തിപ്പ് വലിയ പ്രതിസന്ധിയിലായതോടെ എൻഎസ്

എസുമായി കോളജ് കൈമാറ്റത്തിനു കരാറായി. കരാർ പ്രകാരമുള്ള ഏറ്റെടുക്കൽ വൈകിയതോടെ സ്വാമിമാർ കോളജ് കൈമാറ്റ നില പാടിൽ നിന്നു പിന്നാക്കം പോയി. അതോടെ എൻഎസ്എസ് കേസിനിറങ്ങി. സ്റ്റാഫും പ്രദേശവാസികളുമടക്കം എൻഎസ്എസിന് എതിരായിരുന്നു. എന്നിട്ടും നിയമയുദ്ധത്തിൽ ജയം എൻഎസ്എസി നായിരുന്നു. അതോടെ വ്യാസ കോളജ് എൻഎസ്എസിന്റെ അധീ നതയിലായി. അന്നു ഡയറക്ടർ ബോർഡിൽ കൊറ്റിയോട് ബാല കൃഷ്ണ പണിക്കർ അംഗമായിരുന്നു. അദ്ദേഹം പാലക്കാട് ജില്ല യിലെ പ്രമാണിയാണ്. വ്യാസ കോളജ് എൻഎസ്എസ് സ്വന്തമാ ക്കുന്നതിനുള്ള നിയമയുദ്ധം നയിക്കാൻ തേറമ്പിൽ അടക്കമുള്ളവർ കണ്ണിലെണ്ണയൊഴിച്ചു കൂടെനിന്നു. മുണ്ടത്തിക്കോട്ടെ ഒരു ബ്രാഹ്മണ കുടുംബത്തിന് ഇതുപോലെ ഒരു ഹൈസ്കൂൾ ഉണ്ടായിരുന്നു. ബ്രാഹ്മണ കുടുംബത്തിലെ പ്രധാനിയായ വെങ്കിട്ടരാമൻ സ്കൂൾ നടത്തിപ്പിൽ പരിക്ഷീണിതനായതോടെ പ്രതിസന്ധി കനത്തു. ആരെ യെങ്കിലും ഏൽപിക്കാനുള്ള ശ്രമത്തിനിടെയാണ് തേറമ്പിൽ അവരെ ബന്ധപ്പെട്ടതും എൻഎസ്എസ് സ്കൂൾ ഏറ്റെടുത്തതും. മുള്ളൂർ ക്കരയിലും അതുപോലെഒരു സ്കൂൾ പിന്നീട്ഏറ്റെടുക്കാനിടയായി. അങ്ങനെ, തൃശ്ശൂർ ജില്ലയിൽ സ്ഥാപനങ്ങൾ വർധിച്ചതിനൊപ്പം സംഘ ടനയും വളർന്നു.

ചെറുപ്പക്കാരെ ആകർഷിക്കാൻ സാമ്പത്തിക സംവരണം എന്ന ആശയം എൻഎസ്എസ് അവതരിപ്പിച്ചതോടെ നാടൊട്ടുക്കും അതു ചർച്ചയായി. അഭ്യസ്തവിദ്യരായ നായർ ചെറുപ്പക്കാർക്ക് ആവേശ മായി. തൃശ്ശൂർ ജില്ലയിൽ അതിവേഗം സംഘടന വളർന്നപ്പോൾ അതിനു ചുക്കാൻ പിടിച്ച തേറമ്പിലിനെ ഡയറക്ടർ ബോർഡിലേ ക്കെടുക്കാൻ എൻഎസ്എസിനു രണ്ടാമതൊന്ന് ആലോചിക്കേണ്ടിവ ന്നിരുന്നില്ല. എറണാകുളം ജില്ലയിൽ എൻഎസ്എസിനു വലിയ സ്വാധീനമില്ലായിരുന്നു. ടി.ഡി.എം നായർകരയോഗമായിരുന്നു എറ ണാകുളത്തെ തലയെടുപ്പുള്ള കരയോഗം. പറവൂരായിരുന്നു പിന്നെ യൊരു ശക്തികേന്ദ്രം. സ്വാഭാവികമായും തൃശ്ശൂരിന്റെ വളർച്ച ഇത്തരം സാഹചര്യത്തിൽ എൻഎസ്എസ് നേതൃത്വത്തിന് അംഗീകരിക്കാതെ വയ്യെന്നായി.

എൻഎസ്എസ് ഡയറക്ടർ ബോർഡിലേക്കു തിരഞ്ഞെടുക്കപ്പെട്ട തോടെയാണ് കിടങ്ങൂരുമായി ആത്മബന്ധം ബലപ്പെടുന്നത്.

സംവരണപ്രശ്നത്തിന്റെ പേരിൽ രാഷ്ട്രീയ നിലപാടെടുക്കാൻ എൻഎസ്എസ് നിർബന്ധിതരാവുകയും നാഷനൽ ഡമോക്രാറ്റിക് പാർട്ടി (എൻഡിപി) എന്ന രാഷ്ട്രീയ പ്രസ്ഥാനം രൂപീകരിക്കുകയും ചെയ്തത് ഇതേ കാലത്തായിരുന്നു. എൻഡിപിയിലേക്കു സ്വാഭാ വികമായ രൂപാന്തരപ്പെടലുണ്ടായതോടെ തേറമ്പിൽ എന്ന രാഷ്ട്രീയ ക്കാരന്റെ പുതിയ രാഷ്ട്രീയ ജന്മം തുടങ്ങുകയായി. എൻഡിപി

പിറന്നപ്പോൾ അതിന്റെ ആദ്യ സംസ്ഥാന സെക്രട്ടറിമാരിൽ ഒരാളായി തേറമ്പിൽ. കിടങ്ങൂർ ചെയർമാനും.

"കാറൽ മാർക്സ് പറഞ്ഞില്ലേ
ലെനിൻ സഖാവ് പറഞ്ഞില്ലേ
സമ്പന്നന്മാർ ഒരു ജാതി
പാവപ്പെട്ടവർ മറുജാതി"

എന്നെല്ലാം മുദ്രാവാക്യം മുഴക്കി എൻഡിപി കേരളത്തിലെ നായർ വിഭാഗക്കാർക്കിടയിൽ സ്വാധീനമായി വളരാൻ തുടങ്ങി. സമുദായ ചിന്തകളാണ് എൻഎസ്എസ് വച്ചുപുലർത്തിയതെങ്കിൽ എൻഡിപി ജാതിമതചിന്തകൾക്കതീതമായ രാഷ്ട്രീയ നിലപാടെടുത്തതോടെ നായർ ചെറുപ്പക്കാർക്കിടയിൽ അതു വലിയ സ്വാധീനമുണ്ടാക്കി. തിരഞ്ഞെടുപ്പിൽ എൻഡിപി കേരളത്തിൽ പലയിടത്തും സ്ഥാനാർത്ഥികളെ നിർത്തിയപ്പോൾ തേറമ്പിൽ രാമകൃഷ്ണനും മത്സരിച്ചു.

ചേർപ്പിലായിരുന്നു ആ മത്സരം. എൻഡിപി നേരിട്ട ആദ്യ തിരഞ്ഞെടുപ്പിൽ നാലു പേർ മത്സരിച്ചപ്പോൾ തിരുവനന്തപുരത്തെ ഔവ്വർ കോളജ് ഉടമയായിരുന്ന നാരായണൻ നായർ മാത്രമാണ് എംഎൽഎയായി ജയിച്ചത്. അന്നു ചേർപ്പിൽ കെ.പി.പ്രഭാകരനോടായിരുന്നു തേറമ്പിലിന്റെ തോൽവി. അടുത്ത തിരഞ്ഞെടുപ്പിൽ, അതായത് 1980ൽ നടന്ന മത്സരത്തിൽ സുന്ദരേശ്വരൻ നായർ, വട്ടിയൂർക്കാവ് രവി, ചെങ്ങന്നൂർ സരസ്വതിയമ്മ, കെ.പി.രാമചന്ദ്രൻ നായർ, കെജിആർ കർത്ത, രാമചന്ദ്രൻ പിള്ള തുടങ്ങിയവർ എംഎൽഎമാരായി. പിന്നീട് 1982ലെ തിരഞ്ഞെടുപ്പിൽ വീണ്ടും എൻഡിപി സ്ഥാനാർഥിയായി തൃശ്ശൂരിൽ തുടങ്ങിയ പടയോട്ടം തേറമ്പിലിന്റെ രാഷ്ട്രീയ ജാതകം തന്നെ മാറ്റിയെഴുതി. കുണ്ടുകുളം പിതാവിന്റെയും ലീഡർ കരുണാകരന്റെയും ആദ്യകാല വിയോജിപ്പുകളെയെല്ലാം സൗമ്യഭാവത്തോടെ അലിയിച്ചു കളഞ്ഞുള്ള തേറമ്പിലിന്റ താരോദയം തൃശ്ശൂരിന്റെ ചരിത്രരേഖകളിൽ എന്നുമുണ്ടാകും. തൃശ്ശൂരിൽ മത്സരിക്കുമ്പോൾ എൻഡിപിയുടെ സംസ്ഥാന സെക്രട്ടറിയായിരുന്നു തേറമ്പിൽ. രാഷ്ട്രീയ പാരമ്പര്യം നോക്കിയാൽ മന്ത്രിസ്ഥാനം നൽകേണ്ടതു തേറമ്പിലിനാണ്. പതിവുപോലെ അവസരം ചുണ്ടോടടുത്തപ്പോൾ ദശാസന്ധികൾ പല തലങ്ങളിൽ തേറമ്പിലിനെ തേടിയെത്തി. പ്രാദേശിക പരിഗണനകൾ ഒരു വശത്ത്.

കെ.പി. രാമചന്ദ്രൻനായരും കെ.ജി.ആർ. കർത്തയും രാമചന്ദ്രൻ പിള്ളയും മന്ത്രിമാരായി. തഴയപ്പെടുന്നതിന്റെ ദുരനുഭവങ്ങൾ കോൺഗ്രസിലായാലും എൻഎസ്എസിലായാലും എൻഡിപിയിലായാലും തേറമ്പിലിനെ ഇടയ്ക്കിടെ വന്നു തൊടുന്നുണ്ടായിരുന്നു. തഴയൽ ശീലമാക്കിയവരും തഴയാൻ മടികാണിക്കാത്തവരും തഴയപ്പെടുന്നവന്റെ ഉള്ളിലെ വേവ് ഒരിക്കലും കാണില്ല. കണ്ടാലും അതിന്റെ

പൊള്ളലറിയുകയുമില്ല. 30 കൊല്ലം എംഎൽഎ ആയിട്ടും മന്ത്രിയാകാതെ പോയത് അക്കൂട്ടത്തിൽ മറ്റൊരു ദുരനുഭവം. സ്പീക്കർ പദവി കൈവന്നത് സാന്ദർഭികമായി ലഭിച്ച അവിചാരിത സാഹചര്യം എന്നു വിശദീകരിക്കാനാണ് തേറമ്പിലിനും താൽപര്യം. എന്നിട്ടും അപസ്വരമൊന്നും ഉണ്ടാക്കാതെ, കൊട്ടാരവിപ്ലവങ്ങൾക്കു കാരണക്കാരനാവാതെ ആരോടും പരിഭവങ്ങളില്ലാതെ തുടർന്നു. ആ രാഷ്ട്രീയ മാന്യതയ്ക്ക് ഇന്നും തൃശ്ശൂരിൽ നല്ല തലയെടുപ്പുണ്ട്. ജനങ്ങളുടെ കലവറയില്ലാത്ത പിന്തുണയും.

അതാണ് തേറമ്പിൽ രാമകൃഷ്ണൻ.

എൻഎസ്എസിൽ കിടങ്ങൂർ ഗോപാലകൃഷ്ണപിള്ള കരുത്തനായിരുന്ന കാലം. അദ്ദേഹത്തെ സിംഗപ്പൂർ ഹൈക്കമ്മിഷണർ ആക്കാമെന്ന ആശയം പറഞ്ഞത് കോൺഗ്രസ് ലീഡർ കരുണാകരനാണ്. അതൊരു രാഷ്ട്രീയ തന്ത്രമാണെന്നു തേറമ്പിലിനു തോന്നാതിരുന്നില്ല. തേറമ്പിലിനു മാത്രമല്ല, എൻഡിപിയിലെ മിക്ക നേതാക്കൾക്കും അതുതന്നെ തോന്നുകയും ചെയ്തു. ഹൈക്കമ്മിഷണർ പദവിയേക്കാൾ നല്ലത് പാർലമെന്റംഗം എന്ന പദവിയാണെന്നു പലവട്ടം കിടങ്ങൂരിനെ ഓർമിപ്പിക്കുകയും ചെയ്തു.

കിടങ്ങൂരാകട്ടെ, എൻഎസ്എസ് ജനറൽ സെക്രട്ടറി മാത്രമല്ല, എൻഡിപി ചെയർമാൻ കൂടിയായിരുന്നു. ഒരു രാജ്യസഭാംഗത്വം ആവശ്യപ്പെടാമെന്നു മറ്റു നേതാക്കൾ ഒട്ടേറെ പറഞ്ഞതാണ്. എന്നിട്ടും അദ്ദേഹം കരുണാകരന്റെ വാക്കുകൾക്കൊപ്പം നിന്നു. ഇത് അബദ്ധമാണെന്നും തിരിച്ചെത്തുമ്പോഴേക്കും കേരളത്തിലെ

നായർ സമ്മേളനത്തിന്റെ അണിയറ പ്രവർത്തകർ

ബന്ധങ്ങളുടെ ഇഴയടുപ്പം കുറഞ്ഞുപോകുമെന്നൊക്കെ തേറമ്പിൽ അടക്കമുള്ളവർ ഉപദേശിക്കാൻ ശ്രമിച്ചിട്ടും കിടങ്ങൂർ വഴങ്ങിയില്ല.

അദ്ദേഹം സിംഗപ്പൂർ ഹൈക്കമ്മിഷണറായി പോയതോടെ എൻ ഡിപി എന്ന പ്രസ്ഥാനം മെല്ലെ ക്ഷീണിക്കാൻ തുടങ്ങി. കിടങ്ങൂരിന് പകരം എൻഡിപി ചെയർമാൻ സ്ഥാനം തേറമ്പിലിനായി. കിടങ്ങൂരിനെപ്പോലൊരു നേതാവും നേതൃത്വവും ഇല്ലാതെ പോയപ്പോഴുണ്ടായ ശൂന്യതയിൽ എൻഡിപി എന്ന രാഷ്ട്രീയ പ്രസ്ഥാനം ചിറകില്ലാതെ പറക്കുന്ന അവസ്ഥയിലായി.

കെ.കരുണാകരൻ അദ്ദേഹത്തിന്റെ ഉൾക്കാഴ്ചയിൽ കണ്ടതെന്താണോ അതുതന്നെ സംഭവിച്ചു. എൻഎസ്എസിൽ അപ്പോഴേക്കും പി.കെ.നാരായണപ്പണിക്കർ ജനറൽ സെക്രട്ടറിയാവുകയും അദ്ദേഹം സംഘടനയുടെ സർവതലങ്ങളിലും പിടിമുറുക്കുകയും ചെയ്തിരുന്നു. തിരിച്ചെത്തിയ കിടങ്ങൂരിന് എൻഎസ്എസും എൻഡിപിയുമെല്ലാം എത്തിപ്പിടിക്കാൻ കഴിയാത്തവിധം അകലെയെന്ന തോന്നലുളവാക്കി. എൻഎസ്എസ് പോലും അദ്ദേഹത്തെ കാര്യമായി ഗൗനിക്കാത്ത മട്ടിലെത്തി. പണിക്കരാകട്ടെ, സംഘടനയുടെ തലപ്പത്ത് കൂടുതൽ ബലവാനായി അടക്കിവാണു. എൻ എസ്എസിൽ ഒരിക്കലും പ്രതിപക്ഷത്തിനു സ്ഥാനമില്ല. എൻഡിപിയെ എൻഎസ്എസ് ലക്ഷ്യം വയ്ക്കാൻ തുടങ്ങിയതോടെ പൊട്ടിത്തെറിച്ചോ, പ്രശ്നങ്ങളുണ്ടാക്കിയോ ആരുടെയും കണ്ണിലെ കരടാകാൻ തേറമ്പിൽ തുനിഞ്ഞില്ല. ''കിടങ്ങൂർ സിംഗപ്പൂരിൽ നിന്നു മടങ്ങിയെത്തിയപ്പോൾ തന്നെ പാർട്ടി ചെയർമാന്റെ വാഹനം തിരികെ ഏൽപിച്ചു.'' തേറമ്പിൽ ഓർമ്മിച്ചു.

എൻഡിപിയിൽ അപ്പോഴേക്കും കാര്യങ്ങൾ കൂടുതൽ വഷളായിക്കഴിഞ്ഞിരുന്നു. നാഥനില്ലാത്ത വീട്പോലെ പലപ്പോഴും തീരുമാനങ്ങളിൽ പലതും പാളി. പണിക്കരുടെ നേതൃത്വത്തിൽ എൻഎസ്എസ് മെല്ലെ മെല്ലെ എൻഡിപിയിലും സ്വാധീനം ഉറപ്പിക്കാൻ തുടങ്ങി. ശിവശങ്കരപ്പണിക്കരും ഗംഗാധരൻ പിള്ളയും ആറ്റിങ്ങൽ ജനാർദനൻ പിള്ളയും തേറമ്പിൽ രാമകൃഷ്ണനും അടങ്ങുന്ന ഒരു പാനൽ ഔദ്യോഗിക പക്ഷത്തിനെതിരെ കിടങ്ങൂരിനു വേണ്ടി രംഗത്തിറങ്ങി മത്സരിച്ചെങ്കിലും തോറ്റു. അതോടെ എൻഡിപിയിൽ ഇരുപക്ഷങ്ങൾ രൂപപ്പെട്ടു. കിടങ്ങൂരിനെ പിന്തുണയ്ക്കുന്നവരെ വിമതർ എന്ന് എൻഎസ്എസ് തന്നെ മുദ്രകുത്തി. എൻഎസ്എസിലും എൻഡിപിയിലും അഭിപ്രായങ്ങളിൽ അനൈക്യം വളർന്നതോടെ പരസ്പരം വാശിയോടെ പോരാടുന്ന സാഹചര്യമായി. അതോടെ 1987ൽ നടന്ന തിരഞ്ഞെടുപ്പിൽ സിറ്റിങ് എംഎൽഎ ആയിട്ടും തൃശ്ശൂരിൽ തേറമ്പിലിനെ ഒഴിവാക്കി എൻഡിപി, എം. വേണുഗോപാല മേനോനെ സ്ഥാനാർഥിയാക്കി. രാഷ്ട്രീയമായും വ്യക്തിപരമായും

ഏറെ പരിക്ഷീണിതനായെങ്കിലും തേറമ്പിൽ തന്റെ പതിവു പക്വത അവിടെയും നിലനിർത്തി.

നാമനിർദേശ പത്രിക നൽകൂ എന്നു കോൺഗ്രസ് പ്രവർത്തകർ തേറമ്പിലിനോട് ആവശ്യപ്പെട്ടതാണ്. എന്നിട്ടും അതിന് തേറമ്പിൽ തുനിഞ്ഞില്ല. അതിനു രാഷ്ട്രീയമായ മറ്റുചില കാരണങ്ങൾ കൂടിയുണ്ട്.

1987ൽ തൃശ്ശൂരിലെ തിരഞ്ഞെടുപ്പിൽ എൻഡിപിയുടെ എം. വേണുഗോപാല മേനോന് വിജയിക്കാനായില്ല.

സിപിഎമ്മിന്റെ ഇ.കെ.മേനോൻ വിജയിച്ച് തൃശ്ശൂരിന്റെ എംഎൽഎയായി. എൻഡിപിയിലെ ഭിന്നിപ്പും പടലപ്പിണക്കവും സിപിഎമ്മിനു ഗുണമായി. തേറമ്പിൽ കോൺഗ്രസ് പാർട്ടിയിലേക്ക് മടങ്ങി. അതിനു ശേഷം 1991ൽ നടന്ന തിരഞ്ഞെടുപ്പിൽ തേറമ്പിൽ സിറ്റിങ് എംഎൽഎ ഇ.കെ.മേനോനെ തോൽപിച്ചാണ് ആ സീറ്റ് വീണ്ടും തിരികെപ്പിടിച്ചത്. 2016 വരെ തേറമ്പിൽ തൃശ്ശൂർ സീറ്റ് മറ്റാർക്കും കൈവിടാതെ ചേർത്തുപിടിച്ചു. ഒരിടത്തും റിബൽ ആകാൻ തേറമ്പിലിനു കഴിയില്ല. അദ്ദേഹം അതിനു തുനിഞ്ഞുമില്ല. ലാഭനഷ്ടം നോക്കി പലയിടത്തും ചാടിക്കളിക്കുന്ന രാഷ്ട്രീയമല്ല തേറമ്പിലിന്റേതെന്ന് ആ നിലപാടുകൾ തെളിയിച്ചു.

നഷ്ടമാണെന്നറിഞ്ഞിട്ടും ശരിയുടെ പക്ഷത്തു മാത്രം നിന്നതുകൊണ്ടാവും തേറമ്പിൽ ഇന്നും തൃശ്ശൂരിന്റെ നാഡിമിടിപ്പുകളിൽ ഒരു നേരായി എന്നും നിലകൊള്ളുന്നത്.

എൻഡിപിയോട് കോൺഗ്രസിൽ ലയിക്കാമോ എന്ന നിർദേശവുമായി കെ. കരുണാകരൻ വീണ്ടുമെത്തിയ കഥ കൂടി തേറമ്പിൽ ഓർത്തെടുക്കുന്നു. കിടങ്ങൂരിനോടാണ് ലീഡർ അക്കാര്യം ചോദിച്ചത്. കിടങ്ങൂരും തേറമ്പിൽ അടക്കമുള്ള സംഘവും കോൺഗ്രസിൽ ചേർന്നു. പക്ഷേ, ഏറെനാൾ കഴിയും മുൻപേ കോൺഗ്രസിൽ നേരിട്ട അവഗണനയുടെ അസംതൃപ്തിയുമായി കിടങ്ങൂർ പി.ജെ. ജോസഫിന്റെ കേരള കോൺഗ്രസിലേക്കു കൂടുമാറി. തേറമ്പിൽ രാമകൃഷ്ണനെയും ഒപ്പം ക്ഷണിച്ചതാണ്.

സ്റ്റേറ്റ് പെർമിറ്റിൽ ഇതുവരെ ഓടിയ വണ്ടി ഇനി നാഷണൽ പെർമിറ്റിൽ ഓടിനോക്കട്ടെ എന്നായിരുന്നു അന്നത്തെ തേറമ്പിലിന്റെ തമാശ കലർന്ന മറുപടി. തുടർന്നു നടന്ന തിരഞ്ഞെടുപ്പിലാണ് (1991) തൃശ്ശൂരിൽ കോൺഗ്രസ് സ്ഥാനാർഥിയായി തേറമ്പിൽ ജയിച്ചു കയറിയത്. ആ തിരഞ്ഞെടുപ്പിന്റെ കഥകളിൽ കൗതുകം നിറഞ്ഞ ഒട്ടേറെ കാര്യങ്ങൾ പറയാനുണ്ടെങ്കിലും എൻഡിപിയുടെയും എൻഎസ്എസിന്റെയും തുടർക്കഥകൾ തിരഞ്ഞിട്ടു തിരിച്ചെത്തുന്നതാവും നല്ലത്.

എൻഡിപിയുടെ രാഷ്ട്രീയോർജ്ജം പഴയതു പോലെ തീവ്ര മല്ലാതായ സമയത്താണ് രാജൻ കേസ് വരുന്നതും അതേത്തുടർന്നു കെ.കരുണാകരൻ രാജിവച്ചതും. സി.എച്ച്. മുഹമ്മദ്കോയ മുഖ്യ മന്ത്രിയായ കാലത്ത് എൻഡിപിയിലെ ഭാസ്കരൻ നായരെ ധനകാര്യ മന്ത്രിയാക്കി. ദേവസ്വവും അദ്ദേഹത്തിനു നൽകി. ഉപേന്ദ്രനാഥക്കുറു പ്പിനെ തിരുവിതാംകൂർ ദേവസ്വം ബോർഡ് പ്രസിഡന്റാക്കി. കൊച്ചിൻ ദേവസ്വം ബോർഡ് പ്രസിഡന്റ് സ്ഥാനത്തേക്കു തേറമ്പിലിന്റെ പേര് നാമനിർദേശം ചെയ്യപ്പെട്ടിരുന്നു. പത്രത്തിലൊക്കെ ഫോട്ടോയടക്കം വാർത്ത വന്നെങ്കിലും ചില സാങ്കേതിക തടസ്സങ്ങളുടെ പേരിൽ നിയമനം നീണ്ടു. ഏറെ വൈകാതെ ആ മന്ത്രിസഭ പൊളിഞ്ഞു. കൊച്ചിൻ ദേവസ്വം ബോർഡിലേക്കൊന്നും തേറമ്പിലിനു പോകേണ്ടി വന്നില്ല. എൻഡിപി ചെയർമാനായി ഏകദേശം രണ്ടുവർഷക്കാലം തേറമ്പിൽ സജീവമായാണ് പ്രവർത്തിച്ചത്. എൻഎസ്എസ് കര യോഗങ്ങൾ കേന്ദ്രമാക്കി സംസ്ഥാനത്തിന്റെ വിവിധ ഭാഗങ്ങളിൽ എൻഡിപിക്കു സ്വാധീനമുള്ള പ്രദേശങ്ങളുണ്ടായിരുന്നു. അദ്ദേഹ ത്തിന്റെ നേതൃത്വത്തിലിരിക്കെയാണ് എൻഡിപിക്ക് കെഎസ്ആർ ടിസിയിലും അധ്യാപകർക്കിടയിലുമൊക്കെ സർവീസ് സംഘടനകൾ രൂപംകൊണ്ടത്.

എൻഡിവൈഎഫ് എന്ന യുവജന സംഘടനയും ഇക്കാലത്താണ് കൂടുതൽ ഊർജത്തോടെ പ്രവർത്തിച്ചത്. സാമ്പത്തിക സംവരണം എന്ന ആശയം പലരും പറയാൻ മടിച്ചപ്പോൾ ആർജ്ജവത്തോടെ സമൂഹത്തോടും സർക്കാരിനോടും നീതിപീഠത്തോടും ഉന്നയിച്ചത് എൻഎസ്എസ് ആണെന്നു തേറമ്പിൽ പറയും. പി.കെ. നാരായ ണപ്പണിക്കരാണ് സുപ്രീം കോടതിയിൽ അടക്കം എൻഎസ്എസിനു വേണ്ടി കേസ് നൽകിയതും നിയമയുദ്ധം നയിച്ചതും. തേറമ്പിൽ ഓർത്തെടുത്ത ഒരു സംഭവം ഇങ്ങനെ:

“തൃശ്ശൂരിൽ നടന്ന എൻഎസ്എസ് മഹാസമ്മേളനത്തിൽ പങ്കെ ടുത്ത എല്ലാവർക്കും ഒരു സ്ലിപ് കൊടുത്തു. സംവരണ കാര്യത്തിൽ അഭിപ്രായം എന്തെന്നു ചോദിച്ചുള്ള കുറിപ്പിൽ വിശദമായ അഭി പ്രായം എല്ലാവരിൽ നിന്നും എഴുതി വാങ്ങി. അന്നു കേരളത്തിൽ ലോനപ്പൻ നമ്പാടൻ മന്ത്രിയാണ്. നായർ മഹാസമ്മേളനത്തിൽ അതിഥിയായെത്തിയെ ലോനപ്പൻ നമ്പാടനും ഈ ചോദ്യത്തിനു സ്ലിപ്പിൽ ഉത്തരമെഴുതി. ഈ ആശയം പണ്ടു പള്ളിയിൽ പറഞ്ഞ പ്പോൾ ലോനപ്പൻനായർ എന്നെന്നെ പള്ളിക്കാർ കളിയാക്കിയെന്ന് അന്നു ലോനപ്പൻ നമ്പാടൻ പറഞ്ഞതോർക്കുന്നു.”

എൻഡിപി ക്ഷയിച്ച് ഇല്ലാതായെങ്കിലും ആ രാഷ്ട്രീയ പ്രസ്ഥാനം മുന്നോട്ടു വച്ച ആശയങ്ങളിൽപലതും കേരളത്തിലെ ഇടതുപക്ഷം

അടക്കമുള്ള രാഷ്ട്രീയ പ്രസ്ഥാനങ്ങൾ വൈകിയെങ്കിലും അംഗീകരിച്ചു അക്കാര്യത്തിൽ എൻഡിപിയെ നയിച്ചവരുടെ കൂട്ടത്തിലൊരാൾ എന്ന നിലയിൽ ചാരിതാർത്ഥ്യമുണ്ടെന്ന് തേറമ്പിൽ രാമകൃഷ്ണൻ പറയാറുണ്ട്. ആ ആശയങ്ങളുണ്ടാക്കിയ അനുരണനങ്ങൾ ഇന്നും കേരള രാഷ്ട്രീയത്തിന്റെ ചർച്ചകളിൽ പലപ്പോഴായി ചൂടുള്ള വിഷയമാകാറുണ്ടെന്നും തേറമ്പിൽ സ്മരിക്കുന്നു.

തൃശൂർ ജില്ലയിലെ മാളയിലായിരുന്നുവല്ലോ കെ.കരുണാകരൻ സ്ഥിരമായി മത്സരിക്കാറുള്ളത്. അടിയന്തരാവസ്ഥ കാലത്തു നടന്ന തിരഞ്ഞെടുപ്പ്. പനമ്പിള്ളി രാഘവമേനോൻ എൻഎസ്എസ് പ്രസിഡന്റായിരുന്ന കാലമാണ്. ലീഡർ മാളയിൽ മത്സരത്തിനിറങ്ങി. മത്സരം കടുപ്പത്തിലാവുകയും ലീഡർ വലിയ പ്രതിസന്ധിയിലാവുകയും ചെയ്ത തിരഞ്ഞെടുപ്പാണത്. തേറമ്പിൽ ഓർക്കുന്നു.

'എൻഎസ്എസ് കരുണാകരനെ എതിർക്കുമെന്നു വ്യാപകമായ പ്രചാരണം നടക്കുകയാണ്. അദ്ദേഹം തന്നെ പലവട്ടം വിളിച്ചു. പിടികൊടുത്തില്ല. സ്പെഷൽ ബ്രാഞ്ച് സർക്കിൾ ഇൻസ്പെക്ടറായ പദ്മനാഭമേനോനുണ്ട്. അദ്ദേഹം ലീഡറുടെ മനസ്സാക്ഷിസൂക്ഷിപ്പുകാരനാണ്. അദ്ദേഹം വഴി തേറമ്പിലിനെ രാമനിലയത്തിലെത്തിക്കാൻ ലീഡർ ഏർപ്പാട് ചെയ്തു. ഒരു പരിപാടിയിൽ വച്ച് കയ്യോടെ പിടികൂടി

രാമനിലയത്തിലെത്തിച്ചു. ലീഡർ ആകെ ക്ഷീണിതനായിരുന്നു. അദ്ദേഹം ഇങ്ങനെ പറഞ്ഞത് ഇന്നും ഓർമയുണ്ട്.

''തേറമ്പിൽ, കരയോഗങ്ങൾ എനിക്കെതിരാണ്. തേറമ്പിൽ ഒന്നിറങ്ങണം. കരയോഗങ്ങളിലെല്ലാം ഒന്ന് പോകണം.'' അടിയന്തരാവസ്ഥയിൽ ഒരുപാട് നായർ സർവീസ് സൊസൈറ്റി നേതാക്കളും പ്രവർത്തകരും അറസ്റ്റിലായതിന്റെ പേരിൽ കരുണാകരനോട് കരയോഗങ്ങളിൽ എതിർപ്പു ശക്തമായിരുന്നു. പകൽവെളിച്ചത്തിൽ കരുണാകരനു വേണ്ടി കരയോഗങ്ങളിൽ ചെന്നു വോട്ട് പിടിക്കാൻ പറ്റാത്ത അവസ്ഥ. അന്നു ജയിച്ചാൽ കരുണാകരൻ മുഖ്യമന്ത്രിയാണ്. അതാണ് ലീഡറെ അത്രയും ആകുലപ്പെടുത്തുന്നതും. എന്തു ചെയ്യണമെന്നറിയാതെ വിഷമിച്ച തേറമ്പിലും എം.പി. ഭാസ്കരൻ നായരും പലയിടത്തും രാത്രികാലങ്ങളിലായിരുന്നു ലീഡർക്കായി വോട്ട് ചോദിച്ചിറങ്ങിയത്.

ഒരു കരയോഗത്തിൽ ചെന്നു കരുണാകരനു വേണ്ടി സംസാരിച്ചപ്പോൾ ഞങ്ങളെ ഇറക്കിവിട്ട സംഭവം പോലുമുണ്ടായി. എന്നിട്ടും അന്നു കരുണാകരൻ ആവശ്യപ്പെട്ട പ്രകാരം അദ്ദേഹത്തിനൊപ്പം നിന്നു. അദ്ദേഹം ജയിച്ചു.

നായർ മഹാസമ്മേളനം അണികളുടെ ആവേശം

എൻഎസ്എസിലും എൻഡിപിയിലും തലമുതിർന്നവർക്കൊപ്പം അതിനിർണായക സ്ഥാനങ്ങളിൽ പ്രവർത്തിച്ചും പ്രതികരിച്ചു വളർന്ന തേറമ്പിൽ രാമകൃഷ്ണൻ 'ഞാൻ നായരാണ്' എന്നു നിയമ സഭയുടെ അകത്തളങ്ങൾ കേൾക്കെ പ്രഖ്യാപിച്ചിട്ടും പേരിനൊപ്പം ഒരിക്കലും 'നായർ' എന്ന വാല് ചേർത്തതേയില്ല. അതെന്താണ് അങ്ങനെയെന്നു ചോദിച്ചപ്പോൾ തേറമ്പിലിന്റെ മറുപടി ഇങ്ങനെ...

''സങ്കുചിതമായ അസ്തിത്വമല്ല എന്റേത്. വിശാലവും വിപുല വുമാണ് എന്റെ ചിന്താധാര. അവിടെ കേവലമായ മാനസികാവസ്ഥ യിലേക്കു ചുരുങ്ങാൻ എനിക്കാവില്ല. മാത്രമല്ല, എൻഎസ്എസിന്റെ സ്ഥാപകനായ മന്നത്ത് പദ്മനാഭൻ പേരിനൊപ്പം നായർ എന്നു ചേർത്തിരുന്നില്ലല്ലോ...''

■

വിവേകോദയം

ആത്മീയചിന്തയിലും ദൈവവിശ്വാസത്തിലും അടിയുറച്ചവരാണു കുടുംബം. സ്വാമി വിവേകാനന്ദന്റെ ആശയങ്ങളോടുള്ള കടുത്ത ആരാധന കുട്ടിക്കാലം മുതലുള്ള ഈ ആത്മീയ ബന്ധത്തിൽ നിന്നുരുത്തിരിഞ്ഞതാണ്. വളർന്നപ്പോഴും അടിയുറച്ച ആത്മീയതയെ കൈവിട്ടില്ല. രംഗനാഥാനന്ദ സ്വാമി, ചിന്മയാനന്ദ സ്വാമി, മാതാ അമൃതാനന്ദമയി, ശ്രീ ശ്രീ രവിശങ്കർ തുടങ്ങി ആത്മീയാചാര്യന്മാരുമായുള്ള വ്യക്തിബന്ധം സ്വന്തം ജീവിതത്തിന്റെ മുതൽക്കൂട്ടാണെന്നു വിശ്വസിക്കുകയും ചെയ്യുന്നു അദ്ദേഹം. ത്യാഗീശാനന്ദ സ്വാമികൾ

ഗാന്ധി സന്ദർശന സ്മരണ - പ്രതിമ അനാച്ഛാദനം

തൃശ്ശൂരിലെ പ്രമുഖ നായർ കുടുംബമായ കുറുപ്പത്തു തറവാട്ടിലെ അംഗമാണ്. കൃഷ്ണമേനോൻ എന്നായിരുന്നു പൂർവാശ്രമത്തിലെ പേര്. വിവേകോദയം സ്കൂളിലെ പ്രധാനാധ്യാപകനായിരുന്ന അദ്ദേഹം അവിടെ നിന്നാണു സന്ന്യാസത്തിലേക്കു തിരിഞ്ഞത്.

അന്നു കൊച്ചി രാജ്യത്തെ പ്രമുഖവിദ്യാലയമായിരുന്നു തൃശ്ശൂർ വിവേകോദയം സ്കൂൾ. മഹാത്മാഗാന്ധി സന്ദർശിക്കുകയും സ്വന്തം കൈപ്പടയിൽ കുറിപ്പെഴുതുകയും ചെയ്ത വിവേകോദയം തൃശ്ശൂരിന്റെ സാംസ്കാരിക ഭൂപടത്തിൽ വലിയ സ്വാധീനമുള്ള സ്ഥാപനമാണ്. ഗാന്ധിജിയുടെ കൈപ്പട ഇന്നും വിവേകോദയം സ്കൂളിൽ അമൂല്യനിധിയായി കാത്തുസൂക്ഷിക്കുന്നുണ്ട്. വിവേകാനന്ദന്റെ ആശയങ്ങളിൽ പ്രചോദനം ഉൾക്കൊണ്ട് അപ്പൻ തമ്പുരാന്റെയും പുത്തേഴത്ത് രാമൻ മേനോന്റെയും നേതൃത്വത്തിൽ അക്കാലത്തെ ഒരു സംഘം ചെറുപ്പക്കാർ തുടങ്ങിയതാണ് വിവേകോദയം സമാജം. എല്ലാ വിഭാഗക്കാർക്കും പ്രവേശനം നൽകിയും ദേശീയതയുടെ പ്രചാരണത്തിനായി ഖാദി ക്ലാസും സംസ്കൃതം ക്ലാസും പഠിപ്പിച്ച വിവേകോദയത്തിലാണ് സ്വാമി ചിന്മയാനന്ദനും രംഗനാഥാനന്ദസ്വാമിയും പ്രൊഫ.എൻ.കെ. ശേഷനും കെ.ടി അച്യുതനുമെല്ലാം പഠിച്ചത്.

വിവേകോദയം വിദ്യാലയ ശതാബ്ദി സ്മരണിക അശ്വതി തമ്പുരാട്ടി പി. ചിത്രൻ നമ്പൂതിരിപ്പാടിന് നൽകി പ്രകാശനം ചെയ്യുന്നു. അഡ്വ. കെ.എം. ഉണ്ണി (പ്രസിഡന്റ്), പള്ളത്ത് ബാബു (സെക്രട്ടറി), വേണുഗോപാൽ (പ്രിൻസിപ്പൽ) എന്നിവർ സമീപം.

വ്യവസായ പ്രമുഖനായിരുന്ന പദ്മശ്രീ സി.കെ. മേനോൻ, പി.എൻ.സി മേനോൻ (ശോഭ ഡെവലപ്പേഴ്സ്), സുന്ദർമേനോൻ, പദ്മഭൂഷൺ തൃശ്ശൂർ പി.രാമചന്ദ്രൻ, സാഹിത്യകാരനായ എം ആർ ചന്ദ്രശേഖരൻ, എം.എൽ.എ.ആയിരുന്ന എ വി ആര്യൻ, വിവേകാനന്ദ വേദിക് ഫൗണ്ടേഷൻ ഡയറക്ടർ ആയ ഡോ. ലക്ഷ്മികുമാരി തുടങ്ങി പൂർവ്വ വിദ്യാർത്ഥികളുടെ നിരനീണ്ടു പോകുന്നു. അഡ്വക്കേറ്റ് കെ. മാധവനുണ്ണി പ്രസിഡന്റും പി. സുരേഷ് കുമാർ (പള്ളത്ത് ബാബു) സെക്രട്ടറിയുമായ സമാജം വിദ്യാലയങ്ങളുടെ വളർച്ചയ്ക്കു വേണ്ടി പ്രവർത്തിച്ചു വരുന്നത്. തന്റെ മാനസപുത്രിയെന്നാണ് വിവേകോദയത്തെ തേറമ്പിൽ എന്നും വിശേഷിപ്പിക്കാറ്. അഞ്ചു പതിറ്റാണ്ടോളമായി വിവേകോദയം സ്കൂളിന്റെ മാനേജരാണു തേറമ്പിൽ രാമകൃഷ്ണൻ.

ആൺകുട്ടികൾക്കും പെൺകുട്ടികൾക്കും പ്രത്യേകമായി തൃശ്ശൂർ നഗരമധ്യത്തിൽ വിവേകോദയം സ്കൂൾ തിലകക്കുറി പോലെ തലയുയർത്തി നിൽക്കുന്നതിനു പിന്നിൽ തേറമ്പിലിന്റെ ദീർഘവീക്ഷണം പ്രസ്താവ്യമാണ്.

വൈവിധ്യങ്ങളുടെ നേർരേഖ

തേറമ്പിലിന്റെ 75-ാം പിറന്നാളാഘോഷം തൃശ്ശൂരിന്റെ ഉത്സവമായിരുന്നു. കൗസ്തുഭത്തിൽ രണ്ടായിരത്തോളം ആളുകൾ പങ്കെടുത്ത ചടങ്ങ്. വടക്കുംനാഥന്റെ ശ്രീമൂലസ്ഥാനത്തിനടുത്തു ജന്മനാളിൽ ഇത്തിമരത്തൈ നട്ടായിരുന്നു പരിപാടികളുടെ തുടക്കം. വിഭവ സമൃദ്ധമായ സദ്യ.

തൃശ്ശൂരിന്റെ പൊതുസമൂഹം തേറമ്പിലിനോടുള്ള സ്നേഹം ഒരിക്കൽകൂടി അന്ന് ഹൃദയംകൊണ്ടെഴുതി വച്ചു. പലതലങ്ങളിലുള്ള വിപുലമായ പൊതുപ്രവർത്തനശീലം തേറമ്പിലിന്റെ വ്യക്തിജീവിതത്തെ എന്നും സജീവമാക്കിയിട്ടേയുള്ളൂ. കാരണം, ചെന്നുകയറിയ ഇടങ്ങളിലെല്ലാം അദ്ദേഹത്തിന്റെ നിൽപ്പ് മുന്നിൽ തന്നെയായിരുന്നു. അഭിഭാഷകൻ, രാഷ്ട്രീയക്കാരൻ, സമുദായ നേതാവ്, ജനസേവകൻ, ഖാദി പ്രവർത്തകൻ, പ്രകൃതിസ്നേഹി, പരിസ്ഥിതി പ്രവർത്തകൻ, സ്കൂൾ മാനേജർ, ആത്മീയ സ്ഥാപനങ്ങളുടെ അമരക്കാരൻ, ഗാന്ധിയൻ പ്രചാരകൻ, തുടങ്ങി അദ്ദേഹത്തിന്റെ പ്രവർത്തന മേഖലയുടെ വൈപുല്യം ചില്ലറയല്ല.

തൃശ്ശൂരിന്റെ പ്രദക്ഷിണ വഴിയെന്ന പോലെ തൃശ്ശൂരിൽ തുടങ്ങി തൃശ്ശൂരിൽ തീരുന്നതാണ് അദ്ദേഹത്തിന്റെ സ്വപ്നങ്ങളും പദ്ധതികളും. കോൺഗ്രസിന്റെയും സംഘടനാ കോൺഗ്രസിന്റെയും എൻഎസ്എസിന്റെയും എൻഡിപിയുടെയുമെല്ലാം തലപ്പത്തെത്തിയെങ്കിലും ഓൾ കേരളയാകാൻ ഒരിക്കലും ശ്രമിച്ചിട്ടില്ല. എംഎൽഎ ആയപ്പോഴും ആ മനോഭാവത്തിനു മാറ്റം വന്നില്ല.

അദ്ദേഹത്തിന്റെ ഓൾ കേരളയും ഓൾ ഇന്ത്യയുമെല്ലാം തൃശ്ശൂരാണ്. തൃശ്ശൂരിനപ്പുറം ഒരു ലോകമില്ല തേറമ്പിൽ രാമകൃഷ്ണന്.

''ലോകത്തിൽ എന്തു സംഭവിച്ചാലും തേറമ്പിലിന് ഒരു പ്രശ്നവുമില്ല. തൃശ്ശൂർ എന്നു കേട്ടാൽ നിയമസഭയിൽ തേറമ്പിൽ ചാടിയെഴുന്നേൽക്കും.'' ഉമ്മൻ ചാണ്ടി ഒരിക്കൽ തമാശയായി പറഞ്ഞതാണെങ്കിലും അതിൽ കാര്യമുണ്ട്. ദേശീയമായി ചിന്തിക്കുകയും

തദ്ദേശീയമായി പ്രവർത്തിക്കുകയും ചെയ്യുന്ന 'തേറമ്പിൽ ശൈലി'യോടുള്ള തൃശ്ശൂരിന്റെ മറുപടിയായിരുന്നു 30 വർഷം നീണ്ട എംഎൽഎ പദവി. എംഎൽഎ സ്ഥാനം 25 വർഷം പൂർത്തിയാക്കിയപ്പോൾ തൃശ്ശൂരിന്റെ പൗരാവലി തേറമ്പിലിന്റെ ജീവിതത്തെ ആധാരമാക്കി സമാനതകളില്ലാത്ത ഒരു അക്ഷരോപഹാരം തേറമ്പിലിന് സമർപ്പിക്കുകയുണ്ടായി. ആ സ്മരണികയിൽ തേറമ്പിലിന്റെ ബഹുമുഖ ബന്ധങ്ങളുടെ ശുദ്ധിയും സ്വാധീനവും വാക്കുകളായും ചിത്രങ്ങളായും തെളിഞ്ഞു നിൽക്കുന്നു. അതൊരു മനുഷ്യന്റെ ജീവിതം മാത്രമല്ല വരച്ചു വയ്ക്കുന്നത്. ഒരു കാലത്തിന്റെ തുടിപ്പും കുതിപ്പും 'തൃശ്ശൂരിന്റെ സ്വന്തം തേറമ്പിൽ' എന്ന നാനൂറിലേറെ പേജുകളുള്ള സ്മരണികയിൽ വിശദീകരിക്കുന്നുണ്ട്.

ഏഴു പർവങ്ങളായി തിരിച്ച ഗ്രന്ഥം ജീവിതവും ചരിത്രവും രേഖപ്പെടുത്താൻ ആഗ്രഹിക്കുന്ന ഏതൊരാളെയും മോഹിപ്പിക്കും. അത്രമേൽ സുന്ദരമാണ് ആ സ്മരണികയുടെ രൂപകൽപ്പന ഡോ.പി.വി. കൃഷ്ണൻ നായരും പ്രൊഫ. എം.മാധവൻ കുട്ടിയും ഡോ. കെ.സി. പ്രകാശനും പ്രൊ.ജോൺ സിറിയക്കും മേതിൽ വേണുഗോപാലനും കെ.പി.രാധാകൃഷ്ണനും ചേർന്നു നടത്തിയ അണിയറ പ്രവർത്തനത്തെ

അക്ഷരോപഹാരം പ്രകാശനം - രമേശ് ചെന്നിത്തല, ഉമ്മൻ ചാണ്ടി, സി.എൻ. ബാലകൃഷ്ണൻ, സി. രാധാകൃഷ്ണൻ, പി.സി. ചാക്കോ, പി.വി. കൃഷ്ണൻ നായർ, കെ.എ. ഫ്രാൻസീസ് തുടങ്ങിയവർ

ഏകോപിപ്പിച്ച് ആകർഷണീയമായ പുസ്തകരൂപത്തിലാക്കിയതു ഭാനുപ്രകാശ് ആണ്. ആ സ്മരണികയുടെ പ്രകാശന ചടങ്ങും സമ്പന്നമായിരുന്നു. തൃശ്ശൂരിലെ ക്ഷണിക്കപ്പെട്ട പൗരാവലിയെ സാക്ഷിയാക്കി അന്നത്തെ മുഖ്യമന്ത്രി ഉമ്മൻചാണ്ടിയാണ് പ്രകാശനം ചെയ്തത്. രമേശ് ചെന്നിത്തല, സി.എൻ.ബാലകൃഷ്ണൻ, സാഹിത്യകാരൻ സി.രാധാകൃഷ്ണൻ, സൂര്യ കൃഷ്ണമൂർത്തി, പത്രപ്രവർത്തകൻ കെ.എ.ഫ്രാൻസിസ് തുടങ്ങിയ പ്രമുഖരെ സാക്ഷിയാക്കിയായിരുന്നു ചരിത്രത്തിൽ ഇടം നേടുന്ന ആ സ്മരണികയുടെ പ്രകാശനം. കുടമാറ്റത്തിനായി നിരന്നു നിൽക്കുന്ന കൊമ്പന്മാരെപ്പോലെ സ്മരണികയിലെഴുതിയ ഓർമ്മക്കുറിപ്പുകൾ തേറമ്പിലിന്റെയും തൃശ്ശൂരിന്റെയും പൈതൃകവും പ്രാമാണ്യവും വിളിച്ചോതുന്നു.

തൃശ്ശൂരിൽ തലമുറകളുടെ കൺമുന്നിലൂടെ നടന്ന എംഎൽഎയാണദ്ദേഹം. അവർക്ക് എംഎൽഎ എന്നാൽ തേറമ്പിലാണ്. തിരഞ്ഞെടുപ്പ് രാഷ്ട്രീയത്തിൽ തോൽവിയിൽ തുടങ്ങിയുള്ള അദ്ദേഹത്തിന്റെ വരവ് വിജയങ്ങളുടെ പൂരത്തിന്റെ മുന്നോടിയായിരുന്നുവെന്നു പറഞ്ഞുവല്ലോ. ജയിച്ചുവരാനായി മാത്രം ജനിച്ചവനല്ല തേറമ്പിൽ രാമകൃഷ്ണൻ. തോൽവികളൊക്കെയും ഒട്ടേറെ ജയങ്ങളിലേക്കു വേണ്ടിയുള്ള തയ്യാറെടുപ്പായിരുന്നു. ഇടതു വിദ്യാർഥി പ്രസ്ഥാനത്തിന്റെ വിളനിലമായിരുന്ന കേരളവർമ്മ കോളജിൽ ആദ്യവർഷം തന്നെ വിജയിച്ചു തുടങ്ങിയ അദ്ദേഹത്തിന്റെ ജീവിതയാത്രയിൽ രാഷ്ട്രീയം വെറുമൊരു വിഷയം മാത്രമായിരുന്നു. അതിനുമപ്പുറം അദ്ദേഹത്തിന്റെ സാമൂഹിക ഇടപെടൽ പല തലങ്ങളിലൂടെയാണ് വളർന്നത്, അത് ജനമനസ്സിൽ കൃത്യമായി രേഖപ്പെടുത്തുകയും ചെയ്തു. നമുക്കു മുൻപിലൂടെ നടന്നു വളർന്ന നേതാക്കളധികവും വെറും രാഷ്ട്രീയക്കാർ മാത്രമായിരുന്നു. തേറമ്പിൽ രാമകൃഷ്ണനെപ്പോലെ പല ശാഖകളിലേക്കു പടർത്തിയ ജീവിതമുള്ള നേതാക്കൾ ചുരുക്കമാണ്. അതാണ് തൃശ്ശൂരിന്റെ മണ്ണിൽ തേറമ്പിലിനെകൂടുതൽ ലക്ഷണയുക്തനാക്കുന്നതും.

രാഷ്ട്രീയാതീതമായി പ്രവർത്തിക്കുന്ന വിപുലമായ ഒരു സുഹൃദ് വലയം തേറമ്പിലിനൊപ്പം എപ്പോഴും ഉണ്ടായിരുന്നു. വലിയ പ്രമുഖരൊന്നുമല്ലെങ്കിലും ആ നല്ല സുഹൃത്തുക്കൾ നാടിനോടിണങ്ങുന്ന പദ്ധതികളിലേക്കു വഴിനടത്തുകയും ചർച്ചയും ചിന്തയുമെല്ലാം പങ്കുവയ്ക്കുകയും ചെയ്യുന്നു. രാഷ്ട്രീയവും ജനപ്രതിനിധിയെന്ന നിലയിലെ തിരക്കും ഉള്ളപ്പോഴും 'തേറമ്പിൽ അസോസിയേറ്റ്സ്' എന്ന അഭിഭാഷക സ്ഥാപനം തൃശ്ശൂരിന്റെ നിയമവൃത്തങ്ങളിൽ തലയെടുപ്പോടെ നിൽക്കുന്നതിനു പിന്നിലും ഈ അണിയറ സംഘത്തിലെ ചിലരുടെ അധ്വാനമുണ്ട്.

തലമുറമാറ്റം അനിവാര്യമാണെന്നും മുതിർന്നവരുടെ അനുഭവ സമ്പത്തും യുവത്വത്തിന്റെ പ്രവർത്തനോർജവും ഒന്നിച്ചു ചേരുമ്പോഴാണ് വിജയങ്ങൾക്കു സൗന്ദര്യം കൂടുകയെന്നുമുള്ള അദ്ദേഹത്തിന്റെ തോന്നൽ തന്നെയാണ് 'തേറമ്പിൽ അസോസിയേറ്റ്സി'നെ ഇന്നും അതേ ചുറുചുറുക്കോടെ നിലനിർത്തുന്നത്.

പാർശ്വവൽക്കരിക്കുന്ന കർമശേഷിയുള്ളവരെ അവഗണിക്കുന്ന പ്രവണത ചിലപ്പോൾ രാഷ്ട്രീയ പാർട്ടികളിൽ ഉണ്ടാകാറുണ്ട്. പക്ഷേ, സ്വന്തം പ്രൊഫഷണൽ ജീവിതത്തിൽ ഒരിക്കലും ഇദ്ദേഹം അതു ചെയ്തതേയില്ല. അഡ്വ.മേതിൽ വേണുഗോപാലനും അഡ്വ.സജിത് മേനോനും അഡ്വ.സുലഭ എസ്. മേനോനുമെല്ലാം തേറമ്പിൽ അസോസിയേറ്റ്സിലെ സഹപ്രവർത്തകരായി തിരക്കുള്ള അഭിഭാഷകരാണ്. വിശ്വം എന്ന വിശ്വനാഥനാണ് കാലങ്ങളായി വക്കീലാപ്പീസിലെ സകല കേസുകെട്ടുകളുടെയും ചുമതലക്കാരൻ. തേറമ്പിലിന്റെ മനസ്സാക്ഷി സൂക്ഷിപ്പുകാരനായും വിശ്വത്തെ കാണാം.

കൊട്ടിഘോഷിക്കപ്പെട്ടൊരു ബന്ധമല്ല പ്രകൃതിയുമായി തേറമ്പിലിനുള്ളത്. തേറമ്പിൽ പുറത്തുള്ളവർ കാണുന്നതിനുമപ്പുറം പ്രകൃതിസ്നേഹം ഉള്ളിലും പുറത്തും സൂക്ഷിക്കുന്ന വ്യക്തിയാണ്.

തൃശ്ശൂർ കാർഷിക സർവകലാശാലയിൽ എക്സിക്യൂട്ടീവ് അംഗമെന്ന നിലയിൽ അദ്ദേഹത്തിന്റെ ഹരിത ചിന്തയെ പ്രകടമായി കേരളം കണ്ടിട്ടുണ്ട്. മണ്ണിലിറങ്ങി നടക്കുന്ന ഒരു മനുഷ്യൻ ഉള്ളിലുണ്ടെന്ന് അടുപ്പക്കാർക്കറിയാം. ഭാര്യാപിതാവ് അറിയപ്പെടുന്ന കർഷകനായതിനാൽ മാത്രമല്ല, കുറ്റൂർ പാടത്തിന്റെ പച്ചപ്പും വീട്ടുപറമ്പിലെ മണ്ണിന്റെ നിറവും ഗന്ധവുമെല്ലാം അദ്ദേഹത്തിന്റെ മനസ്സിലെ പരിസ്ഥിതി ചിന്തയെ പ്രചോദിപ്പിച്ചിട്ടേയുള്ളൂ. ഹരിത ചിന്തയൊക്കെ വലിയ വിപ്ലവമായും സാമൂഹിക പ്രവർത്തനമായും കൊണ്ടുനടക്കുന്ന ഫാഷൻ നമുക്കിടയിൽ പ്രചരിക്കുന്നതിനു എത്രയോ മുൻപ് സ്വന്തം മണ്ഡലത്തിൽ പലതരം ഹരിത പദ്ധതികൾക്കു തേറമ്പിൽ നേതൃത്വം നൽകി. നിയമസഭാ മന്ദിരത്തിൽ വലിയ പൂന്തോട്ടമുണ്ടാക്കിയതു തേറമ്പിൽ നിയമസഭ സ്പീക്കറായ കാലത്താണ്. 25 വർഷം പൂർത്തിയാക്കിയ എം.എൽ.എ.മാരെക്കൊണ്ട് നിയമസഭാ വളപ്പിൽ തെങ്ങിൻതൈകൾ വയ്പിച്ചു. ആ തെങ്ങിൻ തൈകൾ വളർന്നു നാലുഭാഗത്തും തലയെടുപ്പോടെ നിൽപ്പുണ്ട്.

തൃശ്ശൂർ നഗരമധ്യത്തിൽ ഒരു വനം ഉണ്ടാക്കാൻ തേറമ്പിൽ മുന്നിട്ടിറങ്ങിയത് മറ്റൊരു ചരിത്രം. നഗരശിൽപിയായ ശക്തൻ തമ്പുരാന്റെ (രാജാ രാമവർമ) കൊട്ടാരവളപ്പിലാണ് ആ പൈതൃകോദ്യാനം സൃഷ്ടിക്കപ്പെട്ടത്.

തൃശ്ശൂർ നഗരത്തിലാണ് ശക്തൻ തമ്പുരാന്റെ ആരെയും മോഹിപ്പിക്കുന്ന കൊട്ടാരമുള്ളത്. തൃശ്ശൂർ പൂരം ആരംഭിച്ച ശക്തൻ തമ്പുരാന്റെ

കിരീടധാരണം നടന്നത് 1790ൽ ആയിരുന്നുവെന്നു ചരിത്രം പറയുന്നു. കൊച്ചി രാജ്യത്തിന്റെ തലസ്ഥാനം തൃപ്പൂണിത്തുറയിൽ നിന്നു തൃശ്ശൂർക്കു മാറ്റിയതും തൃശ്ശൂരിൽ കൊട്ടാരം പണിതതുമെല്ലാം ശക്തൻ തമ്പുരാനാണ്.

ഒരു രാജഭരണകാലത്തിന്റെ ഓർമപ്പെടുത്തലുമായി തൃശ്ശൂർ നഗരമധ്യത്തിൽ തലയുയർത്തി നിൽക്കുന്ന കൊട്ടാരം അന്യാധീനപ്പെടുന്ന അവസ്ഥയിലായിരുന്നു. പിന്നീട് കൊട്ടാരത്തിന്റെ അവകാശികളായി വന്ന ചിലർ കൊട്ടാരഭൂമി പലർക്കായി വീതിച്ചും വിൽപന നടത്തിയും നഷ്ടപ്പെടുത്താൻ ശ്രമം നടന്നു. കേരളത്തിൽ അന്ന് മുഖ്യമന്ത്രി അച്യുതമേനോനും ആഭ്യന്തര മന്ത്രി കെ. കരുണാകരനുമായിരുന്നു. കൊട്ടാരം സംരക്ഷിക്കാനുള്ള ശ്രമവുമായി സർക്കാർ നടപടികൾ ആരംഭിച്ചത് എംഎൽഎയായ തേറമ്പിൽ രാമകൃഷ്ണന്റെ ഇടപെടലുകളെ തുടർന്നാണ്. അങ്ങനെയാണ് സ്ഥലം സർക്കാർ ഏറ്റെടുത്തത്. അഞ്ഞൂറിലേറെ അവകാശികളുണ്ടായിരുന്ന കൊട്ടാരഭൂമി പലർക്കും വാടകയ്ക്കും മറ്റും കൊടുത്തതോടെ ഭൂമിയുടെ സ്വതന്ത്രാവകാശം നഷ്ടപ്പെടുമെന്ന ഘട്ടത്തിലെത്തിയപ്പോഴായിരുന്നു സർക്കാരിന്റെ ഈ ഇടപെടൽ ഉണ്ടായത്. ഏറ്റെടുക്കലിനായി രംഗത്തിറങ്ങിയപ്പോഴാണ് അവകാശികൾ അഞ്ഞൂറിലേറെ വരുമെന്നറിയുന്നത്. എന്നിട്ടും സ്ഥലത്തുള്ള രാജകുടുംബാംഗങ്ങളെ സമ്മതിപ്പിച്ച് സർക്കാർ ആ ഭൂമി ഏറ്റെടുക്കുകയായിരുന്നു. തിരുവിതാംകൂർ മഹാരാജാക്കന്മാർക്ക് സ്വത്ത് ധാരാളമുണ്ടെങ്കിലും അവകാശികൾ കുറവായിരുന്നു. എന്നാൽ കൊച്ചി രാജാക്കന്മാർക്കു ബന്ധുബലം കൂടുതലും സ്വത്ത് താരതമ്യേന കുറവുമായിരുന്നു. അതുകൊണ്ടാവാം കൊച്ചി രാജകുടുംബത്തിലെ സ്ത്രീകൾ പോലും ജോലിക്കു പോകുമായിരുന്നു. കൊച്ചി രാജകുടുംബാംഗങ്ങൾ ഉൽപതിഷ്ണുക്കളായതിനാൽ അവർ രാജസ്വത്തിൽ കണ്ണുവയ്ക്കുകയോ ആശ്രയിക്കുകയോ ചെയ്തില്ല. അതുകൊണ്ടുതന്നെ സർക്കാർ തലത്തിൽ കൊട്ടാരം ഏറ്റെടുത്തു ഹെറിറ്റേജ് പാർക്ക് എന്ന നിലയിൽ വികസിപ്പിക്കാൻ ഏറെ പ്രയാസപ്പെടേണ്ടി വന്നില്ല. പരമ്പരാഗതമായ വാസ്തുവിദ്യകൾ കൊണ്ടു പടുത്തുയർത്തിയ കൊട്ടാരം പിന്നീട് പുരാവസ്തുവകുപ്പിന്റെ സംരക്ഷണയിലായി. 1795ൽ ഡച്ച് പുരാവസ്തു പ്രകാരം പുതുക്കിപ്പണിത കൊട്ടാരം സംരക്ഷിത സ്മാരകമായി പ്രഖ്യാപനം നടത്തിയത് 1996 മാർച്ച് 17ന് ആണ്. അന്നു കേന്ദ്ര വ്യവസായ മന്ത്രിയായിരുന്ന കെ.കരുണാകരനാണ് അതു നിർവഹിച്ചത്. തേറമ്പിൽ രാമകൃഷ്ണൻ അന്ന് കേരള നിയമസഭയുടെ സ്പീക്കറായിരുന്നു.

2005 ഫെബ്രുവരി 2ന് ഇവിടെ പുരാവസ്തു മ്യൂസിയവും പൈതൃകോദ്യാനവും പ്രവർത്തനം തുടങ്ങി. കൊട്ടാരവളപ്പിൽ നിറയെ

വൃക്ഷത്തൈകൾ നട്ടു. കലാ സാഹിത്യ സാസ്കാരിക രാഷ്ട്രീയ നേതാക്കൾ മാത്രമല്ല, നഗരത്തിലെ കച്ചവടക്കാരും വ്യവസായികളുമെല്ലാം വൃക്ഷത്തൈകൾ നട്ട് തേറമ്പിലിന്റെ നേതൃത്വത്തിൽ നടന്ന ഈ ഹരിത പദ്ധതിക്കു പിന്തുണ നൽകി. അന്നു നട്ട നൂറ്റിയൊന്ന് വൃക്ഷത്തൈകൾ വളർന്നു വലുതായിരിക്കുന്നു. കാർഷിക സർവകലാശാലയുമായി ചേർന്നു മുളങ്കാടുകൾ നട്ടുവളർത്തിയതും നക്ഷത്രവനം ഉണ്ടാക്കിയതും ചിത്രശലഭങ്ങളുടെ പാർക്ക് രൂപകൽപന ചെയ്തതുമെല്ലാം തേറമ്പിൽ രാമകൃഷ്ണൻ എന്ന പരിസ്ഥിതി സ്നേഹിയായ ജനപ്രതിനിധിയുടെ ദീർഘവീക്ഷണത്തിന്റെ ദൃഷ്ടാന്തമാണ്. കൊട്ടാരം വെറുമൊരു വ്യവസായ സ്ഥാപനമാകാതിരിക്കാനും സർക്കാർ ഫണ്ടിൽ പ്രവർത്തനങ്ങൾ ഏകോപിപ്പിക്കാനും കൊട്ടാരം സർക്കാർ ഏറ്റെടുക്കാനും അന്യംനിന്നു പോകാതെ വീണ്ടെടുത്തു ജനങ്ങൾക്കു തുറന്നു നൽകാനും നേതൃത്വപരമായ ഇടപെടൽ തേറമ്പിലിന്റേതായിരുന്നു. തൃശ്ശൂർ നഗരമധ്യത്തിൽ പച്ച വിരിച്ച് ഒരു കൊച്ചുവനം കരിയാതെ നിലനിൽക്കുന്നതും അവിടെ ശലഭങ്ങൾവട്ടമിട്ടു പറക്കുന്നതും പലതരം കിളികൾ ചിലയ്ക്കുന്നതുമെല്ലാം പാരിസ്ഥിതികമായുള്ള പ്രശസ്തനായ ഒരു അഡ്വക്കേറ്റിന്റെ ദീർഘ കാഴ്ച. കൊന്നമരം വച്ചു പിടിപ്പിക്കുന്ന കർണികാരം എന്ന പദ്ധതി തേറമ്പിൽ രാമകൃഷ്ണൻ എംഎൽഎയായി വന്നശേഷമുള്ള ചുവടുവയ്പായിരുന്നു.തേക്കിൻകാടിനു ചുറ്റും കണിക്കൊന്നത്തൈകൾ നട്ടു. മണ്ഡലത്തിലെ എല്ലാ സ്കൂളുകളിലും നേരിട്ടുചെന്നു കൊന്നത്തൈകൾ നട്ടുപിടിപ്പിച്ചു. കേരളത്തിന്റെ ഐശ്വര്യമായ കണിക്കൊന്ന തൃശ്ശൂരിലെ വിദ്യാലയ മുറ്റങ്ങളിൽ ഇന്നും വിഷുവിന്റെ വരവറിയിച്ചു പൂത്തുവിടർന്നു നിൽക്കുന്നു.

കുറ്റൂർ എംഎൽഎ റോഡിലും സിവിൽലൈൻ റോഡിലും ഗുരുവായൂർ റോഡിലുമെല്ലാം മീഡിയനുകളിൽ ചെടിവച്ചു പിടിപ്പിച്ചു പരിപാലിക്കുന്നതിനു തൊട്ടടുത്ത സ്കൂളുകളെ ഏൽപ്പിച്ചെങ്കിലും അതൊന്നും കാര്യമായ വിജയം കണ്ടില്ല. പട്ടികവിഭാഗ കോളനികൾക്കു സൗജന്യമായി തെങ്ങിൻ തൈകൾ നൽകിയ പദ്ധതി വലിയ അനുഭവമാണ് നൽകിയതെന്നു തേറമ്പിൽ ഓർക്കുന്നു. തൃശ്ശൂരിലെ ആദ്യ തിരഞ്ഞെടുപ്പ് വിജയത്തിനു ശേഷമായിരുന്നു കോളനികളിൽ തെങ്ങിൻ തൈകൾ നൽകിയത്. അടുത്ത തിരഞ്ഞെടുപ്പിൽ വോട്ട് തേടിച്ചെന്നപ്പോൾ അന്ന് നട്ട തെങ്ങിൻ തൈകൾ വളർന്നിരിക്കുന്നു. കോളനിക്കാർ ആ തെങ്ങിൽ നിന്നു കരിക്കു വെട്ടി നൽകിയപ്പോഴുണ്ടായ ആഹ്ലാദകരമായ അനുഭവം അവിസ്മരണീയമെന്നും തേറമ്പിൽ പറഞ്ഞു.

"തൃശ്ശൂരിനെ ഒരു ഗ്രീൻ സിറ്റിയാക്കുക എന്റെ ലക്ഷ്യമായിരുന്നു. അതു പരിപൂർണ്ണമായി വിജയിച്ചില്ല. ആ സ്വപ്നത്തിലേക്കെത്താനാവാതെ പോയതിൽ ഇന്നും ഖേദമുണ്ട്."

തേക്കിൻകാടിനു ചുറ്റും കണിക്കൊന്ന നട്ടപ്പോൾ.
പൗരപ്രമുഖരോടൊപ്പം

തൃശ്ശൂരിൽ ആദരണീയം എന്നൊരു സംഘടനയുണ്ട്. അർഹിക്കുന്നവരെ കണ്ടെത്തി പ്രമുഖരുടെ സമക്ഷത്തിൽ ആദരിക്കുകയും അംഗീകാരം നൽകുകയും ചെയ്യുന്ന ദൗത്യമാണ് ആ സംഘടനയ്ക്ക്.

കെ ഗോപാലകൃഷ്ണൻ നേതൃത്വം നൽകുന്ന ആ സംഘടനയ്ക്കും ചുക്കാൻ പിടിക്കുന്നത് തേറമ്പിൽ രാമകൃഷ്ണനായിരുന്നു. ഇന്ത്യൻ സ്വാതന്ത്ര്യ സമരത്തിന്റെ 150-ാം വാർഷികത്തിൽ 150 പ്രമുഖരെ ഒരേ വേദിയിൽ ഒന്നിച്ചിരുത്തി ആദരിച്ച പരിപാടി ഏറെ പുതുമയുള്ളതായിരുന്നു.

മിടുക്കരിൽ പലരും ആദരിക്കപ്പെടാതെ പോകാറുണ്ട്. അവരെ ആദരിക്കലാണ് ആദരണീയം എന്ന സംഘടനയുടെ മറ്റൊരു ലക്ഷ്യമെന്നു തേറമ്പിൽ പറയുന്നു. നെഹ്റു കൾച്ചറൽ ഫോറം എന്നൊരു സംഘടനയുണ്ടായിരുന്നു തൃശ്ശൂരിൽ. പ്രതിമാസ പരിപാടികളൊക്കെ വിപുലമായി സംഘടിപ്പിക്കുന്ന ഈ സംഘടന. ഇവരുടെ പരിപാടികളിലും തേറമ്പിൽ സജീവമായി പങ്കെടുക്കുമായിരുന്നു. ജീവകാരുണ്യ പ്രവർത്തനങ്ങൾക്കൊപ്പം സഞ്ചരിക്കുന്ന പ്രസ്ഥാനങ്ങളുടെ സഹയാത്രികനാകുന്നതിൽ ആഹ്ലാദിക്കുന്ന വ്യക്തിയാണ് തേറമ്പിൽ.

അവർക്കൊപ്പമെല്ലാം നേതൃത്വനിരയിൽ തേറമ്പിലിനെയും കാണാം. ജന്മനാടായ കുറ്റൂരിൽ ഭിന്നശേഷിക്കാരായ കുട്ടികൾക്കു വേണ്ടി ശാന്ത ആർ മേനോന്റെ നേതൃത്വത്തിലുള്ള സ്വാശ്രയ,

വയോജന പരിചരണത്തിനായി ഡോ.തുളസിഭായിയും സഹപ്രവർത്തകരും നടത്തുന്ന ശാന്തിതീരം എന്നിവയുടെ രക്ഷാധികാരി തേറമ്പിലാണ്. കാര്യാട്ടുകരയിൽ പ്രൊഫ. ഭാനുമതിയുടെ നേതൃത്വത്തിൽ നടത്തുന്ന അംഹ (AMHA), ഷീബ അമീറിന്റെ സൊലേസ്, വൃക്കദാനവും ഡയാലിസിസും സൗജന്യമായി നൽകുന്ന ഉമ പ്രേമന്റെ ശാന്തിമെഡിക്കൽ ഇൻഫർമേഷൻ സെന്റർ, ഫാ. ഡേവീസ് ചിറമ്മലിന്റെ കിഡ്നി ഫൗണ്ടേഷൻ, ഫാ. ഫ്രാൻസിസ് ആലപ്പാട്ട്, ഡോ. ചാക്കോള എന്നിവരുടെ നേതൃത്വത്തിലുള്ള രക്തദാനപരിപാടികൾ, ഡോക്ടർമാരായ ഉണ്ണികൃഷ്ണൻ, ദിവാകരൻ എന്നിവർ നേതൃത്വം നൽകുന്ന പാലിയേറ്റിവ് കെയർ എന്നിവയിലുമെല്ലാം ഈ വക്കീൽ ചേർന്നു നിൽക്കുന്നു. ഇവരുടെയെല്ലാം പ്രവർത്തനങ്ങളിൽ സജീവമായി ഇടപെടുകയും നേതൃപരമായ നിർദേശം നൽകുകയും ചെയ്യുന്നു.

തേറമ്പിലിന്റെ പൊതുപ്രവർത്തനം തുടങ്ങുന്നതു ഗ്രന്ഥശാല പ്രസ്ഥാനത്തിലൂടെയാണ്. കുറ്റൂർ ഗ്രാമത്തിലെ വായനശാലയിൽ നിന്നു തുടങ്ങുന്ന ചരിത്രമാണത്. പത്താം വയസ്സിൽ കുറ്റൂർ വിജ്ഞാനോദയം വായനശാലയിൽ അംഗത്വമെടുത്തതോടെയാണ് ഈ

വിദ്യാലയങ്ങളിൽ കണിക്കൊന്ന നട്ടപ്പോൾ

ഡോ. രാഹുലൻ, ശോഭന പരമേശ്വരൻ നായർ,
വയലാ വാസുദേവൻ പിള്ള എന്നിവരെ ആദരിക്കുന്നു.
സമീപം കെ. രാധാകൃഷ്ണൻ

ശൈലീവല്ലഭന്റെ വായനലോകം വിപുലമായത്. വിജ്ഞാനോദയം വായനശാല ഇന്നുമുണ്ട്. കേരളത്തിൽ ഗ്രന്ഥശാല പ്രസ്ഥാനത്തിന്റെ അമരക്കാരനായിരുന്ന പി.എൻ.പണിക്കർക്കൊപ്പം വായനയുടെ ദീപ ശിഖയേന്തി ഒട്ടേറെക്കാലം രാമകൃഷ്ണനും ഒപ്പം നടന്നിട്ടുണ്ട്.

ഗ്രന്ഥശാല സംഘം താലൂക്ക് യൂണിയൻ ഭാരവാഹിത്വം മുതൽ ജില്ലാ പ്രസിഡന്റ്, കൺട്രോൾ ബോർഡ് അംഗം എന്നീ നിലകളി ലൊക്കെ വളർന്ന പ്രവർത്തനം വക്കീൽപ്പണിക്കിടയിലും വിടാതെ പിന്തുടർന്നു. പി.എൻ. പണിക്കരുടെ തൃശ്ശൂരിലെ പ്രതിനിധിയായാണ് തേറമ്പിലിനെ അന്നു പലരും കണ്ടിരുന്നത്. തായാട്ട് ശങ്കരൻ, ഐ.വി. ദാസ്, തെങ്ങമം ബാലകൃഷ്ണൻ, പി.ടി. ഭാസ്കരപ്പണിക്കർ, സി എൻ ബാലകൃഷ്ണൻ തുടങ്ങിയ പ്രമുഖർക്കൊപ്പം ഗ്രന്ഥശാലാ പ്രസ്ഥാനത്തിന്റെ സജീവമായ വളർച്ചയ്ക്കു തേറമ്പിലും തോളിനോടു തോൾ ചേർന്നു. തൃശ്ശൂർ നഗരത്തിന്റെ സാംസ്കാരിക മൂല്യം വിളി ച്ചോതുന്ന പബ്ലിക് ലൈബ്രറിയുടെ ദീർഘകാല സെക്രട്ടറിയായി രുന്നു അദ്ദേഹം. ചിത്രൻ നമ്പൂതിരിയും എം.സി.നമ്പൂതിരിപ്പാടും അഡ്വ.കെ.ബി.വീരചന്ദ്രമേനോനും പ്രസിഡന്റുകളായ കാലങ്ങളിൽ മാറ്റമില്ലാതെ സെക്രട്ടറി പദത്തിൽ അദ്ദേഹം തുടർന്നത് അക്ഷ രങ്ങളോടും പുസ്തകങ്ങളോടുമുള്ള അടുപ്പം കൊണ്ടാണ്. കേരള ത്തിൽ 'മാഗസിനുകളും പുസ്തകങ്ങളും വീട്ടിലെത്തിച്ചു നൽകുന്ന 'ഹോം സർവീസ്' ആദ്യമായി ഒരു പബ്ലിക് ലൈബ്രറി തുടങ്ങിയത് തൃശ്ശൂരിലാണ്.

പുസ്തകങ്ങളുമായി ഒരു വാഹനം നഗരത്തിലെ മുക്കിലും മൂല യിലും ഫ്ളാറ്റുകളിലും റസിഡന്റ്സ് അസോസിയേഷനുകളിലുമെല്ലാം കൈമാറാനെത്തുന്ന പദ്ധതിക്ക് തേറമ്പിൽ വേണ്ട ധനസഹായം

നൽകി. പബ്ലിക് ലൈബ്രറിയുടെ പുതിയ കെട്ടിട നിർമ്മാണത്തിന് ഒന്നര കോടി രൂപ അനുവദിച്ചു പണി തുടങ്ങിയെങ്കിലും തുടർ പ്രവർത്തനങ്ങൾ വേണ്ട വിധം മുന്നോട്ടു പോവുകയുണ്ടായില്ലെ ന്നുള്ള സങ്കടം ഇപ്പോഴും ബാക്കിയാണ്.

തൃശ്ശൂർ നിയോജക മണ്ഡലത്തിലെ ഇരുപതിലേറെ വായനശാല കൾക്കു കെട്ടിടം പണിയാൻ എംഎൽഎ ഫണ്ട് നൽകി ഗ്രന്ഥശാലക ളോടുള്ള ഐക്യദാർഢ്യം തേറമ്പിൽ പ്രകടിപ്പിച്ചു. കേരള നിയമ സഭാസ്പീക്കറായിരുന്നപ്പോഴാണ് നിയമസഭാ ലൈബ്രറി ഡിജിറ്റ ലൈസ് ചെയ്യുന്നത്. 'നിയമസഭാ ജൂബിലിക്ക്' മിനിസ്റ്റേഴ്സ് ഓഫ് കേരള, സ്പീക്കേഴ്സ് ആൻഡ് ഡപ്യൂട്ടി സ്പീക്കേഴ്സ്, എംഎൽ എമാർ' എന്നിങ്ങനെ മൂന്നു പുസ്തകങ്ങൾ പ്രസിദ്ധീകരിച്ചത് ഇദ്ദേഹത്തിന്റെ പ്രത്യേക താൽപര്യ പ്രകാരമാണ്. ഈ പുസ്ത കങ്ങളാണ് പിന്നീട് വന്ന സ്പീക്കർമാർ പുതുക്കിയത്. സാമാജികൻ എന്ന പേരിൽ ഒരു മാസിക 1995 നവംബറിൽ പ്രസിദ്ധീകരിച്ചു. ഈ രംഗത്തോടുള്ള ആഭിമുഖ്യം തേറമ്പിൽ സ്പീക്കറായിരിക്കെ തെളി യിച്ചു. 'നമ്മുടെ നിയമസഭ' എന്ന പേരിൽ കുട്ടികൾക്കായി ഒരു കൈ പ്പുസ്തകം തയ്യാറാക്കി നൽകിയതും തേറമ്പിലിന്റെ കാലത്താണ്. പഠനയാത്രയുടെ ഭാഗമായി നിയമസഭയിലെത്തുന്ന വിദ്യാർഥികൾക്ക് ഈ പുസ്തകം വലിയൊരു വിവരശേഖരത്തിന്റെ നിധിയായി. തൃശ്ശൂർ ബാലഭവനിൽ കുട്ടികളുടെ ലൈബ്രറി തുടങ്ങിയതും ഈ വക്കീലിന്റെ നേതൃത്വത്തിൽതന്നെ. ഇന്നും ഗ്രന്ഥശാലകളുമായുള്ള അദ്ദേഹത്തിന്റെ ബന്ധം സുദൃഢമാണ്.

അയ്യന്തോളിൽ തൃക്കുമാരകുടം വായനശാലയുടെ പ്രസിഡന്റ് തേറമ്പിലാണിപ്പോഴും. വീട്ടിലെ ഓഫീസിൽ ഇരിപ്പിടത്തിനു മീതെ മഹാത്മാഗാന്ധി ചിരിച്ചുനിൽപ്പുണ്ട്. വാത്സല്യത്തോടെയുള്ള ഗാ ന്ധിജിയുടെ ചിരിയും നോട്ടവും തലയ്ക്കു മീതെ നിന്നു തേറമ്പി ലിനു നൽകുന്ന ഊർജം എത്ര വലുതാണെന്ന് അദ്ദേഹത്തിന്റെ ജീവിതം തന്നെയാണ് ഉദാഹരണം. ഗാന്ധിയൻ പാത പിന്തുടരുന്നവരുടെ എണ്ണം കുറഞ്ഞു വരുന്നതാണ് ആപത്തെന്നു കരുതുന്ന അദ്ദേഹം, രാഷ്ട്രപിതാവിന്റെ സ്മൃതിയിരമ്പുന്ന രാജ്ഘട്ടിനെ പോലും അർഹി ക്കുന്ന പ്രാധാന്യത്തോടെയല്ല പരിപാലിക്കുന്നതെന്നു പരിതപിക്കു കയും ചെയ്യുന്ന ഗാന്ധിയനാണ്.

ഗാന്ധിയൻ ചിന്തകൾക്കൊപ്പം കസ്തൂർബാ ട്രസ്റ്റിന്റെ പ്രവർ ത്തനങ്ങളുമായി സജീവമാകുന്ന തേറമ്പിൽ എന്നും ഗാന്ധിയൻ ആശയങ്ങളോടാണ് ചേർന്നു നിൽക്കുന്നത്. കസ്തൂർബയുടെ മരണ ശേഷം സരോജിനി നായിഡുവിന്റെ നിർബന്ധത്തിനു വഴങ്ങി

വിദ്യാഭ്യാസമന്ത്രി എം.എ. ബേബി രാജാറാം മോഹൻറായ് പുരസ്കാരം നൽകിയപ്പോൾ. ടി.എം. ജേക്കബ്, സച്ചിദാനന്ദൻ, പാലോട് രവി എന്നിവർ സമീപം.

മഹാത്മാഗാന്ധി തുടങ്ങിയ ട്രസ്റ്റാണത്. കസ്തൂർബാ ട്രസ്റ്റിന്റെ കേരളത്തിൽ നിന്നുള്ള ഏക ട്രസ്റ്റി അംഗമാണ് വക്കീൽ. ഇൻഡോറിൽ ഓഫീസുള്ള കസ്തൂർബാട്രസ്റ്റിന്റെ ട്രസ്റ്റിയായി തേറമ്പിലിനു മുൻപ് ലക്ഷ്മി എൻ.മേനോനായിരുന്നു പ്രവർത്തിച്ചത്. കസ്തൂർബ ട്രസ്റ്റിന്റെ കീഴിൽ നെടുപുഴയിൽ പ്രവർത്തിക്കുന്ന വൃദ്ധസദനത്തിന്റെയും വിവിധ കേന്ദ്രങ്ങളിൽ നടത്തുന്ന അങ്കണവാടി, കൗൺസലിങ് സെന്റർ തുടങ്ങിയവയുടെ പ്രവർത്തനങ്ങളിലുമെല്ലാം ഇദ്ദേഹത്തിന്റെ മേൽനോട്ടമുണ്ട്.

സഹായിക്കുകയെന്ന ധാർമ്മികതയും സാമൂഹികപാഠവും ഇത്തരം സാഹചര്യങ്ങളിൽ നിന്നുൾക്കൊണ്ടതാണ്. വിവാഹത്തിനോ പഠനത്തിനോ വീട് നിർമാണത്തിനോ സഹായം തേടിയെത്തുന്നവരെ തേറമ്പിൽ മറ്റാരുമറിയാതെ പലപ്പോഴും സഹായിക്കാറുണ്ട്. നിയമസഭയിലെ അദ്ദേഹത്തിന്റെ ആദ്യപ്രസംഗം വളർന്നുവരുന്ന മദ്യാസക്തിക്കെതിരെയായിരുന്നുവെന്നതു ഗാന്ധിയൻ ആശയം ചിന്തയിൽ മാത്രമല്ല, പ്രവൃത്തിയിലും ഉണ്ടെന്നതിന് തേറമ്പിൽ തെളിവാണ്.

ഗ്രാമങ്ങളുടെ വികസനത്തിനായി ഗുൽസാരിലാൽ നന്ദ തുടങ്ങിവച്ച ഭാരത് സേവക് സമാജിന്റെ പ്രവർത്തനങ്ങളിലും തേറമ്പിൽ സജീവ മായിരുന്നു. അന്തരിച്ച കോൺഗ്രസ് നേതാവ് എം.എം.ജേക്കബ് ഈ സംഘടനയിലെ കേരളത്തിലെ സജീവ പ്രവർത്തകനായി രുന്നു.

വിനോബാ ഭാവെയുടെ ഭൂദാന പ്രസ്ഥാനമാണ് തേറമ്പിലിനെ സ്വാധീനിച്ച മറ്റൊരു പ്രസ്ഥാനം. വിവിധങ്ങളായ പ്രവർത്തന മേഖല കളിൽ രാഷ്ട്രീയാതീതമായ നേതൃസ്ഥാനം തേറമ്പിൽ ഭംഗിയായി കൈകാര്യം ചെയ്യുന്നതിൽ ഇവയൊക്കെ വഹിച്ച പങ്ക് വലുതായി രുന്നു. ഒരു ചാരുതയുണ്ട്. നേതൃമികവിന്റെ അടയാളങ്ങളായി തേറ മ്പിലിന്റെ ജീവിതത്തിൽ ഇങ്ങനെ എത്രയെത്ര സംഘാടക സംരംഭ ങ്ങൾ.

■

സൗഹൃദങ്ങളുടെ കപ്പിത്താൻ

സമഭാവത്തോടെയുള്ള സ്വീകാര്യതയാണ് തേറമ്പിലിന്റെ മുഖമുദ്ര. സർവ മതങ്ങൾക്കും സംഘടനകൾക്കും വിശ്വാസങ്ങൾക്കുമെല്ലാം അവരുടെ പ്രവർത്തന വഴിയിൽ പാരസ്പര്യക്കുറവുകളുണ്ടായേക്കാം. പക്ഷേ, അവരാരും അതൊരിക്കലും തേറമ്പിലിനോട് പ്രകടിപ്പിക്കാറില്ല. നല്ല ഹിന്ദുവിനും ക്രിസ്ത്യാനിക്കും നല്ല മുസൽമാനും മാത്രമേ നല്ല മനുഷ്യനാകാൻ കഴിയൂ എന്ന നിലപാടുകാരനോട് സൗഹൃദത്തിലാവാനല്ലാതെ ആർക്കും മറ്റൊന്നിനും സാധിക്കില്ലെന്നതാണ് തേറമ്പിലിന്റെ ജീവിതപാഠം. ആദ്യഘട്ടത്തിൽ അകലം പാലിക്കുകയും പിന്നീടു ബന്ധം പൊടുന്നനെ ഏറ്റവും അടുപ്പത്തിലേക്കു വളരുകയും ചെയ്ത കഥ തൃശ്ശൂർ ബിഷപ്പായിരുന്ന മാർ കുണ്ടുകുളവുമായി ബന്ധപ്പെട്ടുള്ളതാണ്. അതൊരു തിരഞ്ഞെടുപ്പു കാലത്തിന്റെ ഓർമകൂടിയാണ്.

ആ കഥ ഇങ്ങനെ:

‘‘തിരഞ്ഞെടുപ്പുകളുടെ ചരിത്രം പറയുമ്പോൾ തൃശ്ശൂരിൽ ജോസഫ് കുണ്ടുകുളം തിരുമേനിയെ സ്മരിക്കാതെ ആർക്കും കടന്നുപോകാനാവില്ല. ഒരുകാലത്തു തൃശ്ശൂരിന്റെ ആത്മീയ തേജസ്സായിരുന്നു മാർ ജോസഫ് കുണ്ടുകുളം. രാഷ്ട്രീയ നിലപാടുകളെ പോലും സ്വാധീനിക്കാവുന്ന ഇച്ഛാശക്തിയായിരുന്നു കുണ്ടുകുളം പിതാവിന്റെ ബലം. 1982ലെ തിരഞ്ഞെടുപ്പാണ്. എൻഡിപിയുടെ സ്ഥാനാർഥിയായി തൃശ്ശൂരിൽ തേറമ്പിലിന്റെ പേരും സജീവ ചർച്ചയിലുണ്ട്. പി.പി.ജോർജിനു സീറ്റ് നൽകണമെന്നായിരുന്നു കോൺഗ്രസ്സിന്റെ നിലപാട്. യുഡിഎഫിന്റെ ആരംഭകാലം കൂടിയാണത്. കെ.കരുണാകരനെ സർവരും കൈവിട്ടപ്പോൾ അന്നു കൂടെനിന്നത് എൻഡിപിയും പി.ജെ.ജോസഫിന്റെ കേരളാ കോൺഗ്രസും മാത്രമായിരുന്നു. തേറമ്പിലിന്റെ പേര് തൃശ്ശൂരിൽ ചർച്ചയ്ക്കു വന്നപ്പോൾ കുണ്ടുകുളം തിരുമേനിക്ക് ആദ്യഘട്ടത്തിൽ അത്ര അനുകൂല നിലപാടായിരുന്നില്ല. എതിർപ്പുകളുടെ എവറസ്റ്റ് മുന്നിലുണ്ടായാലും

തൃശ്ശൂർ സീറ്റ് മുറുകെപ്പിടിക്കാനുള്ള സർവ ശ്രമങ്ങളും എൻ.ഡി.പിയും നടത്തി. തോൽക്കുന്നെങ്കിൽ സ്വന്തം നാട്ടിൽ തന്നെ പോരാടി ത്തോൽക്കാം എന്നായിരുന്നു തേറമ്പിലിന്റെ നിലപാട്

പി.പി.ജോർജിനെ ചേർപ്പിലേക്കു മാറ്റി തൃശ്ശൂരിൽ എന്നെത്തന്നെ മത്സരിപ്പിക്കാമെന്ന ഫോർമുല രൂപപ്പെട്ടു. അതോടെ കുണ്ടുകുളം പിതാവിനെ നേരിട്ടു കാണാൻ തേറമ്പിൽ ബിഷപ്സ് ഹൗസിലേക്കു പോയി. നേരിട്ടു മുന്നിൽ ചെന്നു നിന്നിട്ടും പിതാവ് മുഖത്തേക്കു നോക്കുന്നില്ല. മുഖം തരുന്നില്ലെന്നുറപ്പിച്ചതോടെ, സമുദായങ്ങൾ തമ്മിലുള്ള ആത്മബന്ധത്തിന്റെ കണക്കും കഥകളുമെല്ലാം നിരത്തി അന്തരീക്ഷം സൗമ്യമാക്കാനുള്ള ശ്രമം തേറമ്പിൽ നടത്തി. രണ്ടു വട്ടം തോറ്റയാളാണ് ഞാൻ. ഇനിയും തോൽക്കുക വയ്യ. അത്രയും കേട്ടതോടെ കുണ്ടുകുളം മുഖമൊന്നുയർത്തി. ആഴത്തിലുള്ള നോട്ടം. തുടക്കത്തിലുള്ള മുറുക്കം അയഞ്ഞു. ഉള്ളിൽ ആശ്വാസത്തിന്റെ ഇളംകാറ്റ്. സകല എടങ്ങേറുകളും ആ കാറ്റിലകന്നു പോകുന്ന തോന്നൽ.

"എനിക്കു തേറമ്പിലിനോട് വ്യക്തിപരമായി വിരോധമില്ല."

"എനിക്കു തിരുമേനിയുടെ സഹായവും അനുഗ്രഹവും വേണം." തേറമ്പിൽ പറഞ്ഞു.

അവിടെ തുടങ്ങുന്നതാണ് തേറമ്പിൽ രാമകൃഷ്ണനും കുണ്ടുകുളം തിരുമേനിയും തമ്മിലുള്ള ബന്ധം. ആ വർത്തമാനത്തിന്റെ സകലതലങ്ങളുടെയും സത്യസന്ധത പിന്നീടുള്ള മുപ്പതു വർഷവും തേറമ്പിൽ പാലിച്ചു.

മാർപാപ്പയുടെ തൃശ്ശൂർ സന്ദർശനത്തിന്റെ മേൽനോട്ടക്കാരനായിരുന്ന തേറമ്പിൽ മാർ കുണ്ടുകുളത്തിന്റെ വലംകൈയായി മാറിയതൊക്കെ പിന്നീടുള്ള ചരിത്രം. പരിചയപ്പെടുന്നവരിൽ നിന്നിറങ്ങിപ്പോകാനാവാത്ത വിധം തേറമ്പിൽ രാമകൃഷ്ണൻ ബന്ധങ്ങളെ പരിശുദ്ധിയോടെ നിലനിർത്തും. പക്വതയോടെ ഇടപെടും. മഹാരഥന്മാർക്കൊപ്പമായാലും തേറമ്പിലിന്റെ ഇടപെടലിലെ വിശുദ്ധിക്ക് ഒരേ ഭാവമാവും. പനമ്പിള്ളി ഗോവിന്ദമേനോനുമായുള്ള സൗഹൃദം അക്കാലത്തു തൃശ്ശൂരിലെ പൊതുപ്രവർത്തകർക്കിടയിൽ പ്രസിദ്ധമാണ്. അദ്ദേഹത്തിനൊപ്പം പലയിടങ്ങളിലും പ്രസംഗിക്കാൻ തേറമ്പിലും പോകുമായിരുന്നു. ഭഗവദ് ഗീത മുതൽ ഭരണിപ്പാട്ടു വരെ എന്തും അതേ തന്മയത്വത്തോടെ പ്രസംഗിക്കുന്ന പനമ്പിള്ളിയുടെ ശൈലി തേറമ്പിലിനും പകർന്നു കിട്ടിയിട്ടുണ്ടെന്നു തേറമ്പിലിന്റെ അടുപ്പക്കാർ പറയാറുണ്ട്.

മുകുന്ദപുരത്ത് പനമ്പിള്ളി മത്സരിച്ചപ്പോൾ കൗണ്ടിങ് ഏജന്റ് മാരിൽ ഒരാൾ തേറമ്പിലായിരുന്നു. അന്ന് ദ്വയാംഗ മണ്ഡലങ്ങൾ

ഉണ്ടായിരുന്നു. ചാലക്കുടി അത്തരത്തിലൊന്നാണ്. ഒരിക്കൽ ചാല ക്കുടി മണ്ഡലത്തിൽ ജനറൽ സീറ്റിൽ പനമ്പിള്ളിയും സംവരണ സീറ്റിൽ കെ.കെ. ബാലകൃഷ്ണുമാണ് കോൺഗ്രസ് സ്ഥാനാർഥി കൾ. പിഎസ്പിയിലെ സി.ജി. ജനാർദ്ദനനാണ് എതിർ സ്ഥാനാർത്ഥി. പനമ്പിള്ളി ഗോവിന്ദമേനോൻ വിജയിച്ചാൽ മുഖ്യമന്ത്രിയാണ്.

പനമ്പിള്ളിയുടെ തെരഞ്ഞെടുപ്പ് പ്രഖ്യാപനത്തിനു ശേഷം

എന്നാൽ പനമ്പിള്ളി വിജയിക്കാതിരിക്കാനുള്ള ചില ലോബികളുടെ തന്ത്രപരമായ നീക്കങ്ങൾ മത്സരഘട്ടത്തിൽ ചാലക്കുടി മണ്ഡലത്തിൽ പ്രതിഫലിച്ചിരുന്നു. പനമ്പിള്ളിയും കെ.കെ.ബാലകൃഷ്ണനും അന്നു തോറ്റു. തോറ്റപ്പോഴും അദ്ദേഹം ഒട്ടും ഖേദിച്ചതേയില്ല.

പിറ്റേന്ന് ഒന്നും സംഭവിക്കാത്ത മട്ടിൽ അദ്ദേഹം ഹൈക്കോടതിയിൽ പോയി. തോൽവിയെക്കുറിച്ചു പത്രക്കാർ ചോദിച്ചപ്പോൾ 'രണ്ടാം മുണ്ട് താഴത്തുവീണു' എന്ന കൗതുകകരമായ മറുപടിയായിരുന്നു പനമ്പിള്ളിയിൽ നിന്നുണ്ടായത്. പക്ഷേ, കെ.കെ.ബാലകൃഷ്ണൻ കോപാകുലനായി. തോൽപിച്ചതാണെന്നും ബാലകൃഷ്ണൻ രോഷം കൊണ്ടു.

''കൊടുങ്കാറ്റിൽ മതിൽ തന്നെ പൊളിഞ്ഞു വീണപ്പോഴാണോ മതിലിനടുത്തു മൂത്രമൊഴിക്കാൻ നിന്നവന്റെ കാര്യം''' എന്നായിരുന്നു പനമ്പിള്ളിയുടെ മറുപടി.

''തൃശ്ശൂർ ഭാഗങ്ങളിൽ യോഗങ്ങൾക്കു വരുമ്പോൾ പനമ്പിള്ളിക്കൊപ്പം ഞാനും പോകും. അന്നു ഡിഡിസി സെക്രട്ടറിയാണ് ഞാൻ. യോഗം നടക്കാൻ പോകുന്ന സ്ഥലത്തിന്റെ പ്രത്യേകതകളും വിശേഷങ്ങളുമൊക്കെ പനമ്പിള്ളി ആരായും. അവിടെ ചെന്നാൽ ആളുകളൊക്കെയായി അദ്ദേഹം ഇടപെടുന്നതൊക്കെ കണ്ടുപഠിക്കേണ്ടതാണ്.'' തേറമ്പിൽ കൂട്ടിച്ചേർത്തു.

തേക്കിൻകാട് മൈതാനിയിൽ പ്രസംഗിക്കാൻ പനമ്പിള്ളി എത്തുന്നുവെന്നറിഞ്ഞാൽ നേരത്തേ പോയി സീറ്റ് പിടിക്കുമായിരുന്ന തേറമ്പിൽ പിന്നീട് അദ്ദേഹത്തിന്റെ സഹചാരിയായി മാറിയതു യാദൃച്ഛികമല്ല. പ്രസംഗത്തിലും പ്രായോഗിക ജീവിതത്തിലും വഴികാട്ടിയെന്ന മട്ടിൽ തേറമ്പിൽ പലപ്പോഴും പ്രകീർത്തിക്കാറുള്ളത് സാക്ഷാൽ പനമ്പിള്ളി ഗോവിന്ദ മേനോനെയാണ്.

കെ.കരുണാകരനുമായുണ്ടായിരുന്ന വ്യക്തിപരമായ ആത്മബന്ധത്തെ വാക്കുകൾ കണ്ടു വിവരിക്കാൻ തേറമ്പിലിനാവില്ല. വാക്കുകളിലൊതുങ്ങുന്ന ബന്ധവുമല്ല അത്. അളവറ്റ വാത്സല്യവും അടുപ്പവും രാഷ്ട്രീയത്തിനപ്പുറം ഇരുവരും എന്നും കാത്തുസൂക്ഷിച്ചിരുന്നു.

1965ൽ അവിഭക്ത കോൺഗ്രസിന്റെ നാലു ജില്ലാ ജനറൽ സെക്രട്ടറിമാരിൽ ഒരാളായിരുന്നു തേറമ്പിൽ രാമകൃഷ്ണൻ എന്നു പറഞ്ഞുവല്ലോ. കെ.കെ.ബാലകൃഷ്ണൻ, സി.കെ.ജി വൈദ്യർ, പി.ടി കൗമുദിയമ്മ എന്നിവർക്കൊപ്പം 24 വയസ്സുകാരൻ തേറമ്പിൽ രാമകൃഷ്ണനും ഊർജസ്വലതയോടെ പാർട്ടിയെ നയിച്ചു. സി.സി ജോർജ് ആയിരുന്നു ഡിസിസി പ്രസിഡന്റ്. കുറൂർ നീലകണ്ഠൻ നമ്പൂതിരിപ്പാട്,ടി.പി.സീതാരാമൻ, പഴയകാല മന്ത്രിമാരായ കെ.കൊച്ചുകുട്ടൻ,

കെ.ടി.അച്യുതൻ തുടങ്ങിയവരൊക്കെ തൃശ്ശൂർ ജില്ലയിലെ കോൺഗ്രസിന്റെ തലമുതിർന്ന നേതാക്കളായിരുന്നു. കെ.കരുണാകരൻ അന്നു തൃശ്ശൂരിലാണ് പ്രവർത്തനമെങ്കിലും അദ്ദേഹത്തിന്റെ സ്വാധീനം സംസ്ഥാന തലത്തിലായിരുന്നു. അക്കാലത്തു തൃശ്ശൂരിൽ നിന്നുള്ള കെപിസിസി അംഗങ്ങളുടെ തിരഞ്ഞെടുപ്പിൽ സിറ്റിങ് അംഗമായ വർഗീസ് കല്ലിങ്കലിനെ ഒറ്റ വോട്ടിനു തോൽപിച്ച് കെപിസിസി അംഗമായി തേറമ്പിൽ.

കോൺഗ്രസിന് വെറും 9 എംഎൽഎമാരുണ്ടായിരുന്ന 1967-69 കാലത്ത് തൃശ്ശൂരിൽ നിന്നുമാത്രം മൂന്നുപേരുണ്ടായിരുന്നു. കെ. കരുണാകരനും എൻ.ഐ.ദേവസ്സിക്കുട്ടിയും പി.പി.ജോർജും. അത്രമേൽ വേരോട്ടം തൃശ്ശൂർ ജില്ലയിൽ കോൺഗ്രസിന് ഉണ്ടായിരുന്നു.

കൊച്ചി രാജ്യത്തെ പ്രധാനമന്ത്രിയായിരുന്ന ഇക്കണ്ടവാരിയരും ലീഡർ കെ.കരുണാകരനും എഐസിസി ജനറൽ സെക്രട്ടറിയായിരുന്ന കെ.പി.മാധവൻ നായരും കെ.സി ഏബ്രഹാം മാഷും കെ. ശങ്കരനാരായണനും ടി.ഒ.ബാവയുമൊക്കെ തേറമ്പിലിനെ ആവോളം പ്രോത്സാഹിപ്പിച്ചവരാണ്. വി.ആർ.കൃഷ്ണനെഴുത്തച്ഛനെ ഓർക്കാതെ തേറമ്പിലിന്റെ പൊതുപ്രവർത്തനത്തെ പരാമർശിച്ചുപോകാൻ ആർക്കും കഴിയില്ല. തേറമ്പിൽ പറയുന്നത് ഇങ്ങനെ:

''ഇക്കണ്ടവാരിയർ വക്കീലായിരുന്നു. രാഷ്ട്രീയ യാത്രയിൽ ആദർശത്തിന്റെ ഓരം ചേർന്നു മാത്രം നടന്ന വാരിയർ ജീവിതസായാഹ്നത്തിൽ രാഷ്ട്രീയത്തിൽ നിന്നകന്നു ഭൂദാനപ്രസ്ഥാനവും ഖാദി പ്രചാരണവും ശീലമാക്കി. തൃശ്ശൂരിൽ ഒല്ലൂർ എടക്കുന്നിയിലായിരുന്നു ഇക്കണ്ടവാരിയരുടെ വീട്. അദ്ദേഹം കൊച്ചി പ്രധാനമന്ത്രിയായിരുന്ന കാലത്താണ് പീച്ചി ഡാം നിർമിച്ചത്. മരച്ചീനി കൃഷിയെ പ്രോത്സാഹിപ്പിക്കാനും ഗാന്ധിയൻ ആശയങ്ങളെ പ്രചരിപ്പിക്കാനും ഇക്കണ്ടവാരിയർ മുന്നിട്ടിറങ്ങി. ഭൂദാനപ്രസ്ഥാനവും ഖാദി പ്രചാരണവുമൊക്കെ ജീവിതചര്യയായതിൽ ഇക്കണ്ടവാരിയരുടെ സ്വാധീനം വലുതായിരുന്നു.''

ജീവിതത്തിൽ ദിശാബോധമുള്ളവർ എന്ന നിലയിൽ ഇക്കണ്ടവാരിയരും കൃഷ്ണനെഴുത്തച്ഛനുമെല്ലാം തേറമ്പിലിന്റെ അകത്തും പുറത്തും ചിന്തകൾ കൊണ്ടു ചിറകുകളുണ്ടാക്കി ലക്ഷ്യത്തിലേക്കുള്ള പ്രയാണത്തിന് അവർ ആദർശവും ആത്മവീര്യവും കരുത്തോടെ സൂക്ഷിച്ചിരുന്നവരാണ്. ഭഗവദ്ഗീതയിലെയും പുരാണേതിഹാസങ്ങളിലെയും ആദർശ സംഹിതകൾ ഇവരെല്ലാം സ്വജീവിതത്തിൽ പരിശീലിച്ചവരുമായിരുന്നു. ഗീതാപാരായണം തേറമ്പിൽ കുട്ടിക്കാലത്തു തുടങ്ങിയതാണ്. എല്ലാ ശ്ലോകങ്ങളും മനപ്പാഠമാക്കിയ തേറമ്പിലിനു ഗീതാപാരായണം എന്നും മുടങ്ങാത്ത ചര്യയാണ്. പത്താം ക്ലാസ് വരെ സംസ്കൃതം പഠിച്ചതിനാൽ പുരാണേതിഹാസങ്ങളുടെ

സത്യവും അർത്ഥവുമെല്ലാം ഒട്ടും ചോരാതെ കുട്ടിക്കാലത്തേ ഉള്ളിലൂറിക്കിടന്നിരുന്നു.

പ്രജാമണ്ഡലം നേതാവായിട്ടായിരുന്നു വി.ആർ.കൃഷ്ണനെഴുത്തച്ഛനെ തേറമ്പിൽ ആദ്യമറിയുന്നത്.

കെ.കരുണാകരന്റെ രാഷ്ട്രീയഗുരു എന്ന നിലയിലെ തലയെടുപ്പു മാത്രമല്ല, സഹകരണ രംഗത്തെ കൃഷ്ണനെഴുത്തച്ഛന്റെ സംഭാവന പറഞ്ഞാൽ തീരാത്തതാണ്. കൃഷ്ണനെഴുത്തച്ഛനു തേറമ്പിലിനെ കണ്ടപ്പോൾ തന്നെ ബോധിച്ചുവെന്നു വേണമെങ്കിൽ പറയാം. വലിയ വാത്സല്യമായിരുന്നു. ദീനബന്ധു എന്ന പത്രം അദ്ദേഹത്തിന്റെ നേതൃത്വത്തിൽ പ്രസിദ്ധീകരിച്ചിരുന്നു. പത്രത്തിന്റെ എഡിറ്റർ എന്ന നിലയിൽ എഴുത്തിനോടും വായനയോടും കൃഷ്ണനെഴുത്തച്ഛന്റെ ആഭിമുഖ്യം പ്രസിദ്ധവുമായിരുന്നു. കൊച്ചി നിയമസഭയിൽ അംഗമായിരുന്ന കൃഷ്ണനെഴുത്തച്ഛനായിരുന്നു ഗ്രാമോദ്ധാരണത്തിന്റെ പ്രയോക്താവ്. അവിണിശേരിയിലാണ് കൃഷ്ണനെഴുത്തച്ഛന്റെ വീട്. കേരളത്തിലെ വാർധ എന്നായിരുന്നു അവിണിശ്ശേരി അന്ന് അറിയപ്പെട്ടിരുന്നത്. ആ നാടിനെ അത്തരത്തിൽ രൂപകൽപന ചെയ്യുന്നതിൽ കൃഷ്ണനെഴുത്തച്ഛൻ എന്ന കൃശഗാത്രനായ ഗ്രാമബന്ധുവിന്റെ ഉൾക്കാഴ്ച അത്രമേൽ വിപുലമായിരുന്നു. നല്ല കൃഷിക്കാരൻ കൂടിയായ അദ്ദേഹത്തിന്റെ ഗാന്ധിയൻ ചിന്തകളും പ്രവർത്തനവും ചെറുപ്പക്കാരായിരുന്ന തേറമ്പിലിനെപ്പോലുള്ള രാഷ്ട്രീയക്കാർക്കു വഴികാട്ടിയായിരുന്നു. ഇക്കണ്ടവാരിയർ മുതൽ സ്വാതന്ത്ര്യസേനാനികളുടെ സ്നേഹവായ്പുകൾക്കൊപ്പം നടന്നു വളർന്ന തേറമ്പിൽ ഏറ്റവും പുതിയ തലമുറയ്ക്കൊപ്പവും അതേ വൈകാരികതയോടെ പ്രവർത്തനങ്ങളിൽ സജീവമാകുന്നു. അവരെല്ലാമായി അഭേദ്യമായ ബന്ധം നിലനിർത്തുന്നു. അങ്ങനെ നോക്കുമ്പോൾ നാല് തലമുറയുമായാണു തേറമ്പിൽ സംവദിച്ചതെന്നോർക്കണം. അടുത്തവരുടെയെല്ലാം ലാളനയും സ്നേഹവും അനുഭവിക്കാനായി എന്നതും ചെറിയ കാര്യമല്ലല്ലോ. ഇക്കണ്ടവാരിയർ ട്രസ്റ്റ് എന്ന പേരിൽ തൃശ്ശൂരിൽ പ്രവർത്തിക്കുന്ന പ്രസ്ഥാനത്തിന്റെ ചെയർമാനായും തേറമ്പിൽ ആ മഹാനുഭാവന്റെ മഹത്വത്തെ ആദരവോടെ പിന്തുടരുന്നു.

കുറൂർ നീലകണ്ഠൻ നമ്പൂതിരിപ്പാടുമായി കോൺഗ്രസ് പാർട്ടിക്കുള്ള കടപ്പാട് വളരെയുണ്ട്. ഗാന്ധി, നെഹ്റു കുടുംബങ്ങളുമായൊക്കെ ആത്മബന്ധമുണ്ടായിരുന്ന കുറൂർ മാതൃഭൂമിയുടെ പത്രാധിപരും എം.ഡിയുമായിരുന്നു. തൃശ്ശൂർ അടാട്ടാണ് കുറൂർ മന. പ്രമാണ്യത്തിന്റെ തിടമ്പേറ്റിയ നമ്പൂതിരി കുടുംബത്തിൽ പിറന്ന കുറൂരിന്റെ സ്വാതന്ത്ര്യ ബോധം അന്നത്തെ സാമൂഹിക ചുറ്റുപാടുകളിലെ പോരാട്ടങ്ങൾക്കിടയിൽ ജ്വലിച്ചു നിന്നിട്ടുണ്ട്. കുറുപ്പത്ത്

നായർ തറവാട്ടിലെ ടി.സി.കൊച്ചുകുട്ടിയമ്മയെ വിവാഹം ചെയ്തതിലൂടെ നമ്പൂതിരി സമുദായത്തിൽ നിന്നു ഭ്രഷ്ട് കൽപ്പിക്കപ്പെട്ട കുറൂർ നമ്പൂതിരിപ്പാട് ഹരിജൻ സമുദായോദ്ധാരണത്തിനും ഖാദി പ്രവർത്തനത്തിനും സ്വന്തം ജീവിതം പിൽക്കാലത്ത് ഉഴിഞ്ഞുവച്ചു.

''കുറുപ്പം റോഡിലെ വീട്ടിലായിരുന്നു താമസം. നല്ല ഉയരം കൂടിയ, പ്രത്യേകതരം ജുബ്ബ ധരിച്ച് രണ്ടാം മുണ്ടും തോളിലിട്ടു താത്വികഭാവത്തിലാവും അദ്ദേഹത്തിന്റെ വരവ്. എല്ലാവരെയും ആദരിക്കുന്ന പ്രകൃതമാണ്. വലിയ പ്രാസംഗികനൊന്നുമല്ലെങ്കിലും മൂല്യങ്ങൾക്കു പ്രാധാന്യം പറഞ്ഞു കൊണ്ടാവും അദ്ദേഹത്തിന്റെ പ്രസംഗങ്ങളൊക്കെയും. കേരള നിയമസഭയിലേക്കു മണലൂർ മണ്ഡലത്തിൽ നിന്ന് ഒരിക്കൽ മത്സരിച്ചു ജയിച്ചിരുന്നു. കുറൂരിനെപ്പോലുള്ളവരുടെ അനുഗ്രഹമാണ് എന്റെ ഊർജവും ആത്മവിശ്വാസവും.''

തേറമ്പിൽ പറഞ്ഞു.

പണ്ഡിറ്റ് ജവഹർലാൽ നെഹ്റു അടക്കമുള്ള കോൺഗ്രസ് നേതാക്കൾ സന്ദർശനം നടത്തിയ കുറൂരിന്റെ കുറുപ്പത്ത് ഭവനം പക്ഷേ, ചരിത്രപ്രാധാന്യമുള്ള സ്മാരകമായി നിലനിർത്താൻ പിൻതലമുറക്കാർക്കു സാധിക്കാതെ പോയതിലുള്ള ദുഃഖം തേറമ്പിൽ മറച്ചു വയ്ക്കുന്നില്ല. ചരിത്രമുറങ്ങുന്ന ആ സ്ഥലം അന്യാധീനപ്പെട്ടതിൽ അദ്ദേഹം ഖിന്നനാണ്.

ജീവിതത്തിന്റെ സമസ്ത മേഖലകളിലുംപെട്ട പ്രഗത്ഭ വ്യക്തികളുമായി രാഷ്ട്രീയത്തിനതീതമായി അദ്ദേഹം ഉറ്റ സമ്പർക്കം പുലർത്തി.

പവനൻ സാഹിത്യ അക്കാദമി സെക്രട്ടറിയായിരുന്ന കാലം. വകയിൽ അമ്മാവനായി വരുന്ന തേറമ്പിൽ ശങ്കുണ്ണി മേനോൻ പവനനുമായി വലിയ ആത്മബന്ധത്തിലായിരുന്നു. മൂന്ന് എംഎ ബിരുദമൊക്കെയുള്ള, മരക്കണക്ക് മെട്രിക് അളവിൽ സംഗ്രഹിച്ചു രേഖപ്പെടുത്തുന്നതിൽ അഗ്രഗണ്യനായ ശങ്കുണ്ണിമേനോനു സാഹിത്യത്തിലും നല്ല വഴക്കമായിരുന്നു. അമ്മാവൻ വഴിയാണു പവനനുമായി തേറമ്പിലിനു ബന്ധമുണ്ടാവുന്നത്. ട്രിബിൾ എംഎ മാത്രമല്ല ശങ്കുണ്ണി മേനോന്റെ പ്രത്യേകത. കാട്ടിലെ വന്യമൃഗങ്ങളെക്കുറിച്ച് അദ്ദേഹം എഴുതിയ പുസ്തകം പ്രസിദ്ധമായിരുന്നു. തടിക്കണക്ക് മെട്രിക്കിലേക്കു സംഗ്രഹിച്ചത് കേന്ദ്രസർക്കാർ തലത്തിൽപോലും അംഗീകാര നേടിയിട്ടുണ്ട്. ജ്യോതിഷവും അമ്മാവനു നന്നായി വഴങ്ങിയിരുന്നു.

മഹാകവി അക്കിത്തവുമായി തേറമ്പിലിനുണ്ടായിരുന്ന അടുപ്പം വ്യക്തിപരമായിരുന്നു. ഒരു കാലഘട്ടത്തിലെ തൃശ്ശൂർ രാഷ്ട്രീയത്തിന്റെ ഇതിഹാസം എന്നാണ് തേറമ്പിലിനെ അക്കിത്തം വിശേഷിപ്പിച്ചത്. കൈരളി പ്രസ് എന്ന സഹകരണ സംഘത്തിന്റെ പ്രസിഡന്റായിരുന്നു

തേറമ്പിൽ. തേമ്പാട്ട് ശങ്കരൻ നായർ എന്ന സാഹിത്യകാരനായിരുന്നു ദീർഘകാല അതിന്റെ സെക്രട്ടറി. കഥകളിയിലൊന്നും വലിയ അവഗാഹം തേറമ്പിൽ രാമകൃഷ്ണനില്ലെന്ന് അദ്ദേഹം തന്നെ പറയും.

എന്നാൽ, തൃശ്ശൂരിലെ കഥകളി ക്ലബ് തേറമ്പിലിന്റെ ജീവിതത്തിലെ മറ്റൊരു സൗഹൃദത്താവളമാണ്. അവിടെവച്ചാണ് കലാമണ്ഡലം ഗോപിയെപ്പോലുള്ളവരുമായി ചങ്ങാത്തം ഊഷ്മളമാകുന്നത്.

ഫാ. വടക്കൻ ഒരു സാമ്രാജ്യം പോലെ പന്തലിച്ച കാലത്ത് ചിയ്യാരത്ത് ഒരു ഭവന നിർമാണ പദ്ധതിയുമായി ബന്ധപ്പെട്ട് വലിയ വിവാദങ്ങളുണ്ടായി. പാവപ്പെട്ടവർക്കായി വടക്കനച്ചന്റെ നേതൃത്വത്തിൽ നിർമിച്ചു നൽകുന്ന വീടുകളുടെ പദ്ധതിയായിരുന്നു അത്. കുറേ കഴിഞ്ഞപ്പോൾ അതിൽ പ്രശ്നങ്ങളും തർക്കങ്ങളും വന്നപ്പോൾ കമ്മിഷണറായി കോടതി അന്വേഷിക്കാൻ നിയോഗിച്ചത് തേറമ്പിൽ രാമകൃഷ്ണനെയായിരുന്നു. അന്വേഷണത്തിനെത്തിയപ്പോൾ അത്ര സുഖകരമായ പ്രതികരണമല്ല തേറമ്പിലിനു ലഭിച്ചത്.

"വടക്കനച്ചൻ അന്നവിടെ ഉണ്ടായിരുന്നില്ല. ഉള്ളവരാകട്ടെ, ശത്രുവിനോടെന്ന പോലെ പെരുമാറുന്നു. ഭവന പദ്ധതിയിൽ അദ്ദേഹത്തിന്റെ നടത്തിപ്പിലെ പിഴവ് സംബന്ധിച്ചായിരുന്നു കേസ്. പരിശോധിച്ച് തയ്യാറാക്കി കോടതിയിൽ സമർപ്പിച്ച റിപ്പോർട്ടിൽ അദ്ദേഹത്തിന് ഇഷ്ടക്കേടുണ്ടാക്കിയ പലതും ഉണ്ടായിരുന്നെങ്കിലും വടക്കനച്ചനും ഞാനും തമ്മിൽ വലിയ സൗഹൃദം തന്നെയായിരുന്നു."

വടക്കനച്ചൻ ഒരു പടയാളിയായിരുന്നു.. വിമോചന സമരകാലത്തെ യോഗങ്ങളിൽ ഞങ്ങൾ ഒന്നിച്ചു പ്രസംഗിച്ചിരുന്നു. വടക്കനച്ചൻ വിരമിച്ചപ്പോൾ കുറ്റൂരിൽ സ്ഥലം വാങ്ങി വീട് വച്ചു താമസമാക്കി. അങ്ങനെ ഇവർ അയൽക്കാരായി.

ഒരു കാലത്തു തൃശ്ശൂരിൽ നവാബ് രാജേന്ദ്രൻ വലിയ സംഭവമായിരുന്നു. രാജേന്ദ്രന്റെ അച്ഛൻ കുഞ്ഞിരാമപ്പൊതുവാൾ. ആയിരുന്നു മഹാ കേമനായിരുന്നു. കുഞ്ഞിരാമപ്പൊതുവാൾ സ്വാതന്ത്ര്യസമരസേനാനിയും ദേശീയവാദിയുമായിരുന്നു. അദ്ദേഹം തുടങ്ങിയ പത്രമായിരുന്നു നവാബ്. അക്കാലത്ത് ആഴ്ചയിലൊരിക്കൽ കുഞ്ഞിരാമപ്പൊതുവാളിന്റെ പ്രസംഗം തേക്കിൻകാട്ടിൽ പതിവാണ്. എല്ലാവരെയും കുറ്റം പറയുന്ന പ്രകൃതമാണ് അദ്ദേഹത്തിന്. എല്ലാറ്റിനെയും വിമർശിക്കും. 'തല്ലുകൊള്ളി പൊതുവാൾ' എന്നു നാട്ടുകാർ അദ്ദേഹത്തെ ചെല്ലപ്പേരിട്ടു വിളിച്ചിരുന്നു. അദ്ദേഹത്തിന്റെ പ്രസംഗം കേൾക്കാൻ ചിലരൊക്കെ പതിവുകാരായി എത്തുകയും ചെയ്തിരുന്നു. അച്ഛനൊപ്പവും അദ്ദേഹത്തിന്റെ ആശയങ്ങൾക്കൊപ്പവും ചേർന്നു മകൻ രാജേന്ദ്രൻ നവാബ് രാജേന്ദ്രനായി രൂപാന്തരപ്പെട്ടു.

ഒരുകാലത്തു കേരളത്തിന്റെ ചർച്ചകളിൽ നവാബ് രാജേന്ദ്രൻ എന്ന പേരിനു വലിയ പ്രചാരമുണ്ടായിരുന്നു. കരുണാകരനെ അതിനിശിതമായി വിമർശിച്ചപ്പോഴും തേറമ്പിലിനോട് നല്ല ബന്ധത്തിലായിരുന്നു നവാബ് രാജേന്ദ്രൻ.

സമുദായ നേതാക്കളായ പി.കെ.സുകുമാരൻ നായരും വെള്ളാപ്പള്ളി നടേശനും ഗോകുലം ഗോപാലനും ഓണമ്പള്ളി മുഹമ്മദ് ഫൈസിയും ഡോ.മാർ അപ്രേമും മാർ ജേക്കബ് തൂങ്കുഴിയും മാർ ആൻഡ്രൂസ് താഴത്തുമെല്ലാം ഒരേ അളവിൽ ആദരവും സ്നേഹവും കാണിട്ട ഒരാളാണ് തേറമ്പിൽ. ഇവർക്കെല്ലാം അത്രമേൽ വേണ്ടപ്പെട്ടവനായി മാറുന്ന തേറമ്പിൽ മാജിക് തൃശ്ശൂരിലുള്ളവർക്കു നന്നേ പരിചിതമാണ്. എംഎൽഎ ഹോസ്റ്റലിലെ 101-ാം നമ്പർ ഫ്ളാറ്റിലായിരുന്നു തേറമ്പിലിന്റെ താമസം. തൊട്ടടുത്ത താമസക്കാരൻ കേരള കോൺഗ്രസിലെ തലമുതിർന്ന നേതാവ് സി.എഫ് തോമസായിരുന്നു. വലിയ ആത്മബന്ധമായിരുന്നു ഇവർ തമ്മിൽ. സൗമ്യതയ്ക്കും ഇടപെടൽ രീതിയിലുമെല്ലാം ഒരേ തൂവൽപക്ഷികൾ. ആറു പതിറ്റാണ്ട് കാലത്തെ തേറമ്പിലിന്റെ പൊതുജീവിതം ആത്മബന്ധത്തിന്റെ വിപുലമായ ചരിത്രമാണു പറയുന്നത്. മൂന്നു

മുൻ രാഷ്ട്രപതി ശങ്കർദയാൽ ശർമ്മയോടൊപ്പം

പതിറ്റാണ്ടിന്റെ നിയമസഭാ പ്രവർത്തനവും ആ ആത്മബന്ധം അതിരുകൾക്കപ്പുറത്തേക്കു പടർത്താനും സഹായിച്ചു. രാജ്യത്തിനകത്തും പുറത്തുമുള്ള വിവിധ രാഷ്ട്രീയ നേതാക്കളുടെ പ്രിയസുഹൃത്താകാൻ തേറമ്പിലിന്റെ പ്രകൃതിദത്തമായ പെരുമാറ്റം തന്നെ ധാരാളമായിരുന്നു. തലയെടുപ്പുള്ള രാഷ്ട്രീയ നേതാക്കളുമായുള്ള ആത്മബന്ധം ഒട്ടും ആലങ്കാരികമാക്കാതെയാണ് അദ്ദേഹം ജീവിതത്തിലുടനീളം കൊണ്ടു നടന്നത്. നെഹ്റു കുടുംബത്തിൽ ജവഹർലാൽ നെഹ്റു മുതൽ രാഹുൽ ഗാന്ധി വരെ തലമുറകൾക്കപ്പുറം നീണ്ട ബന്ധത്തിന്റെ കഥ പറയാനുണ്ട് ഈ ജനനായകന്.

രാഷ്ട്രപതിമാരായിരുന്ന കെ.ആർ.നാരായണനുമായും എ.പി.ജെ അബ്ദുൽ കലാമുമായും പ്രണബ്കുമാർ മുഖർജിയുമായും ഡോ. ശങ്കർദയാൽ ശർമ്മയുമായും തേറമ്പിലിന് നല്ല അടുപ്പമായിരുന്നു. ഇവരുമൊത്തുള്ള ഓർമകളുടെഎത്രയെത്ര സന്ദർഭങ്ങളാണ് ജീവിതത്തിൽ അസുലഭമെന്ന നിലയിൽ ഇന്നും ജ്വലിച്ചു നിൽക്കുന്നത്. പി.വി.നരസിംഹറാവു, സോമനാഥ് ചാറ്റർജി തുടങ്ങിയവരുമായും തേറമ്പിൽ നല്ല ബന്ധം പുലർത്തിയിരുന്നു.

■

തിരഞ്ഞെടുപ്പോർമ്മകൾ

തീരാത്ത തിരഞ്ഞെടുപ്പോർമകൾക്കു രാഷ്ട്രീയത്തിന്റെ മാത്രമല്ല വൈകാരികവും വ്യക്തിപരവുമായ അലകും പിടിയും ചേർത്തുവച്ച കഥകൾ പറയാനുണ്ട്. ആ കഥകളിൽ വീറും വാശിയുമുണ്ട്. വേദനയുടെ ലാഞ്ഛനയുണ്ട്. എല്ലാറ്റിന്റെയും അനുഭവങ്ങൾക്കു നല്ല ചൂടുണ്ടെന്ന് തേറമ്പിൽ രാമകൃഷ്ണൻ പറയുന്നു.

തൃശ്ശൂരിൽ തിരഞ്ഞെടുപ്പു പോരാട്ടത്തിനായി 1982ൽ ആദ്യമായെത്തുമ്പോൾ സിറ്റിങ് എംഎൽഎ എം.കെ. കണ്ണനായിരുന്നു എതിരാളി. കണ്ണൻ അന്നു തൃശ്ശൂരിൽ തൊഴിലാളികളുടെ അനിഷേധ്യ നേതാവാണ്.

''1982ൽ തൃശ്ശൂർ നഗരത്തിൽ ഒരു വ്യാപാരി സമരം നടന്നു. കയറ്റിറക്കുമായി ബന്ധപ്പെട്ടുള്ള തർക്കം, തുടർന്നാണ് സമരം. കയറ്റിറക്കു തൊഴിലാളികളും വ്യാപാരികളും തമ്മിൽ വിട്ടുവീഴ്ചയില്ലാത്ത വിധം സമരമുഖത്തു നിലയുറപ്പിച്ചപ്പോൾ തൊഴിലാളികളുടെ വക്താവായിരുന്നു കണ്ണൻ. ഈ സമരമാണ് കേരളത്തിൽ വ്യാപാരികൾക്ക് ഒരു സംഘടന ഉണ്ടാകാനിടയാക്കിയത്. ഈ വ്യാപാരി സമരത്തിനു ശേഷമുള്ള തിരഞ്ഞെടുപ്പിലായിരുന്നു എം.കെ. കണ്ണനുമായുള്ള പോരാട്ടം. ആ തിരഞ്ഞെടുപ്പിൽ തേറമ്പിൽ ആദ്യ വിജയം നേടി. ഉദയസൂര്യനായിരുന്നു അന്നത്തെ തിരഞ്ഞെടുപ്പു ചിഹ്നം.''

തൃശ്ശൂരിന്റെ ഉദയസൂര്യനായി തേറമ്പിൽ പരിണമിച്ചതു പിന്നീടുള്ള ചരിത്രം. അന്നത്തെ തിരഞ്ഞെടുപ്പോർമകളിൽ ചിലതെല്ലാം തേറമ്പിൽ എപ്പോഴും പങ്കുവയ്ക്കാറുണ്ട്.

''എം.കെ.കണ്ണൻ, അതിശക്തനായ എംഎൽഎയായി തിളങ്ങിയ കാലമായിരുന്നു. തൃശ്ശൂർ നിയോജക മണ്ഡലത്തിലെ പഞ്ചായത്തുകളിൽ പലതും സിപിഎം ശക്തികേന്ദ്രങ്ങളാണ്. അയ്യന്തോൾ പഞ്ചായത്ത് 35 കൊല്ലമായി ഭരിക്കുന്നത് ഇടതുപക്ഷം. സിപിഎമ്മിന്റെ കോട്ടയായിരുന്നു അയ്യന്തോൾ. വോട്ടെടുപ്പിന്റെ തലേദിവസം ബൂത്ത്

കെട്ടുന്ന ഏർപ്പാടുണ്ട്. അയ്യന്തോളിൽ കോൺഗ്രസിന് ഒരു ബൂത്ത് കെട്ടാൻ പോലും ഇടം ലഭിക്കില്ലായിരുന്നു അന്ന്. ബൂത്ത് കെട്ടിയാൽ സിപിഎമ്മുകാർ പൊളിക്കും.

അതാണ് പതിവ്. എതിർപ്പു മറികടന്ന് അയ്യന്തോളിൽ കോൺ ഗ്രസ് പ്രവർത്തകർ അന്നു ബൂത്ത്കെട്ടി. കെട്ടിയയുടൻ സിപിഎ മ്മുകാർ പൊളിച്ചു. സിഐടിയു, സിപിഎം നേതാക്കൾ നേരിട്ടു നേതൃത്വം നൽകിയായിരുന്നു പൊളിക്കൽ. അതോടെ കോൺഗ്രസ് പ്രവർത്തകർ പ്രതിഷേധത്തിനിറങ്ങി. അവരെന്നെ വിളിച്ചു സംഭവം അറിയിച്ചു. സിപിഎമ്മിന്റെ ആളുകളെ എതിർക്കാനുള്ള ശക്തി യൊന്നും അയ്യന്തോളിൽ അന്നു കോൺഗ്രസിനില്ല. പൊലീസ് പോലും തിരിഞ്ഞു നോക്കിയില്ല. അതോടെ രാത്രി തന്നെ ഞാൻ നേരിട്ടിറങ്ങി. ബൂത്ത് പൊളിച്ച സ്ഥലത്ത് ഒറ്റ ഇരിപ്പാണ്. സംഭവം വാർത്തയായി. ബഹളം ഏറി. പൊലീസ് സ്ഥലത്തെത്തി. പ്രവർ ത്തകർ കൂടുതൽ ആവേശഭരിതരായി. ഒടുവിൽ സംഗതി കൈവിട്ടു പോകുമെന്നായതോടെ സിപിഎമ്മുകാർ ചർച്ചയ്ക്കായി നേരിട്ടെത്തി. പൊളിച്ച ബൂത്ത് അവർ തന്നെ പൂർവ സ്ഥിതിയിലാക്കി എന്നിട്ടേ തേറമ്പിൽ അവിടെ നിന്നെഴുന്നേറ്റുള്ളൂ.''

വോട്ടെടുപ്പ് നടക്കും മുൻപേ സിപിഎമ്മിനെതിരെ തേറമ്പിലിന്റെ ആദ്യ വിജയമായിരുന്നു ആ രാത്രിയിൽ ആ ബൂത്തിൽ സംഭവിച്ചത്. രണ്ടായിരത്തിനു മീതെ വോട്ടുകൾക്കായിരുന്നു അന്നു തേറമ്പിൽ രാമകൃഷ്ണന്റെ വിജയം. അതോടെയാണ് അയ്യന്തോളിൽ സിപി എമ്മിന്റെ ശക്തി ക്ഷയിക്കാൻ തുടങ്ങിയത്. അന്ന് എതിരാളിയായി മത്സരിച്ച കണ്ണൻ പിന്നീട് കമ്യൂണിസ്റ്റ് പാർട്ടിയിൽ നിന്നു സി.എം. പിയിലേക്കു ചുവടുമാറി യു.ഡി.എഫിലെത്തി. തൃശ്ശൂർ കോർപ്പറേ ഷനിൽ തേക്കിൻകാട് ഡിവിഷനിൽ കണ്ണൻ മത്സരിച്ചപ്പോൾ അദ്ദേ ഹത്തിനു വേണ്ടി വോട്ട് തേടി തേറമ്പിലിറങ്ങിയതിനും ചരിത്രം സാക്ഷി.

എം.കെ.കണ്ണന്റെ ആ യു.ഡി.എഫ്. വിജയത്തിൽ തേറമ്പിൽ രാമകൃഷ്ണനനുണ്ടായിരുന്ന പങ്ക് വളരെ വലുതായിരുന്നു. പിന്നീട് കണ്ണൻ സിപിഎമ്മിലെത്തിയപ്പോഴും അദ്ദേഹവുമായുള്ള സജീവ ബന്ധത്തിന് ഉടവുതട്ടിയില്ല. വ്യക്തിബന്ധം അത്രമേൽ ശുദ്ധമായി സൂക്ഷിക്കുന്ന സമീപനം കണ്ണനോടെന്നല്ല, എല്ലാവരോടും തേറ മ്പിൽ ചോരാതെ സൂക്ഷിക്കുന്നു. തൃശ്ശൂരിൽ ഇടതുപക്ഷം നടത്തിയ പല രാഷ്ട്രീയ അടവുകളും പരാജയപ്പെട്ടതു തേറമ്പിലിന്റെ മുന്നി ലാണ്. ആദ്യം എം.കെ.കണ്ണൻ. തുടർന്നു നടന്ന 1987ലെ തിര ഞ്ഞെടുപ്പിൽ തേറമ്പിൽ മത്സരരംഗത്തില്ലാത്തതു കൊണ്ടു മാത്രം സിപിഎമ്മിന്റെ പ്രമുഖ നേതാവായിരുന്ന ഇ.കെ. മേനോൻ ജയിച്ചു കയറി. പക്ഷേ, അടുത്ത തിരഞ്ഞെടുപ്പിൽ സിറ്റിങ് എംഎൽഎയാ യിരുന്ന ഇ.കെ. മേനോനെ തേറമ്പിൽ അടിയറവു പറയിച്ചു.

തുടർച്ചയായ വിജയങ്ങളുടെ വർഷങ്ങളായിരുന്നു പിന്നീട് കേരളം കണ്ടത്. കെ.പി. അരവിന്ദാക്ഷനും എം.എം.വർഗീസും അടക്കമുള്ള തലയെടുപ്പുള്ള കമ്യൂണിസ്റ്റ്നേതാക്കളെ തേറമ്പിലിനെ കെട്ടുകെട്ടിക്കാൻ സിപിഎം നിയോഗിച്ചെങ്കിലും രാഷ്ട്രീയ വിജയങ്ങൾസ്വന്തമാക്കിയ ഇവർക്കൊന്നും തേറമ്പിലിനുമേൽ വിജയംകൊയ്യാനായില്ല. ഈ നേതാക്കൾക്കുമാത്രമല്ല, സിപിഎം പാർട്ടിക്കും എല്ലാവട്ടവും തേറമ്പിലിനോട് തോൽവി സമ്മതിക്കേണ്ടിവന്നു.

ഒടുവിൽ സ്വതന്ത്രന്മാരെ നിർത്തി പരീക്ഷിക്കുന്ന മറ്റൊരു തന്ത്രം പയറ്റിനോക്കിയെങ്കിലുംഅവിടെയും സിപിഎമ്മിനു കാലിടറി. ഡോ. എം.ആർ.ഗോവിന്ദൻ അങ്ങനെ വന്ന സ്ഥാനാർഥിയാണ്. നേരിട്ടും പിന്നിൽ നിന്ന് ആക്രമിച്ചും തോൽപ്പിക്കാനാവാതെ വന്നപ്പോൾ തൃശ്ശൂർ നിയമസഭാ സീറ്റ് സിപിഐയ്ക്ക് കൈമാറി ഒഴിഞ്ഞു പോവുകയായിരുന്നു സിപിഎം ചെയ്തത്.ഇവിടെല്ലാം തേറമ്പിൽ എന്ന വ്യക്തിയുടെയും രാഷ്ട്രീയക്കാരന്റെയും സാമൂഹിക പ്രവർത്തകന്റെയും വിജയം തൃശ്ശൂരുകാർ അരക്കിട്ടുറപ്പിക്കുകയായിരുന്നു.

ഗുരുവായൂർ സീറ്റിലെ തോൽവിക്കു ശേഷം 1980ൽ ചേർപ്പിൽ എൻഡിപി സ്ഥാനാർഥിയായി മത്സരിച്ചു തോറ്റതും എൻഡിപി സ്ഥാനാർത്ഥിയായി 1982ൽ തൃശ്ശൂരിലെ വിജയവുമെല്ലാം ചരിത്രപരമെന്നു വേണം ചർച്ച ചെയ്യാൻ. 1987ൽ എൻഡിപിയിലെ ആഭ്യന്തര പ്രശ്നത്തിന്റെ പേരിൽ മത്സരത്തിനിറങ്ങാതിരുന്ന തേറമ്പിലിന്റെ കോൺഗ്രസിലേക്കുള്ള തിരിച്ചുപോക്കും 1991ലെ തിരഞ്ഞെടുപ്പു പോരാട്ടവും വിജയവുമെല്ലാം നിയോഗമെന്നേ തേറമ്പിൽ വിലയിരുത്തുകയുള്ളൂ.

1991ൽ സിപിഎമ്മിന്റെ സിറ്റിങ് എം.എൽ.എ. ഇ.കെ. മേനോനെയാണ് തേറമ്പിൽ തോൽപിച്ചത്. സിഐടിയു നേതാവായും എംഎൽഎയായും അയ്യന്തോൾ പഞ്ചായത്തിന്റെ ദീർഘകാല പ്രസിഡന്റായുമൊക്കെ മേനോന്റെ രാഷ്ട്രീയാരോഗ്യം കരുത്തുറ്റതായിരുന്നു. എന്നിട്ടും തേറമ്പിലുമായുണ്ടായ തിരഞ്ഞെടുപ്പു പോരാട്ടത്തിൽ ഇ.കെ.മേനോന്റെ കണക്കുകൂട്ടലുകൾ തെറ്റി. എല്ലാ തിരഞ്ഞെടുപ്പുകളിലും തേറമ്പിലിനെതിരെ ഇടതുപക്ഷത്തിന്റെ തിരഞ്ഞെടുപ്പു കമ്മിറ്റി ചെയർമാൻ അഡ്വ. വീരചന്ദ്രമേനോനായിരിക്കുമെന്നതു മറ്റൊരു രാഷ്ട്രീയ കൗതുകമാണ്. അദ്ദേഹത്തിന്റെ ആത്മസുഹൃത്താണദ്ദേഹം. തിരഞ്ഞെടുപ്പായാൽ പക്ഷേ, വീരചന്ദ്രമേനോൻ തേറമ്പിലിനെതിരെ രാഷ്ട്രീയ പോരാട്ടത്തിനു മുന്നിട്ടിറങ്ങും. അതു കഴിയുന്നതോടെ ഇവരെല്ലാം പഴയ ചങ്ങാതിക്കൂട്ടമായി തൃശ്ശൂരിന്റെ സായാഹ്നവഴികളിൽ ഒപ്പമുണ്ടാവുകയും ചെയ്യും. സമീപവാസികളും സ്വന്തക്കാരുമായ അഭിഭാഷകരും സാഹിത്യകാരന്മാരുമെല്ലാം

പതിവായി ഇടതുപക്ഷത്തിനൊപ്പം നിൽക്കുമ്പോഴും തേറമ്പിൽ ആരോടും പരിഭവിക്കാറില്ല. ആദ്യമൊക്കെ അതു വലിയ പരീക്ഷണമായിരുന്നു. പക്ഷേ, പിന്നീടുണ്ടായ വിജയങ്ങൾ അത്തരം സംഭവങ്ങളുടെ അകലമല്ല അടുപ്പം നിർണയിച്ചിട്ടേയുള്ളൂ എന്നു തേറമ്പിൽ പറയുന്നു.

തേറമ്പിലിന്റെ തിരഞ്ഞെടുപ്പു പ്രവർത്തനവും ശൈലിയും ഇന്ത്യയിൽ രാഷ്ട്രീയ പാർട്ടികളെല്ലാം ഒരു സ്റ്റഡി മെറ്റീരിയലായി പരിഗണിക്കാവുന്നതാണ്. കോടികൾ ഒഴുക്കുന്ന പ്രചാരണമാമാങ്കങ്ങളൊന്നുമുണ്ടാവില്ല. ആൾക്കടലും ആരവവും സൃഷ്ടിക്കുന്ന നേതാക്കളുടെ വരവുകളുണ്ടാവില്ല. ശാന്തമായ, പക്ഷേ, ഗൗരവതരമായ തിരഞ്ഞെടുപ്പ് പ്രചാരണം. നേരിട്ടിടപെടുന്ന വോട്ടഭ്യർഥന. ഫോൺ വഴി മണ്ഡലത്തിലെ ഒട്ടുമിക്ക വോട്ടർമാരെയും നേരിട്ടുതന്നെ വിളിക്കും. പലർക്കും കത്തുകളയയ്ക്കും. എല്ലാ തിരഞ്ഞെടുപ്പുകളുടെയും കഥയും തിരക്കഥയും സംഭാഷണവും സംവിധാനവുമെല്ലാം തേറമ്പിൽ രാമകൃഷ്ണൻ സ്വയം നിർവഹിക്കും.

വിവേകോദയം സ്കൂളിനോട് അടുത്ത് കുന്നത്തുമന ലെയ്നിലെ ഒരു ഇടുങ്ങിയ ചെറിയ മുറിയാണ് തേറമ്പിലിന്റെ തിരഞ്ഞെടുപ്പ് ഓഫീസ്. നമ്മൾ പതിവായി കാണുന്നതു പോലെ വലിയ ആൾത്തിരക്കും ബഹളവുമൊന്നും ഈ തിരഞ്ഞെടുപ്പു കമ്മിറ്റി ഓഫീസിൽ കാണില്ല. പെട്ടിക്കടപോലെ ശുഷ്കിച്ച ഓഫീസായതിനാൽ വെറുതേയിരുന്നു വാചകക്കസർത്തു നടത്തി നേരംപോക്കുന്നവർ ആ വഴി വരില്ല. അതിനുള്ള സൗകര്യം തേറമ്പിലിന് ലഭിച്ചിരുന്നുമില്ല. അതിനാൽ എല്ലാവരും പ്രവർത്തിക്കാനിറങ്ങി.

തിരഞ്ഞെടുപ്പ് സാമഗ്രികൾ സൂക്ഷിക്കാനൊരിടം എന്നതിനപ്പുറം ആ ഒറ്റമുറിക്കു മറ്റു വലിയ സ്വാധീനമോ പ്രധാന്യമോ ഈ തിരഞ്ഞെടുപ്പു ചരിത്രത്തിലില്ല. പക്ഷേ, അതൊരു രാശിയുള്ള ഓഫീസാണെന്നേ തേറമ്പിൽ പറയൂ. നേതാക്കളെല്ലാം ഏറ്റവും ലളിതമായ രീതിയിലുള്ള പ്രചാരണശീലം എടുത്തുപയോഗിക്കും. പോസ്റ്ററുകൾ പരിമിതമായിരിക്കും. ആർഭാടം പാടേ ഉപേക്ഷിക്കും. അതോടെ ചെലവു ചുരുങ്ങും. തിരഞ്ഞെടുപ്പു പ്രഖ്യാപിക്കപ്പെട്ടാൽ സ്ഥാനാർത്ഥികൾ തന്നെ വോട്ടർമാരിൽ പലരുടെയും വീടുകളിലെത്തി വോട്ട് ചോദിക്കുന്നതാണു സമീപകാലത്തു നമ്മൾ കാണുന്ന പ്രചാരണരീതി. ഇവിടെയും തേറമ്പിലിന് വേറിട്ട ഒരു ശൈലിയുണ്ട്. തിരഞ്ഞെടുപ്പു കാലത്തു തേറമ്പിൽ വോട്ട് തേടി വീടുകൾ അധികം കയറില്ല. വോട്ട് എന്ന ലക്ഷ്യം വച്ചുള്ള വീട് സന്ദർശനത്തോട് തേറമ്പിലിനു താൽപര്യമില്ല. തിരഞ്ഞെടുപ്പിനു മുൻപേയും അതു കഴിഞ്ഞും മണ്ഡലത്തിലെ ഓരോ വീടുകളുമായി ആത്മബന്ധം ഉറപ്പിക്കുന്ന തേറമ്പിലിന് വോട്ട് ചോദിച്ചു വീടുകൾ കയറി നേരം

കളയേണ്ടതേയില്ല. വിളിച്ചും കത്തയച്ചും ചിലരെയെല്ലാം നേരിൽ കണ്ടും വോട്ടുറപ്പിക്കുന്ന ശൈലി രാഷ്ട്രീയ വിജയം ഉറപ്പിക്കുന്നതിൽ ഇന്നോളം പരാജയപ്പെട്ടിട്ടുമില്ല. അതാണ് തേറമ്പിൽ എന്ന തൃശ്ശൂരിന്റെ നായകപ്രാപ്തി. ആയിരക്കണക്കിനു കത്തുകൾ സ്വന്തം കൈപ്പടയിൽ ഒപ്പിട്ട് വോട്ടർമാർക്ക് അയയ്ക്കും.

അതിശയോക്തി കലർത്തിയ വാക്കുകൾ കുത്തിനിറച്ചുള്ള കത്തുകളല്ല. മുഖസ്തുതി തീരെ പറയുകയുമില്ല. പേരെടുത്തുള്ള വിളിയോടെ തുടങ്ങുന്ന ഓരോ കത്തുകളും വോട്ടർമാരുടെ കയ്യിലെത്തുന്നതോടെ തേറമ്പിൽ ആ വോട്ടറോടു നേരിട്ടു കണ്ടുമിണ്ടിയതു പോലെയാകും. വോട്ട് ഉറപ്പാക്കും. ഈ പ്രചാരണശീലം ഏറ്റവും ഒടുവിൽ നേരിട്ട തിരഞ്ഞെടുപ്പു പോരാട്ടകാലത്തും തേറമ്പിൽ വിജയകരമായി പയറ്റി.

അഭിഭാഷകർ, ഡോക്ടർമാർ, വ്യാപാരികൾ, ചേംബർ ഓഫ് കൊമേഴ്സ് പോലുള്ള സംഘടനകളും അവരുടെ പ്രമുഖ പ്രവർത്തകരും

ജ്ഞാനപീഠജേതാവ് എം.ടിക്ക് നിയമസഭ സ്വീകരണം നൽകിയപ്പോൾ
എ.കെ. ആന്റണി, വി.വി. രാഘവൻ തുടങ്ങിയവർ സമീപം

കോളജ്, സ്കൂൾ അധ്യാപകർ എന്നിങ്ങനെ വിവിധ തരത്തിലുള്ളവരുടെ ലിസ്റ്റ് തയ്യാറാക്കി അവർക്കു നേരിട്ടു കത്തയച്ചു സംവദിക്കുന്ന രീതി വാട്സാപ് കാലത്തിനും എത്രയോ മുൻപ് തേറമ്പിൽ പ്രായോഗികമാക്കിയെന്നു പറയാം.

രാഷ്ട്രീയം തരിപോലും പറയാതെയാവും കത്തുകൾ. തികച്ചും വ്യക്തിപരമാവും വാക്കുകൾ. തിരഞ്ഞെടുപ്പു കാലത്ത് വോട്ടർമാരെ തേടി എത്തുന്ന കത്തുകളിൽ അടങ്ങിയ അടുപ്പവും സ്നേഹവും മാത്രം മതി തേറമ്പിലിന്റെ വിജയത്തിന്റെ രസതന്ത്രം തിരിച്ചറിയാൻ. തിരഞ്ഞെടുപ്പു കാലത്തു മാത്രം അടുപ്പം കൂടുന്ന രാഷ്ട്രീയ സമീപനമല്ല തേറമ്പിലിന്റേതെന്നു പറഞ്ഞുവല്ലോ. ആളുകളുടെ സ്ഥാനമാനങ്ങളോ വലുപ്പച്ചെറുപ്പമോ നോക്കാതെ എവിടെയും കടന്നു ചെല്ലുന്ന രീതിക്കു തൃശ്ശൂരിൽ നല്ല മാർക്കറ്റാണ്.

തിരണ്ടുകല്യാണമുണ്ടായാലും തേറമ്പിൽ ആ വീട്ടിൽ പോകും എന്നു മുൻ ധനകാര്യമന്ത്രി എൻ.കെ.ശേഷൻ ഒരിക്കൽ ഒരു പൊതുയോഗത്തിൽ പറഞ്ഞകാര്യം തേറമ്പിൽ തന്നെയാണ്ഓർത്തെടുത്തത്. ഇക്കാര്യം ഇടതുപക്ഷം ഒരിക്കൽ തേറമ്പിലിനെതിരെ പ്രചാരണായുധമാക്കിയ സംഭവം കൂടി കേൾക്കുക. ഗൃഹസന്ദർശനമല്ല രാഷ്ട്രീയം എന്ന് ഇടതുപക്ഷം തേറമ്പിലിനെ നോക്കി കളിയാക്കി. അവർ പലവട്ടം പലയിടത്തും ഇക്കാര്യം തേറമ്പിലിനെ ചൂണ്ടി ചർച്ചയാക്കി. എന്നിട്ടും ആ തിരഞ്ഞെടുപ്പിൽ തൃശ്ശൂരിലെ ജനങ്ങൾ തേറമ്പിൽ ശൈലിക്കായിരുന്നു വോട്ട് കുത്തിയത്.

ഇ.കെ.മേനോൻ മത്സരിച്ച അവസരത്തിൽ അദ്ദേഹം തേറമ്പിലിനെ കണ്ടപ്പോൾ പറഞ്ഞ വാക്കുകൾരസിപ്പിക്കുന്നതാണ്.

''വക്കീലിനെക്കൊണ്ടു ഞാൻ തോറ്റിരിക്കുന്നു. തേറമ്പിൽ വീട്ടിൽ വന്നല്ലോ, സഖാവ് എന്താണു വരാത്തത് എന്നാണു പലരുടെയും ചോദ്യം. എന്താ ചെയ്ക?''

തേറമ്പിൽ നടന്ന കയറിയ വീടുകളിൽചെന്നെത്താൻ കഴിയാതെ പോകുന്ന എതിർ സ്ഥാനാർഥിയുടെ വ്യഥയാണ് ഇ.കെ.മേനോന്റെ വാക്കുകൾ പ്രതിഫലിപ്പിക്കുന്നത്.

ഒരിക്കൽ എം.ടി വാസുദേവൻ നായർ തേറമ്പിലിനെക്കുറിച്ച് പറഞ്ഞ വാക്കുകൾ ഇവിടെ ഓർക്കുന്നതു നന്ന്.

''ചെറുതും വലുതുമായ ഏതു പരിപാടിയായാലും തേറമ്പിൽ രാമകൃഷ്ണൻ എന്ന പേര് പരിപാടിയിൽ അച്ചടിച്ചിട്ടുണ്ടെങ്കിൽ അദ്ദേഹം എത്തിയിരിക്കും. കല്യാണത്തിനായാലും അനുശോചനത്തിനായാലും അദ്ദേഹമുണ്ടാകും, നാട്ടിലെ ഒരയൽക്കാരന്റെ ചുമതലാഭവത്തിൽ. സാധാരണ രാഷ്ട്രീയ നേതാക്കൾ വരുമ്പോഴുള്ള കോലാഹലങ്ങളില്ല. അനുചരസംഘമില്ല. അടുത്ത പരിചയക്കാർ കാത്തിരിക്കുന്ന സൂചനകളില്ല.

ശാന്തവും ആത്മാർത്ഥവുമായ സാന്നിധ്യം കൊണ്ട് ക്ഷണിച്ച വരുടെ മനസ്സിൽ സ്നേഹത്തിന്റെ പ്രകാശം ചൊരിഞ്ഞ് തേറമ്പിൽ ഒച്ചപ്പാടില്ലാതെ സൗമ്യനായി യാത്ര പറഞ്ഞ് ഇറങ്ങിപ്പോകുന്നു.''

എം.ടിയുടെ വാക്കുകളിലെ സൂചനകൾ പോലെ, തിരഞ്ഞെടുപ്പു ചരിത്രത്തിൽ തൃശ്ശൂരിന്റെ ജാതകം തേറമ്പിൽ തിരുത്തിയെഴുതിയത് ഇങ്ങനെയൊക്കെയാണ്.

ആറുവട്ടം ഒരേ മണ്ഡലത്തിൽ നിന്നു ജയിച്ചു നിയമസഭയിലേക്കു പോയ മറ്റൊരാൾ തൃശ്ശൂർ ജില്ലയിലേയില്ല. തൃശ്ശൂർ മണ്ഡലത്തിൽ തേറമ്പിൽ അല്ലാതെ മറ്റൊരു സിറ്റിങ് എം.എൽ.എയുംവീണ്ടും മത്സ രിച്ചു ജയിച്ചിട്ടുമില്ല. മുനിസിപ്പൽ അധ്യക്ഷന്മാരായിരുന്ന ഐ.പി. പോൾ, ജോയ്കവലക്കാട്ട്, കേശവൻകുട്ടി മേനോൻ, കെ വി ബാലൻ, സെലിൻ കാക്കശ്ശേരി, എം.എം.കുറുപ്പ് വി. ശങ്കരമേനോൻ, കെ. രാധാകൃഷ്ണൻ, സരസ്വതി ടീച്ചർ തുടങ്ങിയ നേതാക്കളുടെയും നൂറ്കണക്കിന് പ്രവർത്തകരുടെയും പ്രവർത്തനങ്ങളാണ് തന്നെ വിജയത്തിലേക്ക് എത്തിച്ചത് എന്ന് തേറമ്പിൽ ഓർക്കുന്നു.

ചിലർ വരുമ്പോൾ ചരിത്രം വഴി മാറുമെന്ന് പ്രചരിപ്പിച്ച രാഷ്ട്രീയ പ്രതിയോഗികൾക്ക്, തേറമ്പിലാണ് തൃശ്ശൂരിന്റെ തകർക്കാൻ കഴി യാത്ത വിശ്വാസമെന്ന് തൃശ്ശൂരിലെ ജനങ്ങൾ എന്നും മറുപടി നൽകി.

ആറ് പ്രാവശ്യം തുടർച്ചയായി എം.എൽ.എ. ആയ
തേറമ്പിലിന് നിയമസഭയുടെ ആദരവ്

കള്ളവോട്ടിനെ തോൽപ്പിച്ച ത്രസിപ്പിക്കുന്ന മറ്റൊരു കഥയിൽ തൃശ്ശൂർ കോർപറേഷൻ പരിധിയിലെ പടിഞ്ഞാറേക്കോട്ട ബൂത്താണ് പശ്ചാത്തലം. സിപിഎമ്മിന്റെ കയ്യൂക്ക് മാത്രം നടക്കുന്ന ആ ബൂത്തിൽ സിപിഎം ബൂത്ത് ഏജന്റും കോൺഗ്രസിന്റെ ബൂത്ത് ഏജന്റും ബന്ധുക്കളാണ്.

തിരഞ്ഞെടുപ്പ് ദിവസം ഉച്ച കഴിഞ്ഞതോടെ 'ഇനി നീ ഇങ്ങോട്ട് വരണ്ട. വന്നാൽ സംഗതിവെടക്കാവും' എന്ന താക്കീത് നൽകി സിപിഎം ബൂത്ത് ഏജന്റ് ബന്ധുവായ കോൺഗ്രസ് ബൂത്ത് ഏജന്റിനെ ഭയപ്പെടുത്തിയതൊക്കെ അറിഞ്ഞാണ് തേറമ്പിൽ രാമകൃഷ്ണൻ നേരിട്ടു ബൂത്തിലെത്തിയത്. കോൺഗ്രസിന്റെ ബൂത്ത് ഏജന്റുമാരായി നിൽക്കാൻ ആളെപ്പോലും കിട്ടാത്ത സാഹചര്യം കൂടി അന്നുണ്ടായിരുന്നു. പലരും ആ ബൂത്തിൽ ഇരിക്കാൻ ധൈര്യപ്പെട്ടില്ല.

പൊലീസിനെ വിളിച്ചതോടെ സിപിഎമ്മിനു കള്ളവോട്ട് ചെയ്യൽ എളുപ്പമായി. അതോടെയാണ് സ്ഥാനാർഥിയെന്ന നിലയിൽ ആ ബൂത്തിൽ തേറമ്പിൽ ചെന്നിരുന്നത്. നിർഭയനായി തേറമ്പിൽ നിന്നതോടെ സഖാക്കൾ ഒന്നു പകച്ചു.

''എന്നെ പുറത്താക്കണമെന്നു സിപിഎം നേതാക്കൾ ഒച്ചവച്ചെങ്കിലും നടന്നില്ല.'' തേറമ്പിൽ പറഞ്ഞു.

അതോടെ സിപിഎമ്മിന്റെ കണക്കുകൂട്ടൽ തെറ്റി. കള്ളവോട്ടുകൾ ഗണ്യമായി കുറഞ്ഞു. അന്നു ബൂത്ത് ഏജന്റായിരുന്ന സഖാവ് പിന്നീട് പാർട്ടി വിട്ടു സിപിഎമ്മുമായുള്ള ബന്ധം ഉപേക്ഷിച്ചു. പിന്നീട് പടിഞ്ഞാറേക്കോട്ട ബൂത്തിൽ ഒരിക്കലും കാര്യമായ കള്ളവോട്ട് ശ്രമത്തിനു സിപിഎം മുതിർന്നിട്ടില്ല.

തൃശ്ശൂർ കോർപറേഷനിലേക്കുള്ള തിരഞ്ഞെടുപ്പു കാലത്തു കോട്ടപ്പുറം ഡിവിഷനിൽ ഇതുപോലൊരു സംഭവം നടന്നതും തേറമ്പിൽ സൂചിപ്പിച്ചു. കടുത്ത മത്സരമായിരുന്നു ആ ഡിവിഷനിൽ. ബിജെപിയിൽ നിന്നു വിഘടിച്ച ഒരു വിഭാഗം സിപിഎം സ്ഥാനാർഥിയെയാണ് പിന്തുണയ്ക്കുന്നത്. സ്ഥാനാർഥികൾ ഇഞ്ചോടിഞ്ച് നിന്നുള്ള പോരാട്ടമായിരുന്നു. പലപ്പോഴും സംഘർഷ സാധ്യത പോലും ഉടലെടുത്തു. കോൺഗ്രസ് പ്രവർത്തകർക്ക് ഇവർക്കൊപ്പം പിടിച്ചുനിൽക്കാൻ പോലും പറ്റാതെ വന്ന സാഹചര്യം. ഇ.പി.ജയരാജനാണ് അന്നു സിപിഎം ജില്ലാ സെക്രട്ടറിയുടെ ചുമതല വഹിക്കുന്നത്. അങ്ങനെ തിരഞ്ഞെടുപ്പു ദിവസം ജയരാജൻ ബൂത്തിലെത്തിയ വിവരം കോൺഗ്രസ് പ്രവർത്തകർ അറിയിച്ചതോടെ തേറമ്പിൽ കോട്ടപ്പുറത്തെ വോട്ടിങ് കേന്ദ്രത്തിലെത്തി.

''ഞങ്ങൾ കോട്ടപ്പുറം ബൂത്തിലെത്തിയതോടെ ബിജെപിക്കാരൊക്കെ അടുത്തുകൂടി. എന്തേ രാമകൃഷ്ണേട്ടൻ ഈ വഴിയൊക്കെ പെട്ടെന്ന് പതിവില്ലാതെ'' എന്നായി ചോദ്യം.

ഞാനും ജയരാജനുമെല്ലാം അടുത്ത സുഹൃത്തുക്കളാണല്ലോ, അദ്ദേഹം വന്നെന്നു കേട്ടു. ഒന്നു കണ്ടിട്ടു പോകാമെന്നു കരുതി വന്നതാ... അദ്ദേഹം പോയോ...''

തേറമ്പിലിന്റെ വാക്കുകൾ കേട്ടു പകച്ചു പോയതു ബിജെപിക്കാരായിരുന്നു. അതോടെയാണ് കോൺഗ്രസ്സുകാർക്ക് അവിടെ അൽപം ധൈര്യവും ആത്മവിശ്വാസവുമൊക്കെ കൈവന്നത്. ആ തിരഞ്ഞെടുപ്പിൽ കോൺഗ്രസ് സ്ഥാനാർഥിക്കായിരുന്നു വിജയം എന്നതാണ് ഏറെ കൗതുകകരം. എം.കെ.കണ്ണനെയും ഇ.കെ. മേനോനെയും തോൽപിച്ച ശേഷം തേറമ്പിലിന്റെ പടയോട്ടത്തെ തകർക്കാൻ സിപിഎം രംഗത്തിറക്കിയത് സിപിഎം ജില്ലാ സെക്രട്ടറിയായിരുന്ന കെ.പി. അരവിന്ദാക്ഷനെയാണ്. അരവിന്ദാക്ഷൻ ജില്ലയിലെ കരുത്തനായ പാർട്ടി നേതാവാണ്. എന്നിട്ടും സിപിഎമ്മിനു

ലീഡറോടൊപ്പം

കാലിടറി. തൃശ്ശൂരിലെ പ്രമുഖ ഡോക്ടറും സാമൂഹിക പ്രവർത്തകനുമായിരുന്ന ഡോ.എം.ആർ. ഗോവിന്ദൻ എതിരാളിയായി മത്സരിച്ച തിരഞ്ഞെടുപ്പുകാലത്തു നിയമസഭയിലേക്കും ലോക്സഭയിലേക്കും ഒരുമിച്ചായിരുന്നു വോട്ടെടുപ്പ്. അന്നു ലോക്സഭയിലേക്കു മത്സരിച്ചത് ലീഡർ കെ.കരുണാകരനായിരുന്നു. കരുണാകരൻ തോറ്റുപോയ ആ തിരഞ്ഞെടുപ്പിൽ തൃശ്ശൂർ നിയമസഭാമണ്ഡലത്തിൽ തേറമ്പിലിന്റെ ലീഡ് പതിനായിരത്തോടടുത്ത് വോട്ടുകളായിരുന്നപ്പോൾ ലോകസഭാമണ്ഡലത്തിൽ ലീഡർ 2000 വോട്ടുകൾക്കു പിന്നിലായിരുന്നു. ആ വിജയം പക്ഷേ, തേറമ്പിലിനെ സന്തോഷിപ്പിച്ചില്ല.

''ലീഡറുടെ പരാജയം കോൺഗ്രസ് പ്രവർത്തകരെ വല്ലാതെ വേദനിപ്പിച്ചു. പ്രവർത്തകർ നിരാശാഭരിതരായി. വിജയിച്ചു നിന്ന തേറമ്പിലിനായി ആർപ്പുവിളിക്കാനോ ആഘോഷിക്കാനോ ഒരാൾക്കു പോലും മനസ്സ് വന്നില്ല. ആ വിജയത്തിനു മാധുര്യമല്ല കയ്പായിരുന്നു. വിജയിച്ചിട്ടും, വിറങ്ങലിച്ച അവസ്ഥയിലായിരുന്നു.'' തേറമ്പിലിന്റെ സഹചാരി മേതിൽ വേണുഗോപാൽ ആ ദിവസം ഇന്നും മറന്നിട്ടില്ല.

''സിപിഎം, ബിജെപി വോട്ടുകളിലേക്കു കടന്നുകയറാൻ തൃശ്ശൂരിൽ ഇന്നും മറ്റൊരാളില്ലെന്നോർക്കണം. പക്ഷേ, അക്കാര്യം കോൺഗ്രസ് നേതൃത്വത്തിനു മാത്രം മനസ്സിലാകാതെ പോയതിലാണ് ദുഃഖം.'' മേതിൽ വേണുഗോപാൽ കൂട്ടിച്ചേർത്തു. ലീഡർ തോറ്റുപോയ തിരഞ്ഞെടുപ്പിൽ തോൽവിയുടെ കാരണമായി നാട്ടിൽ അന്നു ചില കഥകൾ പ്രചരിച്ചിരുന്നുവത്രെ. ലീഡറുടെ ആശ്രിതവത്സലരിൽ ചിലർ അദ്ദേഹത്തോട് പറഞ്ഞുവത്രെ, ലീഡർ ഉറപ്പായും ജയിക്കും, തേറമ്പിലിന്റെ കാര്യമാണ് സംശയം എന്ന്.

ഒരു തിരഞ്ഞെടുപ്പിൽ രണ്ടുതരം വോട്ട് വേണ്ട, തനിക്കു ചെയ്തില്ലെങ്കിലും തേറമ്പിലിനു വോട്ട്ചെയ്യണമെന്നു ലീഡറും പ്രഖ്യാപിച്ചു. രാഷ്ട്രീയ എതിരാളികൾ അതിനെ ദുർവ്യാഖ്യാനം ചെയ്തു. തിരഞ്ഞെടുപ്പിൽ ഏറ്റവും വാശിയേറിയ പോരാട്ടമായി തേറമ്പിൽ വിലയിരുത്തുന്നത് സഖാവ് എം.എം.വർഗീസ് എതിരാളിയായി എത്തിയപ്പോഴാണ്. സിപിഎം തൃശ്ശൂർ ഏരിയ സെക്രട്ടറിയായോ പ്രവർത്തിച്ച വർഗീസിനു മണ്ഡലത്തിലെ ഓരോ കോണിലും വലിയ ബന്ധങ്ങളുണ്ടായിരുന്നു. സ്പീക്കറായ ശേഷമുള്ള തിരഞ്ഞെടുപ്പായിരുന്നു അത്. അക്കാലത്ത് സ്പീക്കർ എന്ന നിലയിൽ തിരക്കേറിയതിനാൽ മണ്ഡലത്തിൽ അല്പം സമ്പർക്കക്കുറവ് തേറമ്പിലിനുണ്ടായിരുന്നു. എന്നിട്ടും രണ്ടായിരത്തോളം വോട്ടിന്റെ ഭൂരിപക്ഷം തേറമ്പിലിനൊപ്പം നിന്നു. അൽപം നോവും നൊമ്പരവും ഉള്ളിൽ തറച്ച സംഭവങ്ങളും തിരഞ്ഞെടുപ്പുമായി ബന്ധപ്പെട്ടുതേറമ്പിലിന്റെ ജീവിതത്തിൽ ഉണ്ടായിട്ടുണ്ട്.

തേറമ്പിൽ നേരിട്ട അവസാന തിരഞ്ഞെടുപ്പിലേക്കുള്ള സ്ഥാനാർത്ഥിത്വം കടമ്പകളും കഥകളും വ്യഥകളും മറികടന്നു വന്നു ചേർന്നതാണ്. തിരഞ്ഞെടുപ്പുചർച്ചകൾ കൊടുമ്പിരിക്കൊള്ളുന്ന കേരളത്തിലെ രാഷ്ട്രീയ കാലാവസ്ഥയിൽ തേറമ്പിൽ എറണാകുളം ലേക്ഷോർ ആശുപത്രിയിൽ ഒരു ശസ്ത്രക്രിയ കഴിഞ്ഞു കിടക്കുകയായിരുന്നു. തൃശ്ശൂരിൽ മാത്രമല്ല, സംസ്ഥാനത്തും അങ്ങു ഡൽഹിയിൽ പോലും തേറമ്പിലിന്റെ സ്ഥാനാർഥിത്വം സംശയത്തിന്റെ നിഴലിലാണു നിൽപ്. തേറമ്പിലിനു തീരെ വയ്യ. അദ്ദേഹം ഇനി തിരഞ്ഞെടുപ്പിനുണ്ടാവില്ല എന്നൊക്കെ പലതലങ്ങളിൽ പ്രചാരണം തുടങ്ങിയിരുന്നു. അത്തരം പ്രചാരണങ്ങൾക്കു രാഷ്ട്രീയ പക്ഷങ്ങളുടെ വേർതിരിവുണ്ടായിരുന്നുമില്ല. ലേക്ഷോറിലെ ഡോക്ടർമാരെ വിളിച്ച് തേറമ്പിലിനു തിരിച്ചുവരവ് സാധ്യമോ എന്നു സംശയത്തോടെ അന്വേഷിച്ചുകൊണ്ടേയിരുന്ന സഹപ്രവർത്തകരെയും എതിർപ്രവർത്തകരെയും അദ്ദേഹം മുഖവിലയ്ക്കെടുത്തില്ല. മത്സരിക്കാൻ പറ്റാത്ത ആരോഗ്യസ്ഥിതിയിലാണെന്നും മരണത്തെ തൊട്ടു നിൽക്കുകയാണെന്നുമെല്ലാം പ്രചാരണം പറന്നു നടന്നു. ആശുപത്രിക്കിടക്കയിലും പക്ഷേ, പ്രതീക്ഷാനിർഭരമായി അദ്ദേഹം തുടർന്നു. സംസ്ഥാനത്തു കോൺഗ്രസിന്റെ മിക്ക മണ്ഡലങ്ങളിലും സ്ഥാനാർഥികളെ തീരുമാനിച്ചെങ്കിലും തൃശ്ശൂരിൽ മാത്രം തീരുമാനം വൈകി. അന്നു തേറമ്പിൽ ഡോ. ഫിലിപ് അഗസ്റ്റിനോട് ചോദിച്ചു.

‘‘ഇന്നത്തെ ആരോഗ്യസ്ഥിതിയിൽ തിരഞ്ഞെടുപ്പിൽ മത്സരിക്കാൻ നിൽക്കുന്നത് അഭികാമ്യമാകുമോ,എന്റെ അവസ്ഥയെക്കുറിച്ച് ഡോക്ടറുടെ അഭിപ്രായം പറയൂ.’’

വൈകിട്ടു പറയാമെന്നായി ഡോക്ടർ. തേറമ്പിലിനോട് അന്നു വൈകിട്ട് ഡോ. ഫിലിപ് അഗസ്റ്റിൻ പറഞ്ഞ മറുപടി പ്രത്യാശാഭരിതമായിരുന്നു.

‘‘ഡോക്ടർ എന്ന നിലയിൽ തികഞ്ഞ വിശ്രമം അനിവാര്യമാണെന്നേ ഞാൻ പറയൂ. പക്ഷേ, താങ്കളുടെ സ്ഥാനത്തു നിന്നു നോക്കിയാൽ ഞാൻ പറയുക, താങ്കൾ ഈ തിരഞ്ഞെടുപ്പിൽ മത്സരിക്കണമെന്നാണ്. കരുതലോടെ വേണമെന്നു മാത്രം.’’

ആ സീറ്റിനായി പലരും ഡൽഹിയിൽ ചെന്നിരുന്നുവത്രെ. ആരെയും തീരുമാനിച്ചിരുന്നില്ലെങ്കിലും അനാരോഗ്യമുള്ള തേറമ്പിലിന് ഇനി ആവുമോ എന്ന ചിന്ത നേതാക്കളിൽ പലർക്കുമുണ്ടായിരുന്നു. അപ്പോഴേക്കും സിപിഐയുടെ സ്ഥാനാർഥിയായി പി. ബാലചന്ദ്രൻ രംഗത്തിറങ്ങുകയും ചെയ്തു. ശസ്ത്രക്രിയ കഴിഞ്ഞ് അയ്യന്തോളിലെ വീട്ടിലേക്കു മടങ്ങിയതിന്റെ അടുത്ത ദിവസം അതിരാവിലെ ആറു മണിക്ക് തേറമ്പിലിനെ കാണാൻ എതിർ സ്ഥാനാർഥി സിപിഐയിലെ പി. ബാലചന്ദ്രൻ വീട്ടിലെത്തി.

''അങ്ങ് രാഷ്ട്രീയത്തിലെ അതികായനാണ്. ഞാനാകട്ടെ, ശിശുവും. എന്നെ അനുഗ്രഹിക്കണം.'' സഖാവ് ബാലചന്ദ്രൻ വിനയാന്വിതനായി.

''എന്റെ എല്ലാ അനുഗ്രഹവും ഉറപ്പായുമുണ്ടാകും, ബാലചന്ദ്രാ... പക്ഷേ, കോൺഗ്രസ് കാൻഡിഡേറ്റായി വരുന്നതു ഞാൻ തന്നെയാ...'' എന്നു പറഞ്ഞതോടെ ഞെട്ടിയതു ബാലചന്ദ്രനാണ്.

ബാലചന്ദ്രന് അപ്രതീക്ഷിതമായിരുന്നു ആ വാർത്ത. ബാലചന്ദ്രന്റെ ആ വരവോടെ വയ്യായ്കക്കിടയിലും തേറമ്പിൽ തിരഞ്ഞെടുപ്പു പ്രവർത്തനം വീട്ടിലിരുന്ന് മേൽനോട്ടം വഹിക്കാനായി രംഗത്തിറങ്ങി. കോർപറേഷൻ കൗൺസിലർമാരെ വിളിച്ചുകൂട്ടി. പ്രാദേശിക നേതാക്കളെയെല്ലാം ഒന്നിച്ചിരുത്തി.

''ഇത്രയും കാലം ഞാൻ നിങ്ങൾക്കു വേണ്ടി ഓടിനടന്നു. ഒരാഴ്ച നിങ്ങൾ എനിക്കു വേണ്ടി ഓടിനടക്കുക. നിങ്ങൾക്കു കിട്ടിയ വോട്ടിനേക്കാൾ നൂറു വോട്ട് എങ്കിലും കൂടുതൽ എനിക്കുവേണ്ടി പിടിക്കണം. ഓരോരുത്തരും അവരുടെ ഡിവിഷനിൽ നന്നായി പ്രവർത്തിക്കുക. സഹായിക്കുക'', എന്ന മട്ടിൽ വികാരനിർഭരമായ പ്രസംഗം നടത്തി തേറമ്പിൽ പ്രവർത്തകരെയെല്ലാം കൂടുതൽ ഊർജ്ജസ്വലരാക്കി.

തേറമ്പിലിന്റെ വാക്കുകൾ പലരുടെയും നെഞ്ചിൽ ചെന്നു തറച്ചതോടെ പ്രവർത്തകരും നേതാക്കളും കൂടുതൽ ആവേശത്തോടെ രംഗത്തിറങ്ങി. ''ആത്മാർത്ഥമായ പ്രവർത്തനം. പകൽച്ചൂടിലും പോരാട്ടം കടുപ്പത്തിലാക്കി. വെയിൽ മങ്ങിയ ശേഷം മാത്രം പല ദിവസങ്ങളിലും ഒരു തുറന്ന ജീപ്പിൽ തേറമ്പിൽ വോട്ട് ചോദിക്കാനിറങ്ങും. ചെറുചിരി. ചുരുക്കം വാക്കുകൾ. അതിലൊതുങ്ങി പ്രചാരണം. നെട്ടിശ്ശേരിയിൽ വോട്ട് ചോദിച്ചു ചെന്നപ്പോൾ എന്റെ ഫോട്ടോയിൽ മാലചാർത്തി വിളക്കു കൊളുത്തി വച്ചിരിക്കുന്നു. ആളുകളെല്ലാം പകച്ചു നിൽപാണ്. ഞാൻ മരിച്ചെന്നു കരുതി ചിലർ തരിച്ചിരിക്കുന്നു. സംഗതി രസകരമാണ്. ഒരു തമിഴ് പ്രവർത്തകൻ അവരുടെ ശൈലിയിൽ ആദരവോടെ ചിത്രം വച്ചു നിലവിളക്കു കത്തിച്ചു മാല ചാർത്തിയതായിരുന്നു.'' തേറമ്പിൽ ചിരിയോടെ പങ്കുവയ്ക്കുന്നു.

വലിയ ആക്രമണമായിരുന്നു നേരിട്ടത്. മരിച്ചെന്നും മരിക്കുമെന്നും വരെ പ്രചരിച്ചു. മരണം വന്നുവിളിച്ചാൽ ഉണ്ടാകാവുന്ന ഉപതിരഞ്ഞെടുപ്പിനേക്കാൾ നല്ലത് ഈ പൊതുതിരഞ്ഞെടുപ്പാണെന്നു വരെ പറച്ചിൽ പടർന്നു. ഐസിയുവിൽ നിന്നാണ് വരുന്നതെന്നൊക്കെ ആളുകളെ തെറ്റിദ്ധരിപ്പിച്ചു.

''ഞങ്ങൾ ഇരുവർക്കും ആരോഗ്യപ്രശ്നങ്ങളുണ്ട്. ഞാൻ എന്റെ ഫിറ്റ്നസ് സർട്ടിഫിക്കറ്റ് ഹാജരാക്കാം'', എന്നുവരെ തേറമ്പിലിനു പൊതുയോഗത്തിൽ അന്നു പറയേണ്ടി വന്നു.

ജനഹൃദയങ്ങളിൽ

എന്നിട്ടും ഇടതുപക്ഷത്തിന്റെ കണക്കുകൂട്ടൽ പിഴച്ചു. പതിനാറായിരത്തിലധികം വോട്ടിന്റെ ലീഡിലായിരുന്നു തേറമ്പിൽ വിജയിച്ചത്. തേറമ്പിൽ രാമകൃഷ്ണൻ എന്ന ഒരു അപരനെയും അന്നു നിർത്തിയിരുന്നു. തൃശ്ശൂരിൽ തന്നെയുള്ള ആളായിരുന്നു അപരനായ ആ തേറമ്പിൽ രാമകൃഷ്ണൻ.

'ചിലർ വരുമ്പോൾ ചരിത്രം വഴിമാറും' എന്നു ബോർഡ് വച്ച് പി.ബാലചന്ദ്രന്റെ വരവിനെ ഇടതുപക്ഷം പ്രത്യാശാപൂർവം അവതരിപ്പിച്ചപ്പോൾ തൊട്ടടുത്ത ദിവസം 'തകർക്കാൻ പറ്റാത്ത വിശ്വാസം' എന്ന പത്തരമാറ്റുള്ള പരസ്യവാചകം ബോർഡിലെഴുതി തേറമ്പിലിന്റെ പക്ഷം തിരിച്ചടിച്ചു. പരസ്യവാചകങ്ങളിലും പ്രചാരണതന്ത്രങ്ങളിലുമെല്ലാം പല തലങ്ങളിലൂടെ പുതുമകളും അൽപം കടുംകൈ പ്രയോഗങ്ങളും വരെ നടന്ന തിരഞ്ഞെടുപ്പായിരുന്നു അതെന്നു തേറമ്പിലിന്റെ സുഹൃത്തുക്കളും പറയുന്നു. അടവുകൾ മാറിമാറി വന്നിട്ടും തേറമ്പിലിന്റെ മുന്നിൽ അതെല്ലാം മുനയൊടിഞ്ഞു തീരുകയായിരുന്നുവെന്ന് ചുരുക്കം. വലിയ പ്രതിസന്ധികളും പ്രയാസങ്ങളുമാണ് നമ്മുടെ മനസ്സിന്റെ ആത്മവീര്യവും ഇച്ഛാശക്തിയും എത്രയെന്നു ബോധ്യപ്പെടുത്തുക. ആത്മഗതങ്ങൾക്കു പോലും വലിയ സ്വാധീനശക്തിയുണ്ടെന്നു തോന്നിപ്പിക്കും. ഊർജ്ജം ഉള്ളിലുറഞ്ഞു ബലപ്പെടും. അങ്ങനെ ബലപ്പെട്ട് നേടിയ തിരിച്ചുവരവിന്റെ ആഹ്ലാദം തേറമ്പിലിന്റെ ഉള്ളിലിരുന്ന് ഇന്നും പുഞ്ചിരിക്കാറുണ്ട്. ■

നിയമസഭയിലെ വ്യത്യസ്തൻ

രാഷ്ട്രീയവിവാദങ്ങളുടെയും വെല്ലുവിളികളുടെയും പ്രക്ഷോഭങ്ങളുടെയും വാദപ്രതിവാദങ്ങളുടെയും സഭയോർമകൾ പല ജനപ്രതിനിധികൾക്കും പങ്കുവയ്ക്കാനുള്ളപ്പോൾ തേറമ്പിൽ രാമകൃഷ്ണൻ അത്തരമൊരു ചെറിയ അനുഭവത്തിൽ പോലും പങ്കാളിയായില്ലെന്നതാണ് കൗതുകകരം.

തൃശ്ശൂർ, നിയോജകമണ്ഡലം, ആവശ്യങ്ങളും പ്രശ്നങ്ങളും, സംസ്ഥാനത്തിന്റെ പൊതുവിഷയം... ഇതിനപ്പുറം തേറമ്പിലിനു മറ്റൊരു അജണ്ടയും നിയമസഭയിൽ ഒരിക്കലും ഉണ്ടായിട്ടില്ല. പല വിഷയങ്ങളിലും സഭ കത്തിജ്വലിക്കുമ്പോൾ ഭൂമിയിലെ ഏറ്റവും ദുർബലനെപ്പോലെ തേറമ്പിൽ നടിക്കും. സംഘർഷങ്ങളിൽ നിന്നു തെല്ല കലം പാലിച്ചിരിക്കും. കെ.എം. മാണിയുടെ ബജറ്റ് തർക്കത്തിൽ സഭ പ്രക്ഷുബ്ധമായപ്പോൾ സംഘർഷത്തിൽ നിന്നൊഴിഞ്ഞു ശാന്തരായി രണ്ടുപേർ മറിയിരിക്കുന്നത് ഇപ്പോഴും അന്നത്തെ വിഡിയോകൾ പരിശോധിച്ചാൽ നമുക്കു കാണാം. മാറിനിന്ന ആ രണ്ടുപേരും തൃശ്ശൂർ ജില്ലക്കാരാണ്. തേറമ്പിൽ രാമകൃഷ്ണനും പ്രഫ. രവീന്ദ്രനാഥും.

നടുത്തളത്തിലിറങ്ങി ബഹളം വയ്ക്കുന്നവർക്കിടയിൽ നിങ്ങൾക്കു തേറമ്പിലിനെ കാണാനാവില്ല. തികച്ചും കാര്യമാത്ര പ്രസക്തമായി ഇടപെടുന്ന രാഷ്ട്രീയ ബോധ്യം തേറമ്പിലിന്റെ പക്വതയായി വേണം വ്യാഖ്യാനിക്കാൻ. തൃശ്ശൂർ എന്ന വാക്കിൽ തൊട്ട് ആരെങ്കിലും വല്ലതും പറഞ്ഞാലല്ലാതെ തേറമ്പിൽ ഒരിക്കലും ഒന്നിലേക്കും കടന്നുകയറില്ല.

ഒരിക്കൽ കൃഷിമന്ത്രിയായിരുന്ന സി.പി.ഐയിലെ സി. ദിവാകരനുമായി തേറമ്പിലിനു കൊമ്പുകോർക്കേണ്ടി വന്നു. കൈനൂരിലെ പന്നിഫാമിന്റെ പേരിലായിരുന്നു ആ പോര്. കൈനൂർ പന്നിവളർത്തൽ കേന്ദ്രത്തിനെതിരെ നാട്ടിൽ വലിയ സമര കോലാഹലങ്ങൾ നടന്നു. തേറമ്പിലിന്റെ മണ്ഡലത്തിലല്ല കൈനൂർ, ഒല്ലൂർ മണ്ഡലത്തിലാണ്. സുകുമാർ അഴീക്കോടിനെ പോലുള്ളവർ പന്നിവളർത്തൽ

കേന്ദ്രത്തിനെതിരെ ശക്തമായി നിലയുറപ്പിച്ചതോടെ രാഷ്ട്രീയ നേതൃത്വം സമ്മർദ്ദത്തിലായി. സ്പീക്കറായിരിക്കെ തേറമ്പിലിന്റെ ചേംബറിൽ സമരസമിതി നേതാക്കളെ വിളിച്ചിരുത്തി ഒരു യോഗം ചേർന്നു. ഗൗരിയമ്മയായിരുന്നു അന്നു വകുപ്പുമന്ത്രി. ഒട്ടും വിട്ടു വീഴ്ചയ്ക്കു തയ്യാറാകാതെ നിന്ന ഗൗരിയമ്മയെ ഒടുവിൽ സമന്വ യത്തിന്റെ പാതയിലേക്കു കൈപിടിച്ചതും തേറമ്പിലായിരുന്നു. പന്നിഫാം ഇനി വിപുലീകരിക്കില്ലെന്നും ഘട്ടംഘട്ടമായി ഫാം

മുൻപ്രധാനമന്ത്രി ഡോ. മൻമോഹൻസിംഗിനോടൊപ്പം

പൂട്ടാനുള്ള നടപടിയെടുക്കാമെന്നും അന്നു ധാരണയായി. പിന്നീടു ഭരണം മാറുകയും സി.പി.ഐ.യിലെ സി.ദിവാകരൻ മന്ത്രിയാവുകയും ചെയ്തതോടെ സംഗതി വീണ്ടും പ്രശ്നത്തിലായി. പന്നിഫാം നിലനിർത്തുമെന്ന മട്ടിൽ സി.ദിവാകരൻ പ്രസംഗിച്ചതോടെ തേറമ്പിൽ പൊട്ടിത്തെറിച്ചു. പതിവു ശാന്തതയൊക്കെ കുടഞ്ഞെറിഞ്ഞു തേറമ്പിൽ തുറന്ന പോരിനെന്ന പോലെയിറങ്ങി.

''തീരുമാനത്തിന് വിരുദ്ധമാണിത്. ഇപ്പറഞ്ഞതു ശരിയല്ല'', മന്ത്രി ദിവാകരനെതിരെ തേറമ്പിൽ ശക്തിയായി പ്രതികരിച്ചു. പിന്നീട് വിഷയം അന്വേഷിക്കുകയും പരിശോധിക്കുകയുംചെയ്തശേഷം തേറമ്പിൽ പറഞ്ഞതാണ് ശരിയെന്നു സി.ദിവാകരൻ തിരിച്ചറിയുകയും പരസ്യമായി സമ്മതിക്കുകയും ചെയ്തിട്ടുണ്ട്.

പ്രതിഷേധിക്കണമെങ്കിൽ ഒട്ടും അതിഭാവുകത്വമില്ലാതെ അതും ചെയ്യും. എൻഡിപിയുടെ എംഎൽഎയായി തേറമ്പിൽ നിയമസഭയിൽ ചെല്ലുമ്പോൾ വക്കംപുരുഷോത്തമനായിരുന്നു സ്പീക്കർ. സ്പീക്കർമാരുടെ പാനൽ തിരഞ്ഞെടുത്തപ്പോൾ അദ്ദേഹം തേറമ്പിലിനെയും ഉൾപ്പെടുത്തി. പുതുമുഖങ്ങളെ സാധാരണയായി സഭ നയിക്കാനുള്ളവരുടെപാനലിൽ ഉൾപ്പെടുത്താറില്ല. എന്നിട്ടും അംഗസംഖ്യ തീരെ കുറവുള്ള എൻഡിപിയിലെ തേറമ്പിൽ രാമകൃഷ്ണൻ സഭ നിയന്ത്രിക്കാനുള്ള പാനലിൽ അംഗമായി. പുതുമുഖമായിട്ടും തേറമ്പിൽ സഭ ഭംഗിയായി നിയന്ത്രിക്കുകയും ചെയ്തു. വന്നു ചേരാനിരിക്കുന്ന വലിയൊരു പദവിയുടെ അരങ്ങേറ്റമായിരുന്നു അന്നു നടന്നതെന്നു തേറമ്പിൽ രാമകൃഷ്ണൻ പിന്നീടു പലവട്ടം പറഞ്ഞിട്ടുണ്ട്.

രണ്ടു ഘട്ടങ്ങളിലായി മൂന്നു വർഷത്തോളം തേറമ്പിൽ രാമകൃഷ്ണൻ കേരള നിയമസഭയുടെ സ്പീക്കറായി സഭയെ നയിച്ചു. പി.പി.തങ്കച്ചൻ രാജിവച്ച് മന്ത്രിയായപ്പോൾ 1994ൽ ആണ് ആദ്യമായി സ്പീക്കർ പദവിയിൽ എത്തുന്നത്. സ്പീക്കർ തിരഞ്ഞെടുപ്പിൽ തേറമ്പിൽ മത്സരിക്കുന്നതു സിപിഎമ്മിലെ ടി.കെ. ഹംസയോടാണ്. രണ്ടാം വട്ടം സ്പീക്കർ സ്ഥാനത്തേക്ക് എതിരാളി എ.കെ. ബാലനായിരുന്നു.

''സ്പീക്കർ തിരഞ്ഞെടുപ്പു കഴിഞ്ഞാൽ തോറ്റയാൾ ജയിച്ചയാളെ അനുമോദിച്ചു പ്രസംഗിക്കുന്ന രീതിയുണ്ട്. ബാലന്റെ പ്രസംഗം അതിഗംഭീരമായിരുന്നു. തേറമ്പിലിനു പരസ്യമായി മംഗളപത്രം നൽകുന്ന മട്ടിലായിരുന്നു ബാലന്റെ പ്രസംഗം.'' തേറമ്പിൽ ആ ദിവസത്തെ ഓർത്തെടുത്തു. ''ഇവിടെയുള്ള എം.എൽ.എ.മാരിൽ തേറമ്പിലിന്റെ ഏറ്റവും വലിയ ആരാധകൻ എ.കെ.ബാലനാണെന്നു തോന്നുന്നു'' എന്നായിരുന്നു അന്ന് വക്കം പുരുഷോത്തമന്റെ കമന്റ്.

എതിരാളികൾ പോലും മംഗളപത്രം നൽകിയ കാലുഷ്യമില്ലാത്ത വ്യക്തിബന്ധമാണ് തേറമ്പിൽ രാമകൃഷ്ണന്റേത്. ആ മുഖത്തു നോക്കി ആർക്കും എതിർക്കാനാവില്ലെന്നത് തേറമ്പിലിന്റെ വിജയമാണ്. രണ്ടാം വട്ടം 2005ൽ വക്കം പുരുഷോത്തമൻ രാജിവച്ചു ധനമന്ത്രിയായപ്പോഴായിരുന്നു തേറമ്പിലിനെ തേടി സ്പീക്കർ പദവിയെത്തിയത്. എ.കെ.ആന്റണിയുടെയും ഉമ്മൻചാണ്ടിയുടെയും ഭരണകാലഘട്ടങ്ങളിൽ സഭാനാഥനായിട്ടായിരുന്നു തേറമ്പിലിന്റെ നിയോഗം.

നിയമസഭാ മന്ദിരത്തിന്റെ തറവാടിത്തം നിലനിർത്തും വിധം ഗാന്ധിജിയുടെയും നെഹ്റുവിന്റെയും അംബേദ്കറുടെയും കെ.ആർ. നാരായണന്റെയും പ്രതിമകൾ സ്ഥാപിച്ചതു തേറമ്പിൽ സ്പീക്കറായ കാലത്താണ്. പ്രധാനമന്ത്രി ഡോ. മൻമോഹൻസിങ്ങാണ് ഗാന്ധി-നെഹ്റു പ്രതിമകളുടെ അനാച്ഛാദനത്തിനെത്തിയത്. കേരളീയനായ രാഷ്ട്രപതിയുടെ അർദ്ധകായ പ്രതിമ നിയമസഭാ

നിയമസഭാ അങ്കണത്തിൽ, ഗാന്ധിജി നെഹ്റു,
ഡോ. അംബേദ്കർ പ്രതിമകളുടെ അനാച്ഛാദനം

കെ.ആർ. നാരായണൻ പ്രതിമ അനാച്ഛാദനം
ഉമ്മൻചാണ്ടി, കോടിയേരി ബാലകൃഷ്ണൻ, കെ.എം. മാണി, പി.കെ. കുഞ്ഞാലിക്കുട്ടി എന്നിവരോടൊപ്പം

മന്ദിരത്തിന്റെ ഉള്ളിൽ സ്ഥാപിക്കണമെന്ന് തേറമ്പിലിന്റെ തീരുമാനമായിരുന്നു. പക്ഷേ കെ.ആർ.നാരായണന്റെ പ്രതിമ പൂർണ്ണമാകുമ്പോഴേക്കും തിരഞ്ഞെടുപ്പ് പ്രഖ്യാപിച്ചു. തിരഞ്ഞെടുപ്പു കമ്മിഷന്റെ പ്രത്യേക അനുമതിയോടെയായിരുന്നു കെ.ആർ.നാരായണന്റെ പ്രതിമ അനാച്ഛാദനം ചെയ്തത്.

കേരളത്തിനൊരു വികസന അജണ്ടയുമായി രാഷ്ട്രപതിയായിരുന്ന അബ്ദുൽകലാം നിയമസഭയിലെത്തിയതും സ്പീക്കറായിരുന്ന തേറമ്പിൽ ക്ഷണിച്ചിട്ടാണ് (2005 ജൂലൈ 28).

എംഎൽഎമാർക്ക് കിലയുടെ നേതൃത്വത്തിൽ പഠനക്ലാസ് നൽകിനതും നിയമസഭാ മ്യൂസിയം സജ്ജമാക്കിയതും സഭാപ്രവർത്തനങ്ങൾ പൊതുമധ്യത്തിലെത്തിക്കുന്നതിന് ലൈവ് റിപ്പോർട്ടിങ്ങിനു മാധ്യമങ്ങളെ അനുവദിച്ചതും എംഎൽഎമാർക്കുള്ള പുതിയ ഫ്ളാറ്റുകൾ നടപ്പാക്കിയതും തേറമ്പിൽ സ്പീക്കറായിരുന്ന കാലത്താണ്. രാഷ്ട്രപതി കെ.ആർ.നാരായണന്റെ വേർപാടിൽ മാത്രമല്ല, ഒ.വി വിജയനെ അനുസ്മരിക്കാനും സഭയിൽ വേദി ഒരുക്കി തേറമ്പിൽ.

പാർലിമെന്റിൽ നടന്ന സ്പീക്കർമാരുടെ ഒരു സമ്മേളനത്തിൽ പങ്കെടുത്തപ്പോഴാണ് അവിടെ പുതിയതായി ആരംഭിച്ച വിശാലമായ മ്യൂസിയം കാണാൻ ഇടവന്നത്. കേരള നിയമസഭയിലും അതു

സൗഹൃദം: മുൻ രാഷ്ട്രപതികളായ കെ.ആർ. നാരായണൻ, എ.പി.ജെ. അബ്ദുൾ കലാം

പോലെ ഒന്ന് ആരംഭിക്കണമെന്ന മോഹം തേറമ്പിൽ മുഖ്യമന്ത്രിയായിരുന്ന ഉമ്മൻചാണ്ടിയുമായി പങ്കുവെച്ചു. തിരഞ്ഞെടുപ്പ് അടുത്ത അവസരമായതിനാൽ വലിയ ആസൂത്രണമൊന്നും സൗകര്യമൊരുക്കുന്നതിനായി ചെയ്യാൻ കഴിഞ്ഞില്ല. നിയമസഭാമന്ദിരത്തോട് അടുത്തുള്ള പഴക്കമേറിയതെങ്കിലും പ്രൗഢി നശിക്കാത്ത കെട്ടിടത്തിന്റെ പരിമിതികൾക്കുള്ളിൽ നിന്ന് കൊണ്ട് മ്യൂസിയത്തിന് അന്ന് തേറമ്പിൽ തുടക്കം കുറിച്ചത്. പിൻഗാമികളായി വന്ന സ്പീക്കർമാർ മ്യൂസിയത്തെ വിപുലീകരിച്ചു കണ്ടതിൽ തേറമ്പിലിന് അതീവ ചാരിതാർത്ഥ്യമുണ്ട്. സ്പീക്കറായിരിക്കെ അന്തരിച്ച ജി.കാർത്തികേയന്റെ

നാമധേയമാണ് പുതിയ കെട്ടിടത്തിലെ ആ മ്യൂസിയത്തിന് നൽകിയിട്ടുള്ളത്.

കിലയെക്കുറിച്ചു പറയുമ്പോൾ തേറമ്പിലിന്റെ ഓർമകൾ തൃശ്ശൂരിലും കൊച്ചിയിലുമൊക്കെകറങ്ങി നടക്കും. സി.എം.സുന്ദരം മന്ത്രിയായിരുന്നപ്പോഴാണ് കില എന്ന ആശയം രൂപപ്പെടുന്നത്. ഡൽഹിയിലും ഹൈദരാബാദിലുമൊക്കെ അത്തരം സംവിധാനങ്ങളുണ്ട്. കെ.കരുണാകരൻ മുഖ്യമന്ത്രിയായിരുന്നപ്പോൾ തൃശ്ശൂർക്കാരനായ എൻ.മാധവനായിരുന്നു തദ്ദേശസ്വയംഭരണ വകുപ്പ് സെക്രട്ടറി. കില ആരംഭിച്ചത് അദ്ദേഹത്തിന്റെ കാലത്താണ്. സ്പീക്കർ എന്ന നിലയിൽ ഇന്ത്യയിൽ ആദ്യമായി എംഎൽഎമാർക്ക് ഒരു പരിശീലന ശിൽപശാലസംഘടിപ്പിക്കുന്നത് തേറമ്പിലാണ്. അത് അന്ന് രാജ്യാന്തര തലത്തിൽ ഏറെ ചർച്ച ചെയ്യപ്പെട്ടു.

ലോക്സഭാ സ്പീക്കർ സോമനാഥ ചാറ്റർജി ഉദ്ഘാടനം ചെയ്ത ആ ശിൽപശാലയിൽ 125 എംഎൽഎമാരാണ് പങ്കെടുത്തത്. മണിശങ്കർ അയ്യരെപ്പോലുള്ളവർ ക്ലാസെടുക്കാനെത്തിയതോടെ കില എന്ന സ്ഥാപനം രാജ്യവ്യാപകമായി പ്രശസ്തമായി. അതൊരു ഡീംഡ് യൂണിവേഴ്സിറ്റിയാക്കി ഉയർത്തണമെന്ന ആവശ്യം തേറമ്പിൽ നിരന്തരം ഉന്നയിക്കാറുണ്ട്.

കില സമ്മേളനത്തിനെത്തിയ ലോകസഭാ സ്പീക്കർ സോമനാഥ് ചാറ്റർജിയെ എറണാകുളത്തു നേരിട്ടെത്തി സ്വീകരിച്ചു.

കിലയിൽ അന്നത്തെ ലോകസഭാ സ്പീക്കർ സോമനാഥ് ചാറ്റർജിയും നിയമസഭാ സാമാജികരും

ലോക്സഭാസ്പീക്കറും നിയമസഭാസ്പീക്കറും

ബോൾഗാട്ടി പാലസിൽ അദ്ദേഹത്തിനായി സ്പീക്കറുടെ വക പ്രത്യേകം വിരുന്നൊരുക്കി. കൊച്ചിയുടെ സൗന്ദര്യം നേരിട്ടറിയിക്കാൻ അദ്ദേഹത്തിനായി ഒരു കായൽ യാത്രയും സജ്ജമാക്കി. ചാറ്റർജിക്കൊപ്പം തേറമ്പിലും ആ കായൽ യാത്രയിൽ ഒപ്പം ചേർന്നു.

''ബോട്ടിങ്ങിനിടെ ഓരോ ഇളനീർ എത്തിച്ചിരുന്നു. ഫ്രിഡ്ജിൽ വച്ചു തണുപ്പിച്ച ഇളനീർ. ഞങ്ങൾ ഇരുവരും ഇളനീർ കുടിച്ചും കായൽ കാഴ്ചകൾ കണ്ടും പല കാര്യങ്ങൾ സംസാരിച്ചുകൊണ്ടിരിക്കെ എനിക്കെന്തോ ഒരു അസ്വസ്ഥത. ഒരു പന്തികേട്. തിരികെ ബോൾഗാട്ടി പാലസിലെത്തിയതോടെ വയറിലാകെ ഒരു തിരയിളക്കം. ഒപ്പം ഛർദിയും. ഇളനീരാണോ കടൽച്ചൊരുക്കാണോ കാരണമെന്നറിയാതെ എല്ലാവരും പകച്ചിരിപ്പാണ്. ഏറെ നേരം കഴിയുമ്പോഴേക്കും ഞാനാകെ അവശനായി. ഉടൻ ആശുപത്രിയിലാക്കാനുള്ള ഏർപ്പാടുകൾ നടക്കുമ്പോഴും ഏറെനാളത്തെ സ്വപ്നമായിരുന്ന ശിൽപശാലയുടെ തൊട്ടരികിൽ വച്ച് എനിക്ക് അതു നഷ്ടപ്പെടുമല്ലോ എന്ന വ്യഥ വല്ലാതെ തളർത്തി. അന്നു മുഹമ്മദ് ഹനീഷാണ് എറണാകുളം ജില്ലാകലക്ടർ. മെഡിക്കൽ ട്രസ്റ്റ് ആശുപത്രിയിൽ ഒരു പോള കണ്ണടയ്ക്കാതെ ആ രാത്രി മുഴുവൻ ജില്ലാ കലക്ടർ മുഹമ്മദ് ഹനീഷും എനിക്കൊപ്പം കൂടെ നിന്നു. മണിശങ്കർ അയ്യരും സോമനാഥ് ചാറ്റർജിയുമൊക്കെ എത്തിയപ്പോഴേക്കും ഒന്നിനും സാധിക്കാത്ത നിലയിലേക്കു കുഴഞ്ഞു

പോയ ഞാൻ പാതിബോധത്തിലും സങ്കടപ്പെട്ടു കൊണ്ടേയിരുന്നു.'' ഇക്കാര്യം പറയുമ്പോഴൊക്കെതേറമ്പിലിന് നെഞ്ചിൽ ഒരു പുകച്ചിൽ അനുഭവപ്പെടും. അത്രമേൽ ആശങ്കപ്പെടുത്തുന്ന അനുഭവമായിരുന്നുവത്രെ അത്.

പിറ്റേന്നു കാലത്ത് അൽപം ആശ്വാസം തോന്നിയപ്പോൾ കിലയിലെ പരിപാടിക്കു പങ്കെടുക്കണമെന്ന കടുത്ത വാശിയിലായി തേറമ്പിൽ. ഡോക്ടർമാർ സമ്മതിക്കുന്നില്ല. ഒടുവിൽ ഡോക്ടർമാരുടെ വിസമ്മതവും മറികടന്നു 'ഹൈ റിസ്ക്' എടുത്തു കിലയിലേക്കു കാറിൽ പോകുകയായിരുന്നു.

''നടക്കാൻപോലും പറ്റുന്നില്ലായിരുന്നു. ഇല വാടിയതുപോലെ പൊടുന്നനെ ക്ഷീണിതനായ എന്നെക്കണ്ടു പിറ്റേന്നാൾ സോമനാഥ് ചാറ്റർജി പോലും ഭയന്നുപോയി. എന്നിട്ടും ആ ശിൽപശാല അതിഗംഭീരമായി. പ്രസംഗത്തിനൊന്നും പറ്റുന്ന അവസ്ഥ അല്ലാതിരുന്നിട്ടും ഞാൻ ഗംഭീരമായി പ്രസംഗിച്ചു.'' വാക്കുകളിൽ ആ നിശ്ചയദാർഢ്യം ചോരാതെ, തീരാതെ തേറമ്പിൽ രാമകൃഷ്ണൻ കാത്തുസൂക്ഷിക്കുന്നു.

സ്പീക്കറായിരിക്കുമ്പോഴും സംഘാടനമെന്ന കലയുടെ സകല സൗന്ദര്യവും തേറമ്പിൽ പ്രകടിപ്പിച്ചുകൊണ്ടേയിരുന്നു. പത്ര പ്രവർത്തകരൊക്കെ വലിയ സുഹൃത്തുക്കളായിരുന്നു. അസ്പൃശത ഒരിക്കലും ആർക്കും അദ്ദേഹത്തിൽ നിന്ന് അനുഭവിക്കേണ്ടി വന്നിട്ടേയില്ല. തുറന്ന ചർച്ചയ്ക്കും സംവാദത്തിനും അദ്ദേഹം എല്ലായ്പോഴും അവസരമൊരുക്കി. കേൾക്കാനായി എന്നും കാതുകൾ തുറന്നിരുന്നു. പ്രതിഭകളുടെ മിന്നലാട്ടം കണ്ടാൽ സ്പീക്കറുടെ ലെറ്റർ ഹെഡിൽ അവരെത്തേടി സ്വന്തം കൈപ്പടയിൽ തേറമ്പിലിന്റെ അനുമോദനക്കുറിപ്പെത്തും. അതിലെല്ലാം ഒരു 'തേറമ്പിൽ ടച്ച്' വരുത്താൻ അദ്ദേഹം പ്രത്യേകം ശ്രദ്ധിക്കും.

തേറമ്പിൽ സ്പീക്കറായ ആദ്യടേമിൽ കാലാവധി കഴിഞ്ഞു സഭ പിരിയുമ്പോൾ പതിവായി ചെയ്യുന്ന ഗ്രൂപ്പ് ഫോട്ടോ പരിപാടി നടന്നില്ല. കൂത്തുപറമ്പ് വെടിവയ്പുമായി ബന്ധപ്പെട്ട് എം.വി. രാഘവനോട് ബഹിഷ്കരണം പ്രഖ്യാപിച്ച സിപിഎം രാഘവനൊപ്പം ഫോട്ടോയ്ക്കു നിൽക്കില്ലെന്ന കടുത്ത നിലപാടെടുത്തതായിരുന്നു കാരണം. തേറമ്പിൽ ഇവരെയെല്ലാം കോർത്തിണക്കാൻ ഒരുപാട് ശ്രമിച്ചെങ്കിലും നടന്നില്ല. ഒടുവിൽ ഗ്രൂപ്പ് ഫോട്ടോ വേണ്ടെന്നുവച്ചപ്പോൾ വലിയ ദുഃഖമായിരുന്നു. ആ വേദന മാറിയതു രണ്ടാം ടേമിൽ സഭാമന്ദിരത്തിൽ നടന്ന പ്രതിമ അനാച്ഛാദന ചടങ്ങിൽ എല്ലാവരെയും ഒന്നിച്ചിരുത്തി ഫോട്ടോ എടുത്തപ്പോഴാണ്. ഒരു ഫോട്ടോ എടുക്കുന്നതിൽ പോലും യോജിക്കാൻ വയ്യെങ്കിൽ പിന്നെയെന്തു

ആസ്വാദ്യനിമിഷങ്ങൾ - ഇ.കെ. നായനാരുമൊത്ത്

രാഷ്ട്രീയമാന്യതയാണ് പൊതുപ്രവർത്തനത്തിൽ ഉള്ളതെന്ന് തേറമ്പിൽ അന്നു ചിന്തിച്ചു. സ്പീക്കർ പദവിയിലാണ് തേറമ്പിൽ ഏറ്റവും കൂടുതൽ ശോഭിച്ചതെന്ന് കവി ഒഎൻവി കുറുപ്പ് പറഞ്ഞതു വെറുതേയല്ല.

നിയമസഭയുടെ ആദ്യ സ്പീക്കറായിരുന്ന ശങ്കരനാരായണൻ തമ്പിയുടെ സമചിത്തതയും നിഷ്പക്ഷമായ റൂളിങ്ങുകളും അടങ്ങിയ പാരമ്പര്യം കാത്തുസൂക്ഷിച്ച പിൻഗാമികളിൽ പ്രഥമഗണനീയനാണ് തേറമ്പിൽ എന്നും ഒഎൻവി നിരീക്ഷിച്ചിട്ടുണ്ട്. നടക്കുമ്പോൾ ഒപ്പം നടക്കുന്നുവെന്നു തോന്നിപ്പിക്കുന്ന അമ്പിളിമാമനെപ്പോലെ ഏതു പക്ഷക്കാർക്കും സ്വീകാര്യനായ തേറമ്പലിനെ 'മൈ എവരിബഡീസ് മൂൺ' എന്നു വിശേഷിപ്പിക്കാനും ഒ.എൻ.വി മടിച്ചില്ല. ആ വാക്കുകളിലുണ്ട് തേറമ്പിൽ രാമകൃഷ്ണൻ എന്ന മനുഷ്യന്റെ മാനവികതയും സവിശേഷതയും.

വിശാലമാണ് സ്പീക്കറുടെ ഔദ്യോഗിക വസതി. അവിടെ അന്ന് ആൾത്തിരക്കൊട്ടുംഉണ്ടായിരുന്നില്ല. തേറമ്പിലും കുടുംബവും വീട്ടുജോലിക്ക് ഒരു സ്ത്രീയും മാത്രമടങ്ങുന്ന ചുരുങ്ങിയ വീട്ടുകാര്യ

ങ്ങളേ പറയാനുണ്ടായിരുന്നുള്ളൂ.

കാലത്ത് എഴുന്നേറ്റ് എന്നും നടക്കും. തൊട്ടടുത്തുള്ളഹനുമാൻ കോവിലിൽ പോയി പ്രാർഥിക്കും. പുലർച്ചെ അഞ്ചരയ്ക്ക് എഴുന്നേറ്റു പത്രങ്ങളെല്ലാം വായിക്കും. ഇതിനപ്പുറം സ്പീക്കറുടെ വസതിയെ ഓർക്കാൻ തേറമ്പിലിന് കാര്യമായി മറ്റൊന്നുമില്ല. സ്പീക്കറായ വക്കം പുരുഷോത്തമൻ ഒരു ഹെഡ്മാസ്റ്ററെ പോലെ വടിയെടുക്കുന്ന മട്ടിൽ സഭ നിയന്ത്രിച്ചപ്പോൾ പിൻഗാമിയായ തേറമ്പിൽ സൗമ്യത വെടിയാതെ എല്ലാവരെയും കേൾക്കുകയാണ് ചെയ്യുക. എല്ലാം ചിരിയോടെ കേൾക്കുന്നതിൽ ചിലർക്കു വിയോജിപ്പുണ്ടായിരുന്നു. "വളരെ ലിബറൽ എന്നു ചിലർ വിമർശിക്കുകയും ചെയ്തു", തേറമ്പിൽ പറഞ്ഞു.

"ഹരിപ്പാട് നിയോജക മണ്ഡലത്തിലെ സി.പി.എം എം.എൽ.എ ടി.കെ.ദേവകുമാർ വലിയ പ്രതിഷേധക്കാരനായിരുന്നു. സഭയിൽ പലപ്പോഴും ബഹളം വയ്ക്കും, പ്രശ്നങ്ങളുണ്ടാക്കും." ഒരിക്കൽ ദേവകുമാറിനോടായി പറഞ്ഞു, "ദേവകുമാർ, ഇതു പണ്ടത്തെ പോലെയല്ല കേട്ടോ. വോട്ട്ചെയ്തവർ ഇതെല്ലാം കാണുന്നുണ്ട്. അടുത്ത തിരഞ്ഞെടുപ്പിൽ ഇതെല്ലാം പ്രതിഫലിച്ചേക്കും."

തേറമ്പിലിന്റെ വാക്കുകൾ ഫലിച്ചതു പോലെയായി. അടുത്ത തിരഞ്ഞെടുപ്പിൽ ടി.കെ.ദേവകുമാർ തോറ്റു. പിന്നീട് ദേവകുമാർ കണ്ടപ്പോൾ ഇക്കാര്യം ഓർമ്മപ്പെടുത്തുകയുണ്ടായി. എടക്കാട് തിരഞ്ഞെടുപ്പ് കേസിൽ ജയപരാജയങ്ങൾ മാറിമറിഞ്ഞതിനാൽ ഒ.ഭരതനെ രണ്ടുവട്ടം സത്യപ്രതിജ്ഞ ചെയ്യിക്കേണ്ടിവന്ന അപൂർവാനുഭവം സ്പീക്കർ എന്ന നിലയിൽ തേറമ്പിലിനു മാത്രം അവകാശപ്പെട്ടതാണ്.

തേറമ്പിൽ രാമകൃഷ്ണനും വി.ജെ.പൗലോസും കെ.കരുണാകരനൊപ്പം ഡി.ഐ.സി.യിലേക്കു പോകാതെ കോൺഗ്രസിൽ ഉറച്ചു നിന്നതുകൊണ്ടാണ് എ.കെ.ആന്റണിയുടെ മന്ത്രിസഭ വീഴാതെ നിലനിന്നത്. ഡി.ഐ.സി.യിലേക്കു കെ.കരുണാകരൻ തേറമ്പിലിനെ നേരിട്ടു ക്ഷണിച്ചതാണ്.

"ഞാൻ അതിലേക്കില്ല. കോൺഗ്രസ് വിട്ടൊരു പാർട്ടിയിലേക്കും ഞാനില്ല", ലീഡറുടെ മുഖത്തുനോക്കി തേറമ്പിൽ ഇങ്ങനെ പറയുമെന്നു കരുണാകരൻ പോലും വിചാരിച്ചിട്ടുണ്ടാകില്ല. ദീർഘകാലം കരുണാകരനൊപ്പം നിന്ന തേറമ്പിൽ ലീഡർ വിമതശബ്ദമായി മാറിയപ്പോൾ ഒപ്പം നിന്നില്ല.

കോൺഗ്രസിനുണ്ടാകുമായിരുന്ന വലിയ രാഷ്ട്രീയ പ്രതിസന്ധിയെ അതിജീവിക്കാൻ തേറമ്പിലും കൂട്ടരും അന്നു കാണിച്ച ആർജ്ജവം ചരിത്രപരമാണ്. സി.പി.എമ്മുമായി ഒപ്പം ചേരാനില്ലെന്നായിരുന്നു അന്നു തേറമ്പിൽ ലീഡറോട് നേരിട്ടു പറഞ്ഞത്. ആ തീരുമാനം

രാഷ്ട്രീയമായിരുന്നു. അതേസമയം ലീഡർക്കെതിരെ തേറമ്പിൽ ഒരു പ്രസ്താവന പോലും ഇറക്കിയില്ല.

ഒരിടത്തും അദ്ദേഹത്തിനു നേരെ വിമർശന ശരങ്ങളെയ്തില്ല. ഒരു വാക്കുകൊണ്ടു പോലും ലീഡറെ മുറിപ്പെടുത്തിയുമില്ല. നിലപാടുകളായിരുന്നു തേറമ്പിലിന്റെ രാഷ്ട്രീയം. രാഷ്ട്രീയ നിലപാടുകളിൽ വെള്ളം ചേർക്കാനോ അവ്യക്തതയുണ്ടാക്കാനോ വ്യക്തിബന്ധങ്ങളെ അനുവദിച്ചില്ല. രാഷ്ട്രീയമായി ഇരുധ്രുവങ്ങളിലായപ്പോഴും ലീഡറുമായും കുടുംബവുമായും അദ്ദേഹം തുടർന്ന ആത്മബന്ധം വിളിച്ചുപറയുന്നതും ഇതാണ്.

കെ.കരുണാകരന്റെ കുടുംബത്തോടുള്ള ആത്മബന്ധം നിലനിർത്തുന്നതിൽ തേറമ്പിൽ എന്നും ബദ്ധശ്രദ്ധനായിരുന്നു. തൃശ്ശൂർ ടൗൺ ഹാൾ കരുണാകരന്റെ സ്മാരക ഹാളാക്കി മാറ്റിയതും വിശാലമായ മുറ്റത്തു തലയെടുപ്പോടെ നിൽക്കുന്ന കരുണാകരന്റെ പ്രതിമ സ്ഥാപിച്ചതും കെ.കരുണാകരൻ എന്ന രാഷ്ട്രീയാചാര്യൻ തൃശ്ശൂരിൽ ബാക്കിവച്ചു പോയ രാഷ്ട്രീയ ചരിത്രത്തെ ഓർമപ്പെടുത്തുന്നതാണ്. തൃശ്ശൂരിനും ലീഡർ കെ.കരുണാകരനോട് കടപ്പാടുണ്ട്. ആ കടപ്പാടിന്റെ സ്മാരകശില പോലെയാണ് ടൗൺഹാൾ മുറ്റത്ത് കെ. കരുണാകരൻ എന്ന മുൻ മുഖ്യമന്ത്രി തലയെടുപ്പോടെ നിൽക്കുന്നത്.

പുതിയ നിയമസഭാ ഫ്ളാറ്റുകളുടെ ഉദ്ഘാടനവേദിയിൽ:
മുഖ്യമന്ത്രി എ.കെ. ആൻണിയും പ്രതിപക്ഷനേതാവ്
വി.എസ്. അച്യുതാനന്ദനും കക്ഷി നേതാക്കളും

തേറമ്പിൽ രാമകൃഷ്ണന്റെ സഹയാത്രികനായിരുന്നു ആ പ്രതിമാ അനാച്ഛാദനത്തിനു പിന്നിൽ.

ലീഡർക്കൊപ്പം നിൽക്കുന്ന ഐ.ഗ്രൂപ്പുകാരനാണ് തേറമ്പിൽ എന്നാണ് അക്കാലത്ത് അറിയപ്പെട്ടിരുന്നത്. യഥാർത്ഥത്തിൽ ഗ്രൂപ്പുകളോടല്ല പാർട്ടിയോടായിരുന്നു തേറമ്പിലിന് വിധേയത്വം. പങ്കുവയ്പ്പും വീതംവയ്പ്പും മാത്രം നിലനിന്നിരുന്ന ഒരു കാലത്തിന്റെ നഷ്ടങ്ങളും നേട്ടങ്ങളും നേരിട്ടു കണ്ടയാളുമാണ് തേറമ്പിൽ. നിലപാടുകളുടെ കണിശതയിൽ തേറമ്പിൽ രാമകൃഷ്ണനിൽ മാറ്റം അത്ര എളുപ്പമല്ലെന്നു ലീഡർ കെ.കരുണാകരനും നന്നായറിയാമെന്നും അദ്ദേഹം അതു മാനിച്ചിരുന്നുവെന്നും തേറമ്പിൽ പറയുന്നു.

സ്പീക്കർ പദവിയിലിരിക്കെ ഏറെ സ്പർശിച്ച സംഭവങ്ങൾ തിരയുമ്പോൾ തേറമ്പിലിന്റെ മനസ്സിൽ മായാത്ത ചില മുഖങ്ങൾ തെളിയും. ചില സന്ദർഭങ്ങളുടെ ഓർമകൾ തികട്ടിവരും. അങ്ങനെ വല്ലാതെ വേവലാതിപ്പെട്ട സംഭവമാണ് കോൺഗ്രസിലെ ഐ വിഭാഗക്കാരായ ചില എംഎൽഎമാരുടെ അപ്രതീക്ഷിതമായ രാജി. ശോഭന ജോർജ്, ടി.വി.ചന്ദ്രമോഹൻ, വി.ബാലറാം, രാധ രാഘവൻ തുടങ്ങിയവർ സ്പീക്കറെ കാണാനെത്തിയ ദിവസം തേറമ്പിൽ മറക്കില്ല.

''സ്പീക്കർ സാറേ, നാളെ മുതൽ ഞങ്ങൾ എക്സ് എംഎൽ എമാരാ...'' രാജിക്കത്തു നൽകാനെത്തിയ ശോഭന ജോർജ് പറഞ്ഞത് ഇന്നലെയെന്നോണം തേറമ്പിൽ ഓർക്കുന്നു. 'എക്സ് എന്നതാണു ശാശ്വതം മറ്റെല്ലാം വന്നു പോകുന്നതാണ്' എന്ന മറുപടി തമാശ രൂപേണ നൽകി തേറമ്പിൽ സന്ദർഭത്തിന്റെ സംഘർഷം ലഘൂകരിച്ചു. പ്രതിപക്ഷ നേതാവായിരിക്കെ വി.എസ്.അച്യുതാനന്ദൻ പറഞ്ഞ വാക്കുകൾ തേറമ്പിലിന്റെ സ്പീക്കർകാല സ്മൃതികളിൽ ഏറെ തിളക്കമുള്ളതാണ്.

''തേറമ്പിൽ സ്പീക്കറായതോടെ നിയമസഭാനടപടികളിൽ പ്രതിപക്ഷത്തിനു കൂടുതൽ പങ്ക് ലഭിച്ചു തുടങ്ങുന്ന സാഹചര്യമുണ്ടായി'' എന്ന അഭിപ്രായം തേറമ്പിൽ രാമകൃഷ്ണൻ എന്ന സ്പീക്കർക്കും അദ്ദേഹത്തിന്റെ ജനാധിപത്യ ബോധ്യങ്ങൾക്കും ലഭിച്ച വലിയ അംഗീകാരമായിരുന്നു.

2005 ഫെബ്രുവരിയിൽ നിയമസഭാ സമ്മേളനത്തിനിടെ സഭയിൽ വച്ച് വനംവകുപ്പ് മന്ത്രി കെ.പി.വിശ്വനാഥൻ രാജി പ്രഖ്യാപിച്ചതു തേറമ്പിലിന്റെ സ്പീക്കർകാല ഓർമകളിൽ അൽപം നൊമ്പരപ്പെടുത്തുന്ന ഒന്നാണ്. തേറമ്പിലിന്റെ സുഹൃത്തായിരുന്നു കെ.പി വിശ്വനാഥൻ. സംസ്ഥാനത്തെ ചന്ദനമാഫിയയുമായി വനംമന്ത്രിക്ക് ബന്ധമുണ്ടെന്ന് ധ്വനിപ്പിക്കുന്ന കേരള ഹൈക്കോടതിയുടെ പരാമർശത്തെ തുടർന്ന്, പ്രതിപക്ഷത്തെ എം.എൽ.എയായിരുന്ന

മത്തായി ചാക്കോയും സംഘവും അടിയന്തരപ്രമേയത്തിന് അനുമതി ചോദിച്ചിടത്താണു സംഗതികളുടെ തുടക്കം. മുഖ്യമന്ത്രി ആദ്യം വിശദീകരണവുമായി എഴുന്നേറ്റു. തുടർന്നായിരുന്നു വനംമന്ത്രിയുടെ വിശദീകരണം.

വൈകാരികമായ പ്രസംഗത്തിനിടെ സഭയിൽ കെ.പി.വിശ്വനാഥൻ പൊടുന്നനെ തന്റെ രാജി പ്രഖ്യാപിക്കുകയായിരുന്നു. കോടതി എത്രവട്ടം പരാമർശിച്ചാലും അധികാരം വിട്ടൊഴിയാൻ വിമുഖത കാട്ടുന്ന രാഷ്ട്രീയ സമവാക്യങ്ങൾ രൂപപ്പെട്ട പുതിയ കാല സംഭവങ്ങൾക്കിടയിൽ കെ.പി.വിശ്വനാഥന്റെ രാജിതിളക്കമുള്ളതാണെന്നും കൂടി തേറമ്പിലിന് അഭിപ്രായമുണ്ട്.

ചൈനാസന്ദർശനവേളയിൽ
മാവോ സേ-തൂങ്ങിന്റെ അന്ത്യവിശ്രമസ്ഥലത്ത്

സ്പീക്കർമാരുടെ സമ്മേളനങ്ങൾ പലയിടത്തായി നടക്കാറുണ്ട്. ഡൽഹിയിലും കൊൽക്കത്തയിലും ഹൈദരാബാദിലുമെല്ലാം ഇത്തരം കോൺഫറൻസുകളിൽ തേറമ്പിൽ സജീവമായി പങ്കെടുത്തു. കൊൽക്കത്തെയിൽ സമ്മേളനത്തിൽ പങ്കെടുക്കുമ്പോൾ സ്പീക്കറായി ചുമതലയേറ്റിട്ടു ഏതാനും ദിവസമേ ആയിരുന്നുള്ളൂ. നൂറുൽ ഹസ്സൻ എന്ന സി.പി.എം.നേതാവായിരുന്നു അന്നു ബംഗാൾ സ്പീക്കർ. അദ്ദേഹം അവിടെ സ്ഥിരം സ്പീക്കറാണ്. അദ്ദേഹവുമായും അദ്ദേഹത്തെപ്പോലെ പ്രമുഖരും പാരമ്പര്യമുള്ളവരുമായും സമ്പർക്കം പുലർത്താനായതാണ് ഇത്തരം സമ്മേളനങ്ങളുടെ വ്യക്തിപരമായ പ്രസക്തി എന്നു തേറമ്പിൽ പറയുന്നു.

ഇതര സംസ്ഥാനങ്ങളിലെയും മറ്റു രാജ്യങ്ങളിലെയുമെല്ലാം സ്പീക്കർ പദവിയിലിരിക്കുന്നവരുടെ പ്രൊഫഷണൽ രീതിയൊക്കെ പഠിക്കാനാവുന്നതു വലിയ സൗകര്യമായെന്നും തേറമ്പിൽ കരുതുന്നു. സ്പീക്കർ പദവിയിലിരിക്കെ വിദേശരാജ്യങ്ങളിലും തേറമ്പിൽ പോയിട്ടുണ്ട്. ഫിജിയിലായിരുന്നു ഒരു സമ്മേളനം. രാജ്യാന്തരതലത്തിലുള്ള ആ സമ്മേളനത്തിൽ രാജ്യസഭാംഗമായിരുന്ന സിപിഎം നേതാവ് എസ്.രാമചന്ദ്രൻപിള്ളയും ബിജെപി നേതാവായിരുന്ന സുഷമ സ്വരാജുമൊക്കെ പങ്കെടുത്തിരുന്നു.

പാക്കിസ്ഥാനിലെയും ശ്രീലങ്കയിലെയും ജനപ്രതിനിധികളെയൊക്കെ അവിടെ കാണാനും പരിചയപ്പെടാനുമായി. യുഎസ്, ഓസ്ട്രേലിയ, മലേഷ്യ, ചൈന, ജപ്പാൻ,ശ്രീലങ്ക തുടങ്ങിയരാജ്യങ്ങളിലും തേറമ്പിൽ സന്ദർശനം നടത്തി. ഐക്യരാഷ്ട്രസഭയിൽ സന്ദർശനം നടത്തിയത് ഇത്തരമൊരു സന്ദർഭത്തിലാണ്. അന്നു വേണു രാജാമണി യുഎസിൽ അംബാസഡറാണ്. വേണുരാജാമണിയുടെ അച്ഛൻ കെ.എസ് രാജാമണി ലോ കോളജിൽ തേറമ്പിലിന്റെ അധ്യാപകനായിരുന്നു.

യുഎസിൽ ചെന്നപ്പോൾ അവിടെ മലയാളികളെയൊക്കെ സംഘടിപ്പിച്ച് ഒരു സ്വീകരണം നൽകാൻ വേണു രാജാമണിയാണു മുൻകൈയെടുത്തതെന്നു തേറമ്പിൽ ഓർക്കുന്നു.

'ശശി തരൂർ എന്ന പേര് കേട്ടിട്ടേയുള്ളൂ അന്ന്. യുഎൻ ആസ്ഥാനത്ത് ചെന്നപ്പോഴാണ് തരൂരിനെ ആദ്യമായി കണ്ടത്. അവിടെ തരൂരിനുണ്ടായിരുന്ന സ്വീകാര്യതയും, അദ്ദേഹത്തിന്റെ ഊർജ്ജസ്വലമായ പ്രവർത്തനവും ഏറെ ആകർഷിച്ചു. തരൂരിനെ പോലെയുള്ള ബഹുമുഖ പ്രതിഭകളെ പ്രയോജനപ്പെടുത്താത്തത് സത്യത്തിൽ നാടിന്റെ നഷ്ടമാണ് എന്ന പക്ഷക്കാരനാണ് തേറമ്പിൽ.

അവിടെ കണ്ടപ്പോഴാണ് തരൂർ നമ്മുടെ തനി പാലക്കാടൻ മട്ടിലുള്ള ജാടകളില്ലാത്ത മനുഷ്യനാണെന്നു മനസ്സിലായത്. ദീർഘ

യു.എൻ. ആസ്ഥാനത്ത് അണ്ടർ സെക്രട്ടറി തരൂരിനൊപ്പം

കാലമായി പ്രവർത്തന മേഖല വിദേശത്തായിരുന്നിട്ടും മലയാളിത്തം നഷ്ടപ്പെടാതെ സൂക്ഷിക്കുന്ന തരൂരിനോട് അന്നുമുതൽക്ക് മതിപ്പായിരുന്നു.

സ്പീക്കർ ആയിരുന്ന കാലത്തെപ്പറ്റി ഓർക്കുമ്പോൾ തന്റെ നിയമസഭാ സെക്രട്ടറിമാരായിരുന്ന കെ.ആർ. ഉദയഭാനു, ടി.എം. ജെയിംസ്, ഡോ. എം.സി. വത്സൻ (സാധാരണ ന്യായാധിപന്മാരിൽ നിന്ന് ഡെപ്യൂട്ടേഷനിൽ വരുന്ന വ്യക്തികളാണ് നിയമസഭാ സെക്രട്ടറിമാരാവുക. എന്നാൽ ഡോ. എം.സി. വത്സൻ കോളേജിൽ പ്രൊഫസറായിരുന്നു), സ്റ്റാഫിൽ ഉണ്ടായിരുന്ന ഗോപാലകൃഷ്ണൻ ആശാരി, കെ.മോഹനകുമാർ, പി.വി. ജോസഫ്, ഉണ്ണികൃഷ്ണ പൊതുവാൾ തുടങ്ങിയവരുടെ സേവനങ്ങളെ തേറമ്പിലിനു വിസ്മരിക്കാൻ കഴിയില്ല. ദീർഘകാലത്തെ നിയമസഭാ സെക്രട്ടറിയേറ്റിൽ പരിചയസമ്പന്നനായ മോഹൻകുമാർ, സങ്കീർണ്ണമായ നിയമപ്രശ്നങ്ങളും സാങ്കേതികമായ നടപടിക്രമങ്ങളും കൈകാര്യം ചെയ്യാൻ അസാമാന്യ കഴിവുള്ള വ്യക്തിയായിരുന്നു. ■

ഇടപെടൽ രാഷ്ട്രീയം

തക്കസമയത്ത് തക്കതീരുമാനമെടുത്ത് അവസരമാവശ്യപ്പെടുന്ന ചടുലനീക്കങ്ങളാണ് ഏതൊരാളെയും നേതാവാക്കുന്നത്. ചില നേരങ്ങളിൽ സന്ദർഭോചിതമായ ഇടപെടൽ കൊണ്ടുചുറ്റുമുള്ളവരെ വിസ്മയിപ്പിച്ചു കളയും തേറമ്പിൽ. അനുഭവങ്ങൾ എല്ലാവർക്കുമുണ്ടാകും.പക്ഷേ, അതിന്റെ വൈപുല്യത്തിലാവും വ്യത്യാസം. അതാവും ഏതൊരാളുടെയും വ്യക്തിത്വത്തെ പ്രതിഫലിപ്പിക്കുക.

ഒരു തൃശ്ശൂർ പൂരക്കാലത്തു നടന്ന സംഭവം ഇങ്ങനെ. നല്ല മഴയായിരുന്നു. പേമാരിയെന്നുതന്നെ പറയാം. പ്രദക്ഷിണ വഴിയിൽ നടുവിലാലിൽ കെട്ടിയുയർത്തിയ തിരുവമ്പാടിയുടെ പടുകൂറ്റൻ പന്തൽ കാറ്റിലും മഴയിലും തകർന്നു താഴെവീണു. രാത്രിയിലാണ് സംഭവം.

വിവരമറിഞ്ഞയുടൻ തേറമ്പിൽ രാമകൃഷ്ണൻ സ്ഥലത്തു പാഞ്ഞെത്തി. കൂരാക്കൂരിരുട്ടാണ്. വൈദ്യുതി പ്രവാഹം നിലച്ചിരിക്കുന്നു. കൂരാക്കൂരിരുട്ടിൽ എന്തുചെയ്യണമെന്നറിയാതെ എല്ലാവരും പകച്ചു നിൽക്കുകയാണ്. പൊലീസുകാരൊക്കെ നിരന്നു നിൽക്കുന്നുണ്ട്. തകർന്നു താഴെയെത്തിയ പന്തൽ നീക്കുന്നതിനോ അപകടത്തിന്റെ ആഴം അളക്കുന്നതിനോ ആരും മുതിർന്നില്ല.

ആർക്കും അതിനു പറ്റിയ മാനസികാവസ്ഥയുമായിരുന്നില്ല. മുണ്ടും മടക്കിക്കുത്തി തേറമ്പിൽ പൊടുന്നനെയിറങ്ങി. കാഴ്ചക്കാരായി നോക്കി നിൽക്കുകയാണോ വേണ്ടത്. അടിയന്തരമായിവല്ലതും ചെയ്യുകയല്ലേ'' എന്നു തേറമ്പിൽ ഡിവൈഎസ്പിയോടു കയർത്തതോടെ തേറമ്പിലിനൊപ്പം നാട്ടുകാരും പൊലീസുമെല്ലാം രക്ഷാപ്രവർത്തനത്തിനു രംഗത്തിറങ്ങി. ''പന്തൽ വീണപ്പോഴുള്ള തിക്കിലും തിരക്കിലുംപെട്ടു ചിലർക്കു ചെറിയ പരുക്കുകൾ ഉണ്ടായതൊഴിച്ചാൽ ഈശ്വരാധീനമാവാം വലിയ അത്യാഹിതങ്ങൾ ഉണ്ടായില്ലെന്നു'' തേറമ്പിൽ ഓർത്തെടുക്കുന്നു. സമരരംഗത്തും തേറമ്പിൽ രംഗത്തിറങ്ങിയാൽ സംഗതി മറ്റൊരു തലത്തിലേക്കു വളരും. അതാണ് പതിവ്.

പണ്ടൊരിക്കൽ, കേരളവർമ്മ കോളജിൽ പഠിക്കുന്ന കാലത്തു ജാഥാമുഖത്തു തേറമ്പിലിനുണ്ടായ രസകരമായ ഒരനുഭവമുണ്ട്. കോളജ് തിരഞ്ഞെടുപ്പിൽ വിജയിച്ചതിന്റെ ആഹ്ലാദപ്രകടനം നഗരം ചുറ്റാനായി പുറപ്പെട്ടിരിക്കുകയാണ്. അന്ന് വിജയികളുടെ ആഹ്ലാദ പ്രകടനം നഗരം ചുറ്റിവരുന്നതു പതിവായിരുന്നു.

''ആവേശം ഉച്ചസ്ഥായിയിലാണ്. ഞാനാണെങ്കിൽ ഉയരം കുറഞ്ഞ പയ്യനാണ്. പ്രകടനത്തിലും ജാഥയിലുമെല്ലാം വൈകാരികത ആവോളം നിറച്ചു ഞാനെന്നും മുന്നിലുണ്ടാകും. ജാഥ പടിഞ്ഞാറേക്കോട്ടയി ലെത്തിയപ്പോൾ സിപിഎമ്മുകാർ തടഞ്ഞു. അന്ന് അവരുടെ പതി വാണത്. കേരളവർമയിലെ തോൽവി അവർക്കു ചിന്തിക്കാവു ന്നതിനും ക്ഷമിക്കാവുന്നതിനും അപ്പുറത്താണ്. സംഘർഷമായി. ജുബ്ബയൊക്കെ ധരിച്ചായിരുന്നു അന്നു ഞാൻ കോളജിലെത്തിയത്. അടി കനത്തപ്പോൾ പിന്നിൽ നിന്നു സഖാക്കളിലാരോ ഉച്ചത്തിൽ വിളിച്ചുപറയുകയാണ്... 'അവനെ വിട്ടേക്ക്... അവനെ തൊട്ടാൽ കയ്യിൽപെടും... എന്ന്'. സംഘർഷങ്ങൾക്കിടയിലൂടെയും നടന്നു വളർന്ന തേറമ്പിൽ അവിചാരിത നീക്കങ്ങളിൽ അഗ്രഗണ്യനായതും ഇത്തരം സാഹചര്യങ്ങളിലൂടെയാണ്.

രാജീവ് ഗാന്ധി വധത്തെ തുടർന്നുണ്ടായ സംഘർഷഭരിതമായ അന്തരീക്ഷത്തിലും തേറമ്പിലിനു പറയാൻ ഇതുപോലൊരു ഇട പെടലിന്റെ കഥയുണ്ട്. കേരളത്തിൽ തൃശ്ശൂരിൽ നടന്ന തിരഞ്ഞെ ടുപ്പു പ്രചാരണ സമ്മേളനവും കഴിഞ്ഞാണ് രാജീവ് ഗാന്ധി തമി ഴ്നാട്ടിലേക്കു പോയത്. രാജീവിന്റെ വരവും പ്രസംഗത്തിന്റെ ആവേശവും കെട്ടടങ്ങും മുൻപുള്ള അത്യാഹിത വാർത്ത പ്രവർത്ത കരെ ആശങ്കാകുലരാക്കി. അവർ റോഡിലിറങ്ങി ദുഃഖവും രോഷ വും പ്രകടിപ്പിച്ചു. കല്ലും മരവും റോഡിലിട്ടു വഴിയടച്ചു. പ്രതിഷേധം ദിവസങ്ങളോളം നീണ്ടു. എല്ലായിടത്തും വഴിയടച്ചതോടെ ജനങ്ങൾ ക്കു പുറത്തിറങ്ങാൻ പറ്റാത്ത സാഹചര്യം. അതോടെ പലയിടത്തും നാട്ടുകാർ പ്രതികരിക്കാൻ തുടങ്ങി. അപകടം മണത്തതോടെ തേറ മ്പിൽ തന്നെ നേരിട്ടു റോഡിലിറങ്ങി. വഴിതടയൽ പാടില്ലെന്നും പ്രതി ഷേധം ഇങ്ങനെ അനന്തമായി നീളുന്നത് ഉചിതമല്ലെന്നും പ്രവർ ത്തകരെ ബോധ്യപ്പെടുത്താനാണ് തേറമ്പിൽ നേരിട്ടിറങ്ങിയത്. വഴിയിലെ തടസ്സങ്ങൾ നീക്കാൻ തേറമ്പിൽ രംഗത്തിറങ്ങിതു വാർ ത്തയായി. വിവേകപൂർവമായ ഇടപെടലെന്നു നാട്ടുകാർ പറയാൻ തുടങ്ങി. വലിയൊരു പ്രതിസന്ധി ലളിതമായി പരിഹരിക്കുകയായിരുന്നു തേറമ്പിൽ ചെയ്തത്.

എവിടെ എപ്പോൾ എങ്ങനെ പ്രതികരിക്കണമെന്നും ഇടപെട ണമെന്നും തികഞ്ഞ പക്വതയോടെ തിരിച്ചറിയാനുള്ള കഴിവാണ് തേറമ്പിൽ എന്ന രാഷ്ട്രീയ നേതാവിന്റെ ഏറ്റവും വലിയ കരുത്ത്.

തൃശ്ശൂരിലെ അക്കാലത്തെ ആക്ടിവിസ്റ്റായിരുന്ന ശ്രീധരൻ തേറമ്പിലിന്റെ നേതൃത്വത്തിൽ തേറമ്പിൽ രാമകൃഷ്ണന്റെ വീട്ടുപടിക്കൽ പണ്ടൊരു സമരം നടന്നു. ശുദ്ധജല പ്രശ്നമായിരുന്നു വിഷയം. മുനിസിപ്പാലിറ്റിയുടെ അധീനതയിലുണ്ടായിരുന്ന കുടിവെള്ള വിതരണം സർക്കാർ ഏറ്റെടുത്തു. അന്നു ജലവിഭവ വകുപ്പ് മന്ത്രി ടി.എം. ജേക്കബാണ്,

സർക്കാർ ഇതു ചെയ്യാനൊരുങ്ങിയപ്പോൾ ആവശ്യമായ ഇടപെടൽ എംഎൽഎ എന്ന നിലയിൽ തേറമ്പിൽ രാമകൃഷ്ണൻ ചെയ്തില്ലെന്ന് ആരോപിച്ചായിരുന്നു വീട്ടുപടിക്കൽ സമരവുമായി അവരെത്തിയത്. മുദ്രാവാക്യങ്ങളുടെ മുഴക്കമേറിയപ്പോൾ തേറമ്പിൽ തന്നെ നാരങ്ങാവെള്ളവുമായി സമരക്കാർക്കിടയിലെത്തി. എല്ലാവർക്കും ദാഹം തീർക്കാൻ നാരങ്ങാവെള്ളം നൽകി സംസാരിച്ചതോടെ സമരക്കാർ പിരിഞ്ഞുപോയി. സമയോചിതമായ ഇടപെടലിന്റെ രാഷ്ട്രീയം പൊതുപ്രവർത്തകന്റെ ജയാപചയങ്ങളെയാണ് പലപ്പോഴും നിർണയിക്കുക. ഇക്കാര്യത്തിൽ തേറമ്പിൽ എന്നും ജയിച്ചുകൊണ്ടേയിരുന്നു. ഗണിതം പഠിച്ചതിനാലാവാം ഇത്തരം സാഹചര്യത്തിലെ കണക്കുകൂട്ടലുകളിൽ തേറമ്പിലിനു പിഴച്ചിരുന്നില്ല.

ജനിച്ചപ്പോൾ തന്നെ നയിക്കാനായി നിയോഗിക്കപ്പെട്ടതിന്റെ ബലം തേറമ്പിലിനെ പല സാഹചര്യത്തിലും പതറാതെ നിൽക്കാൻ പ്രേരിപ്പിക്കുന്നുവെന്നു വേണം കരുതാൻ.

ഡോ.എം..ലീലാവതി പറഞ്ഞതു പോലെ, ‘‘ഗണിതശാസ്ത്രവും നീതിശാസ്ത്രവും പഠിച്ചതിന്റെ സമന്വിത സംസ്കാരം ചേതസ്സിൽ ആവഹിക്കാൻ ഭാഗ്യമുണ്ടായ രാഷ്ട്രീയക്കാർ വിരളമായ പ്രതിഭാസമാണെന്നാണെന്റെ അഭിപ്രായം. എന്റെ അറിവിൽ തേറമ്പിൽ രാമകൃഷ്ണനെപ്പോലെ ചുരുക്കം പേർക്കെ ഈ ഗുണവിശേഷം ഉള്ളു. ഈ ഗണത്തിൽ.’’ ദാർശനികതയെ ചേർത്തുപിടിക്കുന്ന ശാന്തശീലരാണ് ഗണിതവും നിയമവും പഠിച്ചവരെന്നു കൂടി തേറമ്പിലനെ ചൂണ്ടിക്കാട്ടി ഡോ.ലീലാവതി പറഞ്ഞത് ശരിതന്നെയെന്നു തോന്നിപ്പിക്കും തേറമ്പിലിന്റെ ഇടപെടൽ രാഷ്ട്രീയത്തിലെ ഏടുകൾ പരിശോധിച്ചാൽ. ■

തൃശ്ശൂർ കോൺഗ്രസ്സിലെ ത്രിമൂർത്തികൾ

സി.എൻ. ബാലകൃഷ്ണനും എം.പി.ഭാസ്കരൻ നായരും തേറമ്പിൽ രാമകൃഷ്ണനും. രാഷ്ട്രീയത്തിനും അപ്പുറം ഇഴചേർന്ന ആത്മബന്ധം എഴുതിച്ചേർത്ത മൂന്നുപേർ. ഒരുകാലത്തു തൃശ്ശൂരിലെ കോൺഗ്രസ് ലോകം ഇവരെ ചുറ്റിയാണ് സഞ്ചരിച്ചിരുന്നത്. അഭിപ്രായ വൈവിധ്യങ്ങൾക്കിടയിലും ഒരേ മനസ്സുള്ളവരായി മൂന്നുപേരും തുടർന്നു.

''സി.എൻ. ബാലകൃഷ്ണൻ പുറനാട്ടുകരയിലെ ശ്രീരാമകൃഷ്ണ മിഷന്റെ ആശ്രമം സ്കൂളിലാണ് പഠിച്ചത്. എന്റെ അമ്മാവന്റെയും ചെറിയമ്മയുടെയും വിദ്യാർഥിയായിരുന്നു സി.എൻ. എന്നേക്കാൾ മൂത്തയാളുമാണദ്ദേഹം. ലൈബ്രറി പ്രസ്ഥാനത്തിലൊക്കെ സജീവമായിരുന്നു.'' തേറമ്പിലിന്റെ വാക്കുകളാണിവ.

രാഷ്ട്രീയസൗഹൃദത്തിനും മുൻപ് വായനശാലാ പ്രസ്ഥാനത്തിൽ ഒന്നിച്ചു പ്രവർത്തിക്കുന്നതിലൂടെയാണ് തേറമ്പിൽ സി.എൻ. ബാലകൃഷ്ണനുമായി അടുപ്പത്തിലാകുന്നത്.

അന്ന് തൃശ്ശൂർ റൗണ്ടിൽ നടുവിലാലിലെ ഖാദി സ്റ്റോറിൽ മാനേജരായിരുന്നു സി.എൻ. ബാലകൃഷ്ണൻ. ഖാദി ബാലകൃഷ്ണൻ എന്നു പറഞ്ഞാലേ അന്നെല്ലാം സി.എന്നിനെ ആളുകൾ തിരിച്ചറിഞ്ഞിരുന്നുള്ളൂ. ആ ഖാദിക്കട കോൺഗ്രസുകാരുടെ ഒരു സംഗമകേന്ദ്രമായിരുന്നു.

ജീവിതത്തിൽ ഖദർ മാത്രം ധരിക്കുന്ന തേറമ്പിലിന്റെ ഏക ഷോപ്പിങ് കേന്ദ്രമായി ഈ ഖാദിക്കടയായത് സ്വാഭാവികം. സിഎൻ. ബാലകൃഷ്ണൻ കേവലം ഒരു രാഷ്ട്രീയ നേതാവു മാത്രമല്ലെന്നാണ് തേറമ്പിലിന്റെ ബോധ്യം. കർട്ടനു പിന്നിൽ ഒരു കിങ്മേക്കർ ആയി സി.എൻ എന്നും നിന്നതു തലയെടുപ്പോടെയായിരുന്നു.

കെ. കരുണാകരനെപ്പോലുള്ളവരുമായുള്ള ആത്മബന്ധം സി.എൻ. ബാലകൃഷ്ണൻ എന്ന പ്രവർത്തകന്റെ നേതാവിലേക്കുള്ള

പരിവർത്തനത്തിനു കാരണമായി. തൃശ്ശൂർ ജില്ലാ കോൺഗ്രസ് അധ്യക്ഷൻ എന്ന നിലയിൽ തിളക്കമാർന്ന പ്രവർത്തന പാരമ്പര്യം സി.എന്നിന്റെ സ്വാധീനത്തെയും സംഘടനാ മികവിനെയുമാണ് പ്രകടമാക്കുന്നത്. ഒരു ഫുൾടൈം ഡിസിസി പ്രസിഡന്റായിരുന്നു അദ്ദേഹം. രാത്രി വരെ ഓഫീസിലുണ്ടാകും. പ്രശ്നങ്ങൾ കേൾക്കും. പരിഹരിക്കും. ആരെയും സുഖിപ്പിച്ചു നിർത്താനോ സ്നേഹം ഭാവിച്ച് ഒപ്പം നിൽക്കാനോ നിർത്താനോ സിഎന്നിനെ കിട്ടില്ല. ആരെയും കൂസാതെ ഏറെക്കാലം ജില്ലയിലെ കോൺഗ്രസിന്റെ അമരക്കാരനായ സിഎൻ സംഘാടന മേന്മയ്ക്ക് ഒട്ടേറെ ഉദാഹരണങ്ങൾ പിന്നീട് വന്നവർക്കു കാട്ടിക്കൊടുത്താണ് കടന്നുപോയത്. കോൺഗ്രസിനെ ജില്ലയിൽ അധീശത്വത്തോടെ ചലിപ്പിച്ചത് സിഎന്നിന്റെ നേതൃത്വത്തിലായിരുന്നു.

സംഘടനാരംഗത്തു സിഎന്നിന്റെ സജീവമായ പ്രവർത്തനവും പാർലമെന്ററി രംഗത്തു തേറമ്പിലിന്റെ നേതൃത്വവും അക്കാലത്ത് തൃശ്ശൂർ ജില്ലയിലെ കോൺഗ്രസിന്റെ വളർച്ചയെ വലിയ തോതിൽ സഹായിച്ചു.

ജീവിതത്തിലെ കയറ്റിറക്കങ്ങളിൽ തേറമ്പിലും സി.എന്നും ഭാസ്‌ക്കരൻ നായരും പരസ്പരം കൈകോർത്താണു നടന്നിരുന്നത്. സംഘടനകോൺഗ്രസ്സിലും ഇവർ മൂന്ന് പേരും ഒരുമിച്ചായിരുന്നു. കെ.കരുണാകരൻ ഡിഐസി എന്ന പാർട്ടി ഉണ്ടാക്കി അതിലേക്ക് വിളിച്ചപ്പോൾ 'ഇല്ല, നമ്മൾ പാർട്ടി വിട്ടുപോകുന്നില്ല' എന്ന ഒറ്റത്തീരുമാനത്തിൽ മൂവരും എത്തിയതും അതുകൊണ്ടാണ്. കോട്ടയം ജില്ലയിലെ വിളക്കുമാടം എന്ന സ്ഥലത്തുനിന്നു കുടിയേറ്റംപോലെ വരന്തരപ്പിള്ളിയിലെത്തിയ കുടുംബമാണ് എം.പി. ഭാസ്കരൻ നായരുടേത്. രാഷ്ട്രീയമായി തികഞ്ഞ കോൺഗ്രസ്സുകാരനായ ഭാസ്കരൻ നായരുടെ കരുണാകര ഭക്തി പ്രസിദ്ധമായിരുന്നു. തട്ടിൽ എസ്റ്റേറ്റ്കേസിൽ കരുണാകരന് ഒളിവിൽ കഴിയാനുള്ള എല്ലാ ഒത്താശയും ഭാസ്കരൻ നായരുടേതായിരുന്നു.

ധീരനായിരുന്നു അദ്ദേഹം. ഗുരുവായൂരിൽ നിയമസഭാ തിരഞ്ഞെടുപ്പിൽ തേറമ്പിൽ മത്സരിക്കാനിറങ്ങിയ കാലത്ത് എന്നും ഭാസ്കരൻ നായർ ഗുരുവായൂരിലെത്തി തിരഞ്ഞെടുപ്പിന്റെ തന്ത്രങ്ങളും വഴികളും ചികയാനിരിക്കുന്നത് ഇന്നലെയെന്നോണം തേറമ്പിൽ ഓർക്കുന്നു. പനമ്പിള്ളിയുടെ തിരഞ്ഞെടുപ്പു ചുമതലയൊക്കെ കൈകാര്യം ചെയ്ത അന്നത്തെ ആ ചെറുപ്പക്കാരൻ അക്കാലം മുതൽ എക്കാലവും തേറമ്പിലിനു തണലും തുണയുമാകാൻ ഒപ്പം നിന്നിട്ടുണ്ട്.

ഒരിക്കൽ പോലും നിയമസഭയിലേക്കോ മറ്റേതെങ്കിലും സീറ്റി ലേക്കോ മത്സരിക്കണമെന്ന് ഭാസ്കരൻനായർ ആവശ്യപ്പെട്ടിരുന്നില്ല. അധികാര കേന്ദ്രമായി നിറഞ്ഞാടാൻ അദ്ദേഹത്തിനു താൽപര്യവു മില്ല.

കോട്ടയത്തായിരുന്നു ബാല്യമെങ്കിലും തൃശ്ശൂരിലെത്തിയപ്പോൾ ഈ നാടിന്റെ ഹൃദയത്തിലേക്കദ്ദേഹം ചേർന്നു നിന്നു. ഒരിക്കൽ എല്ലാവരും നിർബന്ധിച്ച് കൊരട്ടിയിൽ ഭാസ്കരൻ നായരെ ജില്ലാ പഞ്ചായത്ത് സ്ഥാനാർത്ഥിയാക്കാൻ ശ്രമം നടത്തി. സിദ്ധാർത്ഥൻ കാട്ടുങ്ങൽ ആ സീറ്റിനായി വാശി പിടിച്ചപ്പോൾ ''എനിക്കു വേണ്ട അങ്ങോർക്ക് ആ സീറ്റ് കൊടുക്കൂ'' എന്നു പറഞ്ഞയാളാണ് ഭാസ് കരൻ നായർ. ''സീറ്റ് വേണ്ടെന്നു വയ്ക്കാൻ വലിയൊരു മനസ്സു വേണം. ആ മനസ്സിനോടാണ് സൗഹൃദം. ത്യജിക്കാൻ കാണിച്ച പക്വതയോടാണ് ആദരം.'' തേറമ്പിൽ പറഞ്ഞു.

ഒടുവിൽ എല്ലാവരും നിർബന്ധിച്ചപ്പോൾ മാത്രമാണ് കൊച്ചി ദേവസ്വം ബോർഡ് പ്രസിഡന്റ്സ്ഥാനം ഭാസ്കരൻ നായർ ഏറ്റെടു ത്തത്. സി.എൻ. ബാലകൃഷ്ണൻ മന്ത്രിയായപ്പോൾ പകരം ജില്ലയിൽ കോൺഗ്രസ് പ്രസിഡന്റായി പാർട്ടിയെ നയിച്ചത്ഭാസ്കരൻ നായ രായിരുന്നു.

എം.പി. ഭാസ്കരൻ നായർ, സി.എൻ. ബാലകൃഷ്ണൻ, തേറമ്പിൽ

ത്രിമൂർത്തികളിൽ എം.പി.ഭാസ്കരൻ നായർക്കു ശേഷം, പിന്നീട് തേറമ്പിൽ രാമകൃഷ്ണനനും തൃശ്ശൂർ ഡിസിസി പ്രസിഡന്റായി.

വ്യക്തിജീവിതത്തിൽ തേറമ്പിലിന്റെ ഹൃദയത്തോടു തൊട്ടു നിന്നവരിൽ പ്രധാനികൾ ഭാസ്കരൻ നായരെയും സിഎൻ. ബാലകൃഷ്ണനേയും തൃശൂർ കോർപ്പറേഷനിലെ പ്രഥമ മേയറായ ജോസ് കാട്ടൂക്കാരനേയുംപോലെ ഉള്ളവരായിരുന്നു. കരുണാകരനോടൊപ്പം ഷോപ്പ് എംപ്ലോയീസ് കോൺഗ്രസ് സംഘടിപ്പിച്ച കാട്ടൂക്കാരൻ അടിയുറച്ച കോൺഗ്രസ്സുകാരനാണ്. അടുക്കും ചിട്ടയോടും കൂടിയ പ്രവർത്തനവും കൂട്ടായ നേതൃത്വവും സവിശേഷതകളായിരുന്നു. ത്രിമൂർത്തികളുടെ കാലം തൃശ്ശൂരിൽ കോൺഗ്രസ്സിന്റെ സുവർണ്ണ കാലമായി മാറി.

സൗഹൃദങ്ങളുടെ സഹയാത്രികനാണ് തേറമ്പിൽ രാമകൃഷ്ണൻ. വ്യക്തികളോട് മാത്രമല്ല,സംഘടനകളിലേക്കും തേറമ്പിലിന്റെ സ്നേഹത്തണൽപ്പരപ്പ് നീണ്ടുനിന്നു. വ്യാപാരി സമൂഹത്തിനു വേണ്ടി നിയമസഭയിൽ പ്രസംഗിച്ച തേറമ്പിൽ വ്യാപാരികളുടെ പ്രിയ ചങ്ങാതിയാണ്. തൃശ്ശൂരിലെ മിക്ക സംഘടനകളുടെയും രക്ഷാധികാരിയോ ഉപദേശകനോ ഒക്കെയായി അദ്ദേഹം ആ ബന്ധങ്ങളെല്ലാം ദൃഢമാക്കുകയും ചെയ്തു. തൃശ്ശൂർ നഗരത്തിനു ചുറ്റും പല തലങ്ങളിലൂടെ വളർന്ന തറവാടുകളുണ്ട്. തൃശ്ശൂരിന്റെ കഥയെന്നാൽ ആ തറവാടുകളുടെയും വിവിധ മേഖലകളിലെ പ്രമുഖ വ്യക്തികളുടെയും കഥ കുടിയാണ്. അത്രമേൽ ആഴത്തിൽ വേരോടിയ ബന്ധമാണ് തൃശ്ശൂരിന്റെ മണ്ണുമായി ആ തറവാടുകൾക്കുള്ളത്. ജാതിമത വൈവിധ്യങ്ങളില്ലാതെ തലയെടുപ്പോടെ നിന്ന ആ വ്യക്തികളും തറവാട്ടുകാരുമൊക്കെ തേറമ്പിലിനു എക്കാലവും വേണ്ടപ്പെട്ടവരാണ്.

■

കയ്പും മധുരവും

ദുഃഖം പലപ്പോഴും ജീവിതത്തിൽ മുറിപ്പാടുകളുണ്ടാക്കി കടന്നു പോകും. അതങ്ങനെയാണ്. തേറമ്പിലിന്റെ മകൾ ഗീതയുടെ ആദ്യ ഭർത്താവിന്റെ വിയോഗം അത്തരമൊരു തീരാവ്യഥയാണ് തേറമ്പിലിന്റെ ഉള്ളിലുണ്ടാക്കിയത്. ഗീതയുടെയും ജയപ്രകാശിന്റെയും വിവാഹം 1993ൽ ആയിരുന്നു. ടാറ്റയുടെ ഒരു കമ്പനിയിൽ ഉന്നത ഉദ്യോഗസ്ഥനായിരുന്നു അദ്ദേഹം. ആഹ്ലാദഭരിതരായി പൂനെയിൽ മകൻ ആദിത്യനൊപ്പം ജയപ്രകാശും ഗീതയും കഴിയുകയായിരുന്നു.

സന്തുഷ്ട കുടുംബം: തേറമ്പിലും കുടുംബവും

പേരക്കുട്ടികൾ

പൊടുന്നനെ രോഗബാധിതനായതോടെ മുംബൈയിൽ ചികിത്സകൾ നടത്തി. പിന്നീട് ബംഗളൂരുവിൽ താമസമാക്കി. തൃശ്ശൂർ പൂത്തോളിലായിരുന്നു ഇവരുടെ തറവാട്. ഒരു പൂജാ അവധിക്ക് ബെംഗളൂരുവിൽ നിന്ന് അവർ കാറിൽ തൃശ്ശൂരിലെത്തിയതായിരുന്നു. ഇവിടെയെത്തിയ ശേഷം വയറിനു കടുത്ത വേദനയെ തുടർന്നാണു തൃശ്ശൂർ അശ്വിനി ആശുപത്രിയിൽ പ്രവേശിപ്പിച്ചത്.

2001ലെ പൂജവയ്പ് ദിവസം ജയപ്രകാശ് എല്ലാവരോടുമായി വിടപറഞ്ഞു. തികച്ചും അപ്രതീക്ഷിതമായ ഒരു ആഘാതമായിരുന്നു അത്. ആ വിയോഗം തേറമ്പിലിന്റെ കുടുംബത്തെയാകെ ഉലച്ചുകളഞ്ഞു. മകൾ ഗീതയ്ക്ക് പിന്നീട് ധനലക്ഷ്മി ബാങ്കിൽ ജോലികിട്ടിയതോടെ തൃശ്ശൂരിൽ തുടർന്നു. സുഹൃത്തുക്കളിൽ പലരും ഗീതയ്ക്കു വിവാഹാലോചനകൾ കൊണ്ടുവരുന്നുണ്ടായിരുന്നു. ഗീത തനിച്ചാവരുതെന്ന തോന്നൽ തേറമ്പിലിന്റെയും ഭാര്യയുടെയും ഉള്ളിലുണ്ടായിരുന്നു. അങ്ങനെയാണ് ഷാർജയിൽ ബിസിനസുകാരനായ വിജയൻ പുഴങ്കരയുടെ വിവാഹാലോചന ഗീതയ്ക്കു വരുന്നത്. സാഹചര്യങ്ങളുടെ പൊരുത്തം നോക്കി ആ വിവാഹത്തിനായിരുന്നു തേറമ്പിലിന്റെയും കുടുംബത്തിന്റെയും തീരുമാനം. ജയപ്രകാശിന്റെ വിയോഗത്തെ തുടർന്നുണ്ടായ ഏകാന്തജീവിതം അവസാനിപ്പിക്കണമെന്ന് ഗീതയോട് തേറമ്പിലും ഭാര്യയുമെല്ലാം ആവശ്യപ്പെടുന്നുണ്ടായിരുന്നു. ആറു വർഷത്തിനു ശേഷമായിരുന്നു വിജയൻ പുഴങ്കരയുമായുള്ള വിവാഹം. ഇപ്പോൾ ഷാർജയിലാണിരുവരും. മാളവികയും ആദിത്യനുമാണ് ഇവരുടെ മക്കൾ. മാളവിക ക്ലിനിക്കൽ സൈക്കോളജിസ്റ്റായി ഷാർജയിൽ ജോലി ചെയ്യുന്നു. ആദിത്യൻ ജോധ്പൂരിൽ ലോ സ്കൂളിൽ പഠിച്ച് ബെംഗളൂരുവിലെ വലിയൊരു നിയമസ്ഥാപനത്തിൽ ജോലിക്കാരനാണ്.

തേറമ്പിലിന്റെ മകൻ ഹരിശങ്കർ കംപ്യൂട്ടർ എൻജിനീയറിങ് കഴിഞ്ഞു ബെംഗളൂരുവിലും ഓസ്ട്രേലിയയിലും ജോലി ചെയ്ത ശേഷം ഇപ്പോൾ യുഎസിലാണുള്ളത്. പാലക്കാട്ടെ പുത്തൂരിൽ

തറവാടുള്ള സുമിത്രയുടെ ആലോചന ഹരിശങ്കറിനായി വരുമ്പോൾ സുമിത്രയുടെ കുടുംബം കാനഡയിലായിരുന്നു. സുമിത്രയുടെ വീട്ടുകാരിൽ പലരും വിദേശത്താണെങ്കിലും അച്ഛനമ്മമാർ പാലക്കാട്ടുകാരാണ്.

കാനഡയിലാണ് സുമിത്ര ജനിച്ചു വളർന്നത്. യുഎസിൽ കെമിക്കൽ എൻജിനീയറാണിപ്പോൾ സുമിത്ര. ഹരിശങ്കറിനും സുമിത്രയ്ക്കും രണ്ട് മക്കളാണ്. ഇലയും ദേവനും. ഇവരെല്ലാം തൃശ്ശൂരിലെ കൃഷ്ണകൃപ വീട്ടിലെത്തുമ്പോഴാണ് തേറമ്പിലിന്റെ ഉള്ളിൽ കുടുംബം വന്നു നിറയുന്നത്.

എം.എൽ.എ.യാകും മുൻപ്, എൻ.ഡി.പിയുടെ ജനറൽ സെക്രട്ടറിയായിരിക്കെ, പാർട്ടി ഓഫീസിൽസ്ഥിരമായി കാണുന്ന ഒരാളായതുകൊണ്ടുമാത്രമല്ല രവീന്ദ്രനാഥൻ നായരെ തേറമ്പിൽ ശ്രദ്ധിക്കുന്നത്.

രവിയെന്ന വിശ്വസ്തൻ

ചെറുപ്പവും ചുറുചുറുക്കുമായിരുന്നു രവീന്ദ്രന്റെ പ്ലസ് പോയിന്റ്. എൻഡിപിയുടെ സംസ്ഥാന കമ്മിറ്റി ഓഫീസിലെ സ്റ്റാഫായിരുന്നു. തിരുവനന്തപുരം മുൻ മേയർ ഗോവിന്ദൻകുട്ടി നായരുടെ ശുപാർശ പ്രകാരമാണ് എൻഡിപിയുടെ ഓഫീസ് സ്റ്റാഫായി രവീന്ദ്രൻ വന്നത്. അന്നു തിരുവനന്തപുരം മാരാരിക്കുളം റോഡിലായിരുന്നു എൻഡിപിയുടെ സംസ്ഥാന കമ്മിറ്റി ഓഫിസ്.

ആ ചെറുപ്പക്കാരനെ തേറമ്പിലിനു വലിയ കാര്യമായി. ഏറെ നാൾ കഴിയും മുൻപേ ആരോഗ്യവകുപ്പിൽ ജോലി കിട്ടിയതോടെ രവീന്ദ്രൻ സർക്കാർ സർവീസിലായി. എംഎൽഎയായി ആദ്യമായി തിരഞ്ഞെടുക്കപ്പെട്ടപ്പോൾ ഡപ്യൂട്ടേഷനിൽ പേഴ്സണൽ സ്റ്റാഫായി രവീന്ദ്രനെ തേറമ്പിൽ ഒപ്പംകൂട്ടി. അന്നുമുതൽ തുടർച്ചയായി രവീന്ദ്രനാഥൻനായർ തേറമ്പിലിന്റെ സഹചാരിയായിഒപ്പമുണ്ടായിരുന്നു. തേറമ്പിലിന്റെ മനസ്സാക്ഷി സൂക്ഷിപ്പുകാരിൽ പ്രധാനി രവീന്ദ്രനായിരുന്നു.

അസുഖം വന്നാൽ പോലും രവി കൂടെയുണ്ടെങ്കിൽ തേറമ്പിലിനൊരു ധൈര്യമാണ്.

കായംകുളത്തുകാരനാണെങ്കിലും തിരുവനന്തപുരത്താണു രവിയുടെ വീട്. ഭാര്യ വിജയമ്മ സർക്കാർ ഉദ്യോഗസ്ഥയായിരുന്നു. സ്പീക്കറായി അവസാന ടേമിലെത്തിയപ്പോൾ സി.എൻ. ബാലകൃഷ്ണന്റെ പേഴ്സണൽ സ്റ്റാഫായി രവീന്ദ്രനെ കൂടെത്തരാമോ എന്നു സി.എൻ. സ്നേഹത്തോടെ നിർബന്ധിച്ചപ്പോഴും വിട്ടുനൽകാൻ തേറമ്പിലിന്റെ മനസ്സ് അനുവദിച്ചില്ല. ഒടുവിൽ വല്ലാതെ നിർബന്ധമായപ്പോൾ രവീന്ദ്രന്റെ ഭാര്യ വിജയമ്മയെ പേഴ്സനൽ സ്റ്റാഫായി നിയമിക്കുകയും രവീന്ദ്രന്റെ സഹായം അതുവഴി ഉറപ്പാക്കുകയുമായിരുന്നു. ഒറ്റ മകളേയുള്ളൂ അവർക്ക്. രജനി.

തൃശൂർ മിഷൻ ഹോസ്പിറ്റലിൽ എംബിബിഎസ് പൂർത്തിയാക്കിയശേഷം കൊല്ലത്തെ ഡോ. ജെയിനുമായി രജനിയുടെ വിവാഹം ഉറപ്പിച്ചു. വിവാഹത്തിനു ക്ഷണിക്കാൻ വിജയമ്മയും രവീന്ദ്രനാഥനും തൃശ്ശൂരിൽ വീട്ടിലെത്തിയ ദിവസം തേറമ്പിലിനു മറക്കാനാവില്ല.

"ഒരു ദിവസം രാവിലെ വിവാഹക്ഷണക്കത്തുമായി എത്തിയ രവിയും ഭാര്യയും ഉച്ചയൂണും കഴിഞ്ഞാണ് തിരുവനന്തപുരത്തേക്കു മടങ്ങിയത്. 2014 മാർച്ചിലായിരുന്നു അത്. രാത്രിയായപ്പോൾ പെട്ടെന്നൊരു ഫോൺ. കൊല്ലം കഴിഞ്ഞയുടൻ ഇരുവരും ഒരു അപകടത്തിൽ പെട്ടെന്നായിരുന്നു ആദ്യവിവരം. വാഹനങ്ങൾ തമ്മിൽ കൂട്ടിയിടിക്കുകയായിരുന്നു. ഇരുവരും സംഭവസ്ഥലത്തു തന്നെ മരിച്ചെന്നറിഞ്ഞപ്പോൾ തലയ്ക്കടിയേറ്റതു പോലെ തരിച്ചിരുന്നുപോയി.

കണ്ണിൽ ഇരുട്ടുപടരുന്നതു പോലെ തോന്നി. ജീവിതത്തിലെ ഏറ്റവും വലിയ ഷോക്കായിരുന്നു അത്.''

ആ രാത്രിയെപ്പറ്റി പറയുമ്പോൾ ഇപ്പോഴും തേറമ്പിലിന്റെ കണ്ണുകളിൽ ഇരുട്ടുവന്നു മൂടും. നിരാശാഭരിതമായ ആ രാത്രിയെ ഓർക്കാനും മറക്കാനും വയ്യാത്ത നിസ്സഹായതയിൽ ഇപ്പോഴും ഇടയ്ക്കിടെ തേറമ്പിൽ ദുഃഖം ഉള്ളിൽ കടിച്ചിറക്കും. രവിയെ ആദ്യമായി കണ്ടതും ആദ്യം മിണ്ടിയതും മനസ്സിൽ തെളിഞ്ഞുവരും. പ്രത്യാശാഭരിതനായി നടന്ന ആ ചെറുപ്പക്കാരന്റെ ഓർമകൾ ഉള്ളിൽ തികട്ടി വരും.

തിരുവനന്തപുരം ശ്രീചിത്രയിലും കൊച്ചിയിലെ ലേക്ഷോർ ആശുപത്രിയിലും മദ്രാസ് മെഡിക്കൽ മിഷനിലുമെല്ലാം കിടന്നപ്പോൾ എല്ലാ കാര്യത്തിനും ഒപ്പമിരുന്ന് ഊർജസ്വലതയോടെ ധൈര്യം പകർന്ന രവി അപ്പോൾ മനസ്സിൽ വന്നു തൊടുന്നതുപോലെ അനുഭവപ്പെടും. സ്വന്തം വീട്ടുകാർക്കുപോലും അറിയാത്ത പലവിവരങ്ങളുടെയും സൂക്ഷിപ്പുകാരനാണ്. ഇലയടർന്നു വീണുപോയതു പോലെയുള്ള നഷ്ടമോർത്ത് ഉള്ളിൽ കരയാനേ കഴിയുന്നുള്ളൂ.

''എനിക്കായിരുന്നു രവിയുടെ വിയോഗത്തിൽ ഭാരിച്ച നഷ്ടം. രവി പോയതോടെ കൂടുതൽ അനാഥനായതു ഞാനാണ്.''

അന്നു രാത്രിതന്നെ തേറമ്പിൽ അപകടം നടന്ന സ്ഥലത്തേക്കും തിരുവനന്തപുരത്തേക്കുമായിറങ്ങി.സംസ്കാരച്ചടങ്ങുകൾ അടക്കം പൂർത്തിയാക്കി മടങ്ങുമ്പോൾ, വീട്ടിൽ രവിയുടെ മകളുടെ നിസ്സഹായാവസ്ഥ ഓർത്ത് തേറമ്പിൽ ദുഃഖിതനായി, വിവാഹത്തിനൊരുങ്ങി നിന്ന ആ മകൾ തേറമ്പിലിന്റെ മനസ്സിൽ ഒരു നീറ്റലായി. വിവാഹം തീരുമാനിച്ച വരന്റെ വീട്ടുകാർ നല്ലവരായിരുന്നു. നിശ്ചയിച്ച തീയതിയിൽതന്നെ വിവാഹം നടത്താമെന്നുറപ്പിച്ചു. ലളിതമായ ചടങ്ങിൽ ശംഖുമുഖം ക്ഷേത്രത്തിൽവച്ച് അവർ വിവാഹിതരായി. അച്ഛന്റെ സ്ഥാനത്ത് തേറമ്പിൽ നിന്നു. ഡോ. രജനി കണിച്ചുകുളങ്ങരയിൽ സർക്കാർ ഡോക്ടറാണ്. രണ്ടു മക്കളായി സുഖമായി കഴിയുന്നു.

രവിക്കു ശേഷം ലെജിസ്ലേച്ചറിൽ ജോലി ചെയ്തിരുന്ന മഹാദേവനാണ് തേറമ്പിലിന്റെ കൂടെ ചേർന്നത്. അദ്ദേഹത്തിന്റെ സഹായങ്ങളും സേവനങ്ങളും തേറമ്പിലിന്റെ പ്രവർത്തനങ്ങളെ ഏറെ സഹായിച്ചു.

വ്യക്തിപരമായ വ്യഥയായോ മുറിവായോ മാറിയില്ലെങ്കിലും വല്ലാതെ ആശങ്കപ്പെടുത്തിയ ഒരു സംഭവം തേറമ്പിൽ പറഞ്ഞതു കൂടിപരാമർശിക്കട്ടെ.കുറ്റൂരിലെആദ്യനിയമബിരുദധാരിയെന്നനിലയിൽ നാട്ടിലൊക്കെ അൽപം പേരായി വരുന്ന കാലത്തു സംഭവിച്ചതാണ്.

തേറമ്പിലിനന്നു ചെറുപ്പമാണ്. കോൺഗ്രസിന്റെ ജില്ലാ ജനറൽ സെക്രട്ടറി കൂടിയാണ്. കുറ്റൂർ തോട്ടിൽ അന്നു ചിറകെട്ടി ചീപ്പിടുന്ന ഒരു ഏർപ്പാടുണ്ടായിരുന്നു. അപ്പോൾ മത്സ്യം ഒരുപാടുണ്ടാകും. മീൻപിടിക്കാൻ ഒരാൾ കരാറെടുക്കും. ക്രിസ്മസ്സ് തലേന്നാളാണ് സംഭവം. ഒരു അപ്പനും മകനും ചീപ്പിൽ വീണു മരിച്ചു. ക്രിസ്മസ് ആയതിനാൽ പള്ളിയിൽ അടക്കാൻ വൈകരുതെന്നും അതുകൊണ്ട് പോസ്റ്റ്മോർട്ടം ഒഴിവാക്കിത്തരാൻ പൊലീസ് സ്റ്റേഷനിൽ പറയാമോ എന്നും ബന്ധുക്കൾ തേറമ്പിലിനോട് ആവശ്യപ്പെട്ടു. അവരുടെ സ്വാഭാവികമായ ആവശ്യം മുഖവിലയ്ക്കെടുത്ത് പൊലീസ് സ്റ്റേഷനിൽ വിളിച്ച് തേറമ്പിൽ ഇക്കാര്യം ആവശ്യപ്പെടുകയും ചെയ്തു. ഒരാഴ്ച കഴിഞ്ഞപ്പോൾ ആ കുട്ടി പഠിച്ചിരുന്ന കുറ്റൂർ സ്കൂളിലെ വിദ്യാർഥികൾ പ്രതിഷേധസമരം തുടങ്ങി. മരണത്തിൽ ദുരൂഹത ഉണ്ടെന്നായിരുന്നു പ്രധാന ആരോപണം.

"പോസ്റ്റ് മോർട്ടം ഒഴിവാക്കിയതു തേറമ്പിൽ ഇടപെട്ടാണെന്ന മട്ടിൽ ഇടതുപക്ഷം അതോടെ കുറ്റൂരിൽ പോസ്റ്റർ ഒട്ടിച്ചു. പ്രതിഷേധ യോഗങ്ങൾ ചേർന്നു. വല്ലാതെ പരീക്ഷിക്കപ്പെട്ട ദിവസങ്ങളായിരുന്നു അത്. അവരുടെ ബന്ധുക്കളുടെ നിസ്സഹായത കണ്ടു സഹതാപം തോന്നി ചെയ്തു പോയതാണ്. പൊതുജീവിതത്തിൽ അങ്ങേയറ്റം ജാഗ്രത പാലിക്കണമെന്ന വലിയ പാഠം പഠിച്ചത് അന്നാണ്."

തേറമ്പിൽ അന്നനുഭവിച്ച ദുഃഖത്തിന്റെ ആഴം മനസ്സിൽ ചിറകെട്ടി നിന്നു. അവരെ തള്ളിയിട്ടതല്ലെന്നും ചീപ്പിൽ വീണു മരിക്കുകയായിരുന്നുവെന്നും ദുരൂഹത ഇല്ലെന്നും പൊലീസിന്റെ അന്വേഷണ റിപ്പോർട്ട് വന്നതോടെയാണ് തേറമ്പിലിന് ശ്വാസം നേരെ വീണത്. അക്കാര്യം ഇന്നോർക്കുമ്പോഴും അദ്ദേഹം ദീർഘമായൊന്നു നിശ്വസിക്കും. അവിശ്വസനീയമായ സംഭവങ്ങൾ ജീവിതത്തിൽ ഏതു നിമിഷവും സാധ്യമാണ്. അത്തരം അനുഭവങ്ങൾ ജീവിതത്തിൽ ഓരോ പാഠങ്ങളായി നമ്മളെ പരുവപ്പെടുത്തും. ഓർമപ്പെടുത്തലുകളാണ് പിന്നീടുള്ള ജീവിതത്തെ മുന്നോട്ടു നയിക്കുക. അങ്ങനെ അത്യന്തം ശ്രമകരമായി കെട്ടിപ്പൊക്കിയെടുത്തതാണ് ഇന്നു കാണുന്ന തേറമ്പിലിന്റെ ജീവിതം. ■

വികസന നായകൻ

സാധാരണ തിരഞ്ഞെടുപ്പ് വേളകളിൽ രാഷ്ട്രീയപാർട്ടികൾ സ്വന്തം സ്ഥാനാർത്ഥികളെ അവതരിപ്പിക്കുമ്പോൾ ഉപയോഗിക്കുന്ന ആലങ്കാരിക പ്രയോഗമാണ് 'വികസന നായകൻ' എന്നത്. പക്ഷേ തേറമ്പിലിന്റെ കാര്യത്തിൽ സ്ഥിതി തികച്ചും വിഭിന്നമാണ്. തൃശ്ശൂരിന്റെ സ്ഥിരം പ്രതിനിധിയായിരുന്ന തേറമ്പിലിന്റെ ദീർഘവീക്ഷണത്തോടെയുള്ള സുദീർഘകാലപ്രവർത്തനങ്ങൾക്ക് തൃശ്ശൂർ ജനത അദ്ദേഹത്തിനു നൽകുന്ന അംഗീകാരവിശേഷണമാണത്. തൃശ്ശൂരിന്റെ വികസനപ്രവർത്തനങ്ങളുടെ തിളക്കം മണ്ഡലത്തിന്റെ മുക്കിലും മൂലയിലും തൊട്ടറിയാനാവും. പുതിയ മേൽപാലങ്ങൾ (പൂങ്കുന്നം, പാമ്പൂർ, മുളകുന്നത്തുകാവ്), പുതിയ റോഡുകൾ, മിനി സിവിൽ സ്റ്റേഷൻ, കോടതി സമുച്ചയം, നവീകരിച്ച ശക്തൻ കൊട്ടാരം, കൊല്ലംകാട് കൊട്ടാരം, ഇരട്ടച്ചിറ കൊട്ടാരം, പുനരുദ്ധരിച്ച വടക്കേച്ചിറ, പടിഞ്ഞാറേച്ചിറ, ഫൈൻ ആർട്സ് കോളജ്, ലോ കോളജ്, മെഡിക്കൽ സർവകലാശാല, റജിസ്ട്രാർഓഫിസ്, പൊലീസ് അക്കാദമി, ഫയർ ഫോഴ്സ് അക്കാദമി, എക്സൈസ് അക്കാദമി, കൺസ്യൂമർ കോടതി, എംപ്ലോയ്മെന്റ് എക്സ്ചേഞ്ച്, അഗ്രിക്കൾച്ചർ കോംപ്ലക്സ്, കിലയുടെ വളർച്ച, സെയിൽടാക്സ് കോംപ്ലക്സ്, കോർട്ട് കോംപ്ലക്സ് തൃശ്ശൂർ നഗരത്തിലെ ഏറ്റവും മനോഹരമായ കലക്ടറേറ്റിലേക്കുള്ള അയ്യന്തോൾ മോഡൽ റോഡ്, വീതികൂട്ടിയ പൂങ്കുന്നം അരണാട്ടുകര റോഡ്, കുറ്റൂരിലേക്കുള്ള തേറമ്പിൽ എം.എൽ.എ റോഡ് തുടങ്ങി തൃശ്ശൂരിന്റെ ആകാശച്ചുവട്ടിൽ വികസനത്തിന്റെ വർണ്ണരാജികളിലെല്ലാം തേറമ്പിലിന്റെ കയ്യൊപ്പുണ്ട്.

വാടകക്കെട്ടിടങ്ങളിൽ ശ്വാസം മുട്ടിക്കഴിയുന്ന സർക്കാർ ഓഫീസുകളെ തൃശ്ശൂരിൽ സ്വന്തം കെട്ടിടത്തിലേക്കു സർക്കാർ ഓഫീസുകൾ പറിച്ചു നടാൻ അവസരം നൽകിയതു തേറമ്പിലാണ്. എംഎൽഎ ഫണ്ട് ഉപയോഗിച്ചും സർക്കാരിൽ സമ്മർദ്ദം നടത്തിയും തേറമ്പിൽ

ഒട്ടനവധി സർക്കാർ ഓഫിസുകളെയാണ് സ്വന്തം കെട്ടിടത്തിലേക്കു മാറ്റി സ്ഥാപിച്ചത്. ഈ സർക്കാർ ഓഫിസുകൾക്കായി വാടകയിനത്തിൽ സർക്കാരിനു ചെലവാകുമായിരുന്ന വലിയ തുകയുടെ ലാഭമുണ്ടാക്കൽ മാത്രമല്ലായിരുന്നു തേറമ്പിലിന്റെ ലക്ഷ്യം.

ജീവനക്കാർക്കു നല്ല തൊഴിലിടങ്ങൾ ലഭിക്കണം. നല്ല ഓഫീസ് അന്തരീക്ഷം ഉറപ്പാക്കണം. മികച്ച തൊഴിൽ സംസ്കാരം പടുത്തുയർത്തണം എന്നിങ്ങനെയുള്ള നിലപാടിന്റെ പരിണിതഫലമായിരുന്നു തൃശ്ശൂരിൽ ഉയർന്നു പൊങ്ങിയ മികവുറ്റ സർക്കാർ കോംപ്ലക്സുകൾ. കുട്ടികളിൽ ശാസ്ത്രാഭിരുചി പ്രോത്സാഹിപ്പിക്കാൻ ജില്ലാ പഞ്ചായത്തിന്റെ നേതൃത്വത്തിൽ ആരംഭിച്ച വിജ്ഞാന സാഗർ പദ്ധതിക്ക് രാമവർമപുരത്ത് സർക്കാരിൽ നിന്നു സ്ഥലം കണ്ടെത്താനും കെട്ടിടം നിർമിക്കാനുമെല്ലാം തേറമ്പിൽ നടത്തിയ ഇടപെടൽ ശ്ലാഘനീയമാണ്. ഐഎസ്ആർഒ പോലുള്ള സ്ഥാപനങ്ങളുമായി ബന്ധപ്പെടുത്തി കേരളത്തിലെ കുട്ടികളെ ശാസ്ത്രവിഷയങ്ങളിൽ തൽപരരാക്കാൻ തലയെടുപ്പോടെ നിൽക്കുന്നതാണ് എ.പി.ജെ അബ്ദുൽ കലാമിന്റെ സ്മാരകമായി നിലനിൽക്കുന്ന ആ സ്ഥാപനം.

തൃശ്ശൂരിലെ കെഎസ്ആർടിസി ബസ് സ്റ്റാൻഡിനു ചുറ്റും ജീർണാവസ്ഥയിലായിരുന്നു ചുറ്റുമതിൽ.കലാഭിരുചിയും കാൽപനികതയും ചേർത്തൊരുക്കി വെട്ടുകല്ലിൽ പണിത പൈതൃക മതിലാക്കി മാറ്റിയത് തേറമ്പിലിന്റെ എംഎൽഎ ഫണ്ട് ഉപയോഗിച്ചായിരുന്നു.

100 കൊല്ലത്തോളം പാരമ്പര്യമുള്ള എസ്.ആർ.വി സംഗീത വിദ്യാലയത്തിന്റെ പ്രവർത്തനം നിലയ്ക്കാറായ ഘട്ടത്തിൽ അതിനെ ഒരു മ്യൂസിക് കോളജ് ആയി ഉയർത്തുന്നതിനുവേണ്ടി നിയമസഭയിൽ തേറമ്പിൽ നടത്തിയ നിരന്തര ശ്രമങ്ങൾ അവിസ്മരണീയമാണ്.

മഹാകവി അക്കിത്തം തേറമ്പിലിനെപ്പറ്റി പറഞ്ഞത് സ്മരണീയമാണ്.

''ജനഹിതായ ജനസുഖായ പ്രവർത്തിച്ചു വരുന്ന തേറമ്പിലും തൃശ്ശൂരുമായുള്ള ബന്ധം അഗാധമാണ്. തേറമ്പിലിനെ ഞാൻ ഈ കാലഘട്ടത്തിലെ തൃശ്ശൂർ രാഷ്ട്രീയത്തിലെ ഇതിഹാസമായാണു കാണുന്നത്.'' അക്കിത്തത്തിന്റെ വാക്കുകളിൽ തേറമ്പിലിന്റെ വികസന സങ്കൽപമാണ് തലയെടുപ്പോടെ പ്രോജ്വലിച്ചു നിന്നത്.

വിവാദങ്ങളുടെ വികസനമല്ല തേറമ്പിലിന്റെ വികസന കാഴ്ചപ്പാട്. ജനപ്രിയ വികസനങ്ങളെക്കാൾ ജനക്ഷേമ വികസനങ്ങളാണ് അദ്ദേഹത്തിന്റെ മുഖ്യഅജണ്ട.

കേളപ്പജി പുരസ്കാരം

എം.എൽ.എ. സ്ഥാനമൊഴിഞ്ഞിട്ടും തൃശ്ശൂരിന്റെ വികസനത്തെപ്പറ്റി എപ്പോഴും സ്വപ്നം കാണുകയും ഇത്രയധികം ചിന്തിക്കുകയും ചെയ്യുന്ന മറ്റൊരാൾ ഉണ്ടാവാൻ ഇടയില്ല. തനിക്ക് പൂർത്തീകരിക്കാൻ കഴിയാത്ത വികസനപദ്ധതികളെപ്പറ്റിയാണ് അദ്ദേഹം ചിന്തിക്കുന്നത്. തേറമ്പിലിന്റേതു മാത്രമായ സിദ്ധികൾക്കുള്ള അംഗീകാരമായി പല പുരസ്ക്കാരങ്ങളും അദ്ദേഹത്തെ തേടിയെത്തിയിട്ടുണ്ട്.

ഡൽഹി ആസ്ഥാനമായി പ്രവർത്തിക്കുന്ന ഇന്ത്യ ഇന്റർനാഷണൽ ഫ്രണ്ട്ഷിപ് സൊസൈറ്റി ഭരണനിപുണതയ്ക്കു നൽകിയ

ഭാരത് ഗൗരവ് അവാർഡ്, തിരുവിതാംകൂർ സ്റ്റേറ്റ് കോൺഗ്രസ്സ് സ്ഥാപകരിൽ പ്രധാനിയും തിരുവിതാംകൂർ നിയമസഭയുടെ അവസാനത്തെ സ്പീക്കറുമായിരുന്ന ആർ.വി. തോമസിന്റെ സ്മരണാർത്ഥം ആർ.വി. ഫൗണ്ടേഷൻ നൽകുന്ന ആർ.വി. തോമസ് പുരസ്ക്കാരം, ഗ്രന്ഥശാല രംഗത്തെപ്രവർത്തനത്തിനുള്ള രാജാറാം മോഹൻ റായ് പുരസ്കാരം, മാതൃക രാഷ്ട്രീയപ്രവർത്തകനുള്ള മണപ്പുറം അവാർഡ്, ഗുരുവായൂർ ക്ഷേത്ര പ്രവേശന സത്യാഗ്രഹ സ്മാരകസമിതിയുടെ കേളപ്പജി പുരസ്ക്കാരം തുടങ്ങിയവ അവയിൽ ചിലതു മാത്രമാണ്. അതോടൊപ്പം അത്തരം അവാർഡുകളേക്കാൾ തേറമ്പിൽ വിലമതിക്കുന്നത് ജനങ്ങളുടെ നിസ്സീമവും നിരുപാധികവുമായ സ്നേഹസൗഹൃദങ്ങളെയാണ്. ■

പൂരപ്പെരുമ

തൃശ്ശൂർ പൂരം ലോകപ്രസിദ്ധമാണ്. വടക്കുംനാഥന്റെ തിരുമുറ്റത്ത് വർഷംതോറും അരങ്ങേറുന്ന നാദമേളവർണ്ണവിസ്മയം ഭിന്നരുചിക്കാരെ ആനന്ദത്തിൽ ആറാടിക്കും. പാറമേൽക്കാവും തിരുവമ്പാടിയും അനുബന്ധ ക്ഷേത്രങ്ങളായ കണിമംഗലം, പനമുക്കമ്പിളി, ചെമ്പൂക്കാവ്, കാരമുക്ക്, ലാലൂര്, ചൂരക്കോട്ടുകാവ്, അയ്യന്തോൾ, നൈയ്തലക്കാവ് എന്നിവർ പങ്കാളികളുമായ 36 മണിക്കൂറുകൾ നീണ്ടുനിൽക്കുന്ന ഒരു അത്ഭുതക്കാഴ്ചയാണിത്. ഇലഞ്ഞിത്തറമേളവും മഠത്തിൽവരവും കുടമാറ്റവും വെടിക്കെട്ടും എല്ലാം ജനസഹസ്രങ്ങൾക്ക് ആവേശം പകരുന്ന അനുഭൂതിയാണ്. ആനച്ചന്തവും മേള

തൃശ്ശൂർ പൂരം സംഘാടകർക്കൊപ്പം

ച്ചന്തവും വർണ്ണച്ചന്തവും പുരുഷാരത്തിന്റെ ആരവവും ഒത്തുചേരുന്നതാണ് തൃശ്ശൂർ പൂരം. സാംസ്കാരിക തലസ്ഥാനത്തിന്റെ ഹൃദയ താളമാണത്.

തൃശ്ശൂരിലെ ഏതു പരിപാടികളുടെയും അവിഭാജ്യഘടകമാണ് ആനയും വാദ്യവും. പൂരവും പെരുന്നാളും ചന്ദനക്കുടവും രാഷ്ട്രീയ പ്രചരണവും വ്യാപാരസ്ഥാപനങ്ങളുടെ ഉദ്ഘാടനവുമെല്ലാം ആനയുടെയും വാദ്യത്തിന്റെയും അകമ്പടിയോടെയാണ് നടക്കാറുള്ളത്. ആനയും വാദ്യങ്ങളുമില്ലാത്ത ഒരു ദിവസവും തൃശ്ശൂരിലുണ്ടാവില്ല. ഡൽഹിയിൽ നടന്ന ഏഷ്യാഡിന് ആനകളെ അണിനിരത്തിയതോടെ തൃശ്ശൂർ പൂരം അന്തർദ്ദേശീയ ആഘോഷമായി മാറി. പൂരത്തിന്റെ പുനരാവിഷ്കരണം ലോകത്തിന്റെ വ്യത്യസ്ത സ്ഥലങ്ങളിൽ നടക്കുന്നു. ലോകത്തിലെ പ്രധാന ഉത്സവമായി ഐക്യരാഷ്ട്രസഭതന്നെ തൃശ്ശൂർ പൂരത്തെ അംഗീകരിച്ചു.

ആനകളുടെ എണ്ണത്തിലും വെടിക്കെട്ടിന്റെ നടത്തിപ്പിലും നിയമപരമായ തടസ്സങ്ങൾ നേരിട്ടപ്പോൾ പൂരനടത്തിപ്പ് തന്നെ പ്രതിസന്ധിയിലായി. കേന്ദ്ര സംസ്ഥാന അധികൃതരെ കൊണ്ട് അനുകൂല തീരുമാനങ്ങൾ എടുപ്പിക്കാൻ ദേവസ്വം ഭാരവാഹികളായിരുന്ന പ്രൊഫ. എം. മാധവൻകുട്ടി, കെ. മനോഹരൻ, സി. വിജയൻ എന്നിവർക്കൊപ്പം തേറമ്പിലും സജീവമായി രംഗത്തുണ്ടായിരുന്നു.

മാധവൻകുട്ടി തൃശ്ശൂർ പൂരത്തിന്റെയും എക്സിബിഷന്റെയും ഔദ്യോഗിക വക്താവായിരുന്നു. തൃശ്ശൂർ പൂരത്തിന്റെ ചരിത്രപരിണാമങ്ങളെക്കുറിച്ച് അഗാധമായ ജ്ഞാനമുണ്ടായിരുന്ന അദ്ദേഹത്തിന്റെ നിര്യാണം പൂരപ്രേമികൾക്ക് കനത്ത നഷ്ടമായി.

പൂരവും വെടിക്കെട്ടും നടത്തുന്നതിനോടൊപ്പം വിദ്യാഭ്യാസ സ്ഥാപനങ്ങൾ ആരംഭിക്കുകയും ജീവകാരുണ്യപ്രവർത്തനം നടത്തിയും ജനോപകാരപ്രദമായ പ്രവർത്തികൾ ഏറ്റെടുത്തും ദേവസ്വങ്ങളുടെ പ്രവർത്തന മണ്ഡലം വിപുലീകരിക്കുന്നതിനും മുൻകൈയെടുത്ത പ്രൊഫ. മാധവൻകുട്ടി, കെ. മനോഹരൻ, സി. വിജയൻ എന്നിവർക്ക് പരിപൂർണ്ണ പിന്തുണയുമായി തേറമ്പിലുമുണ്ടായിരുന്നു.

പൂരത്തോടൊപ്പം തൃശ്ശൂരിന്റെ തനത് ആഘോഷമാണ് പുലിക്കളി. ഓണത്തോടനുബന്ധിച്ച് നടന്നുവരുന്ന പുലിക്കളിയുടെ കൊട്ടും ചുവടുവെപ്പും കാണികൾക്ക് ഹരമാണ്. മാധ്യമങ്ങളിലും സിനിമകളിലുമൊക്കെ പുലിക്കളി ഉൾപ്പെടുത്തിയതോടെ ഈ തൃശ്ശൂരിന്റെ സ്വന്തം കളി പ്രചാരം വർദ്ധിച്ചിരിക്കുന്നു. കാലാനുസൃതമായ ഒട്ടേറെ

മാറ്റങ്ങൾ വന്നതോടെ പുലിക്കളിക്ക് അടുക്കും ചിട്ടയും ദൃശ്യഭംഗിയുമേറി.

ഓണക്കാലത്തിന്റെ മറ്റൊരു ദൃശ്യചാരുതയായാണ് തൃശ്ശൂരിന്റെ കുമ്മാട്ടി.

ക്രിസ്തുമസ്സിനോടനുബന്ധിച്ച് നടത്തിവരുന്ന ബോൺനത്താലയും ജനകീയ ഉത്സവമായിട്ടുണ്ട്.

ഇതെല്ലാം തൃശ്ശൂരിന്റെ സർവ്വസമുദായമൈത്രിയുടെ ധന്യമായ സന്ദേശമാണ് നൽകുന്നത്. ആ സംസ്കാരത്തിന്റെ പ്രതിനിധിയായിട്ടാണ് തേറമ്പിൽ നിലകൊള്ളുന്നത്.

തേറമ്പിലിനെക്കുറിച്ച് പ്രശസ്തർ

മികച്ച സംഘാടകനും ഉജ്ജ്വലമായ വ്യക്തിത്വത്തിന്റെ ഉടമയും കറകളഞ്ഞ രാഷ്ട്രീയപ്രവർത്തകനുമായ ശ്രീ. തേറമ്പിലിന്റെ ജീവിത ശൈലിയും സംഘടനാവൈഭവവും എല്ലാവരെയും ആകർഷിക്കുന്ന താണ്.

നിയമസഭാ സാമാജികൻ എന്ന നിലയ്ക്കും സ്പീക്കർ എന്ന നിലയ്ക്കും ഉള്ള അദ്ദേഹത്തിന്റെ പ്രവർത്തനങ്ങൾ മാതൃകാപരമായിരുന്നു. ഞാനും അദ്ദേഹവുമായി ദീർഘകാലങ്ങളായി വളരെ അടുത്ത ബന്ധമാണുള്ളത്. അത് ഊഷ്മളമായി ഇന്നും നിലനിൽക്കുന്നു.

എ കെ ആന്റണി

നിയമസഭയുടെ സ്പീക്കറായി രണ്ടു തവണ പ്രവർത്തിച്ചിട്ടുള്ള അപൂർവ്വം ചിലരിൽ ഒരാളാണ് ശ്രീ തേറമ്പിൽ. ആരോഗ്യകരമായ ജനാധിപത്യകീഴ്വഴക്കങ്ങൾ പാലിക്കുന്നതിൽ അദ്ദേഹം നൽകിയ സംഭാവന വളരെ വിലപ്പെട്ടതാണ്. രാഷ്ട്രീയപ്രവർത്തങ്ങളുടെ തിരക്കിലും അഭിഭാഷകവൃത്തിയെ അവഗണിക്കാത്ത ഒരാളാണ് തേറമ്പിൽ. അഭിഭാഷകർക്കും, ക്ലർക്കുമാർക്കും, ആനുകൂല്യങ്ങൾ ലഭിക്കുന്നതിനു വേണ്ടി നിയമസഭയ്ക്കകത്ത് അദ്ദേഹം നിരന്തരം ശബ്ദം ഉയർത്താറുണ്ട്.

സാംസ്കാരിക തലസ്ഥാനത്തിന് ഏറ്റവും അനുയോജ്യനായ ജനപ്രതിനിധിയാണ് തേറമ്പിൽ. രാഷ്ട്രീയത്തിലെ മാന്യമായ മുഖമാണ് തേറമ്പിലിന്റെ സവിശേഷത.

ജസ്റ്റിസ് വി.ആർ.കൃഷ്ണയ്യർ

1977ൽ തൃശൂർ ജില്ലാ ജഡ്ജിയായി ചാർജ്ജ് എടുക്കുമ്പോൾ തേറമ്പിൽ തൃശ്ശൂർ ബാറിലെ ചുറുചുറുക്കുള്ള യുവഅഭിഭാഷകനായിരുന്നു.

രാഷ്ട്രീയക്കാർ അധികാര സീമകളിലെത്തുമ്പോൾ ആദർശശുദ്ധി കൈവെടിയുന്ന പ്രവണത സാധാരണ കാണാറുണ്ട്. എന്നാൽ ആറ് പതിറ്റാണ്ടു കാലത്തെ പൊതു പ്രവർത്തനത്തിനിടയിൽ അദ്ദേഹത്തിനെതിരെ ആരോപണങ്ങൾ ഒന്നും ഉയർന്നതായി ഞാൻ അറിഞ്ഞിട്ടില്ല. സ്പീക്കർ എന്ന പദവിയുടെ മഹത്വം അദ്ദേഹം ഭദ്രമായി കാത്തുസൂക്ഷിച്ചു. ലളിതമായ ജീവിതവും വിനയപൂർവമായ പെരുമാറ്റവും തേറമ്പിലിന്റെ മുഖമുദ്രയാണ്.

സാധാരണ രാഷ്ട്രീയക്കാരിൽ നിന്നും വേറിട്ടു നിൽക്കുന്ന ഒരു വ്യക്തിപ്രഭാവമാണ് അദ്ദേഹം. അത്തരക്കാർ രാഷ്ട്രീയത്തിൽ കുറഞ്ഞു കൊണ്ടിരിക്കുന്ന ഈ കാലഘട്ടത്തിൽ നിസ്വാർത്ഥനായ ലക്ഷണമൊത്ത ഒരു പൊതുപ്രവർത്തകനായി തേറമ്പിലിനെ ചൂണ്ടിക്കാണിക്കാം.

ജസ്റ്റിസ് കെ.ടി. തോമസ്

രാഷ്ട്രീയത്തിൽ വലിയ താൽപ്പര്യമില്ലാത്ത എന്നെ ആദ്യം മുതലേ തേറമ്പിൽ ആകർഷിച്ചു. പല വേദികളിലും ഞങ്ങൾ ഒന്നിച്ച് പങ്കെടുത്തു. അവിടെയൊക്കെ തേറമ്പിലിന്റെ വ്യക്തിത്വവും വൈശിഷ്ട്യവും ഞാൻ ദർശിച്ചു.

'സത്യം ബ്രൂയാത് ഹിതം ബ്രൂയാത് ന ബ്രൂയാത് സത്യം അപ്രിയം'. ഇത് പൂർണ്ണമായും സ്വായത്വമാക്കിയ വ്യക്തിയാണ് തേറമ്പിൽ.

അക്കിത്തം

ചെറുതും വലുതുമായ ഏതു പരിപാടിയിലായാലും തേറമ്പിലിന്റെ പേര് പരിപാടിയിൽ അച്ചടിച്ചിട്ടുണ്ടെങ്കിൽ അദ്ദേഹം എത്തിയിരിക്കും. കല്യാണത്തിനായാലും, അനുശോചനത്തിനായാലും അദ്ദേഹമുണ്ടാവും. നാട്ടിലെ ഒരു അയൽക്കാരന്റെ ചുമതലാഭാവത്തിൽ. സാധാരണ രാഷ്ട്രീയനേതാക്കൾ വരുമ്പോഴത്തെ കോലാഹലമില്ല, അനുചരസംഘമില്ല, അടുത്ത പരിപാടിക്കാർ കാത്തിരിക്കുന്ന സൂചനകളില്ല.

ശാന്തവും ആത്മാർത്ഥവുമായ സാന്നിദ്ധ്യം കൊണ്ട് ക്ഷണിച്ചവരുടെ മനസ്സിൽ സ്നേഹത്തിൻറെ പ്രകാശം ചൊരിഞ്ഞ് തേറമ്പിൽ ഒച്ചപ്പാടില്ലാതെ സൗമ്യനായി യാത്ര പറഞ്ഞ് ഇറങ്ങി പോകുന്നു.

എം.ടി.വാസുദേവൻ നായർ

കുട്ടികൾ മുറ്റത്ത് നടക്കുമ്പോൾ അമ്പിളിമാമൻ കൂടെ വരികയാണെന്ന് തോന്നും. അവർ ഒരിടത്ത് നിൽക്കുമ്പോൾ അമ്പിളിമാമനും

നിൽക്കുന്നതായി തോന്നും. അങ്ങനെയാണ് അമ്പിളിമാമൻ അവർക്ക് സ്വന്തമാവുന്നത്. മറ്റൊരു സന്ദർഭത്തിലാണെങ്കിലും ബ്രൗണിങ്ങിന്റെ ഒരു കവിതയിലെ 'MY EVERYBODY'S MOON' എന്ന പ്രയോഗമാണ് എനിക്ക് ഓർമ്മ വരുന്നത്. തേറമ്പിൽ, താനിടപ്പെടുന്നവർക്കെല്ലാം അങ്ങനെ തോന്നിക്കുന്നതിന്റെ രഹസ്യമെന്താണ്? ആ രഹസ്യത്തിന്റെ പേര് തന്നെ 'തേറമ്പിൽ' എന്നാണെന്റെ ഉത്തരം.

ഒ.എൻ.വി

എനിക്ക് പരിചയമുള്ള രാഷ്ട്രീയപ്രവർത്തകരിൽ സാത്വികതയും തറവാടിത്തവും സ്വഭാവശുദ്ധിയും തികഞ്ഞതിൻ പേരിൽ ഞാൻ ഏറ്റവും ആദരിച്ചു പോന്നവരിൽ ഒരാളാണ് ശ്രീ തേറമ്പിൽ.

നിയമജ്ഞാനത്തെ നീതി ബോധത്തോടെ കൂട്ടി ഇണക്കാൻ മാത്രം ഉപയോഗിക്കുന്നവരുടെ ഗണത്തിലാണ് അദ്ദേഹം. സ്പീക്കർ എന്ന പദവി അദേഹത്തിൻറെ സ്വഭാവ മഹിമക്കും, കർമ്മകുശലതക്കും അനുയോജ്യമായ അംഗീകാരമാണ്.

ഡോ.എം.ലീലാവതി

നേതാക്കൾ രണ്ടു തരത്തിലുണ്ട്. ഒന്ന്, മുദ്രാവാക്യം മുഴക്കി മുന്നേറുന്ന ജനക്കൂട്ടത്തിന്റെ മുന്നിൽ ചെന്നു നിന്ന് അവർ വിളിക്കുന്ന മുദ്രാവാക്യങ്ങൾ ഏറ്റുവിളിച്ച് താൻ അവരെ നയിക്കുകയാണെന്ന് നടിക്കുന്നവർ. രണ്ട്, സ്വന്തം ആദർശത്തിൽ ദൃഢമായി വിശ്വസിച്ച് അതനുസരിച്ചു ജീവിക്കുകയും ജനങ്ങളോടൊപ്പം നിന്ന് അവരെ നേർവഴിക്ക് നയിക്കുകയും ചെയ്യുന്ന തനത് വ്യക്തിത്വത്തിന്റെ ഉടമകൾ. ഇതിൽ രണ്ടാമത്തെ ഇനത്തിൽപ്പെട്ട മാതൃകയാണ് തേറമ്പിൽ.

പാർട്ടിയുടെ അച്ചടക്കം പൂർണമായി പാലിക്കുന്നതോടൊപ്പം തന്റെ വ്യക്തിപരമായ എല്ലാ സ്വാതന്ത്ര്യങ്ങളും അദ്ദേഹം കാത്തുസൂക്ഷിച്ചു. ആത്മീയതയിൽ അടിയുറച്ച അദ്ദേഹത്തിന്റെ പ്രവർത്തനശൈലി എന്നെ ആകർഷിച്ചു.

പരമേശ്വർജി

ഔചിത്യവും ആശയസമ്പുഷ്ടതയും നിറഞ്ഞവയാണ് തേറമ്പിലിന്റെ പ്രസംഗങ്ങൾ. ഞാൻ ഒരുപാട് പ്രസംഗിച്ചിട്ടുണ്ട്. എന്നാൽ എന്നേക്കാൾ ഏറെ വേദികളിൽ വിവിധ വിഷയങ്ങളെപ്പറ്റി അദ്ദേഹം സംസാരിക്കുന്നത് ഞാൻ ശ്രദ്ധിക്കാറുണ്ട്. സദസ്സ് അറിഞ്ഞ് സംസാരിക്കാനുള്ള തേറമ്പിലിന്റെ സിദ്ധി ഒന്ന് വേറെയാണ്. സ്പീക്കർ

ആയിരുന്ന അദ്ദേഹം നിയമസഭയിലേക്ക് എന്നെ സ്വാഗതം ചെയ്തതും, അദ്ദേഹം മുൻകൈ എടുത്ത് വിഭവസമൃദ്ധമായ സദ്യയോടെ എന്റെ സപ്തതി ആഘോഷിച്ചതും അടക്കം അദ്ദേഹത്തെ പറ്റി ഓർമ്മകൾ നിരവധിയാണ്.

തേറമ്പിൽ അപൂർവ്വ ജനസ്സിൽപ്പെട്ട ജെന്റിൽമാൻ പൊളിറ്റീഷ്യനാണ്.

സുകുമാർ അഴീക്കോട്

നിയമസഭാ സാമാജികൻ എന്ന നിലയിൽ ശ്രദ്ധേയമായ പ്രവർത്തനമാണ് ശ്രീ തേറമ്പിലിന്റേത്. കക്ഷിരാഷ്ട്രീയവിത്യാസത്തിനപ്പുറം വ്യക്തിബന്ധങ്ങൾ കാത്തുസൂക്ഷിക്കുന്നതിൽ അദ്ദേഹം പ്രത്യേകം താൽപര്യമെടുക്കുന്നു.

സ്പീക്കർ എന്ന നിലയിൽ അദേഹത്തിന്റെ പ്രവർത്തനം അഭിനന്ദനീയമായിരുന്നു. പ്രതിപക്ഷത്തിന് അർഹതപ്പെട്ട അവസരങ്ങൾ നൽകുന്നതിനും അതുവഴി പരമാവധി നിഷ്പക്ഷത പാലിക്കാനും അദ്ദേഹം ശ്രദ്ധിക്കാറുണ്ട്.

വി.എസ്.അച്യുതാനന്ദൻ

1967ൽ ഞാൻ കെ എസ് യു പ്രസിഡന്റ് ആയിരുന്ന കാലം മുതൽ തേറമ്പിലുമായി അടുത്ത് പ്രവർത്തിച്ചു വരുന്നു. എന്നും ജനങ്ങൾക്കിടയിൽ ജനങ്ങളോടൊപ്പം പ്രവർത്തിച്ച ജനകീയനാണ് അദ്ദേഹം. ശ്രീ.എ.കെ. ആന്റണിയും ഞാനും മുഖ്യമന്ത്രിമാരായിരുന്ന കാലത്താണ് അദ്ദേഹം സ്പീക്കറായി പ്രവർത്തിച്ചത്. അക്കാലത്ത് മഹാത്മാഗാന്ധി, ജവഹർലാൽ നെഹ്റു, ഡോ. അംബേദ്കർ എന്നിവരുടെ പ്രതിമകൾ നിയമസഭാമന്ദിരത്തിനു മുന്നിൽ അനാച്ഛാദനം ചെയ്തത് പ്രധാനമന്ത്രി ഡോ. മൻമോഹൻ സിംഗ് ആയിരുന്നു. മുൻ രാഷ്ട്രപതി കെ.ആർ നാരായണന്റെ പ്രതിമ മന്ദിരത്തിന്റെ പൂമുഖപടിയിലും സ്ഥാപിച്ചത് തേറമ്പിലാണ്. രാഷ്ട്രപതി എ.പി.ജെ അബ്ദുൽ കലാം നിയമസഭയിൽ തന്റെ വികസന അജണ്ട അവതരിപ്പിച്ചത് ഒരു ചരിത്ര സംഭവം തന്നെയായിരുന്നു. ഇന്ത്യയിൽ ആദ്യമായി എം.എൽ.എമാർക്ക് വേണ്ടി തൃശ്ശൂരിലെ കിലയിൽ വെച്ച് നടത്തിയ ശിൽപശാലയിൽ ലോകസഭ സ്പീക്കർ സോമനാഥ് ചാറ്റർജി, കേന്ദ്രമന്ത്രി മണിശങ്കർ അയ്യർ എന്നീ പ്രമുഖർ പങ്കെടുത്തു. നിയമസഭയിൽ ചരിത്രത്തിന്റെ സ്പന്ദനമുള്ള നിയമസഭാ മ്യൂസിയം ആരംഭിച്ചതും നിയസഭാ ചരിത്രം ഗ്രന്ഥരൂപേണ പ്രസിദ്ധീകരിച്ചതും അദ്ദേഹത്തിന്റെ സംഭാവനകളാണ്.

ഹ്രസ്വമായ കാലഘട്ടത്തിൽ ഇത്രയേറെ ശ്രദ്ധേയമായ പരിപാടികൾ സംഘടിപ്പിച്ച മറ്റൊരു സ്പീക്കർ ഉണ്ടോ എന്ന് സംശയമാണ്. തേറമ്പിൽ സഭയുടെ നാഥൻ മാത്രമല്ല, വിളക്കും ആയിരുന്നു.

ഉമ്മൻചാണ്ടി

As a matured politician and efficient speaker Mr. Therambil has impressed me very much. The workshop on decetnralization for the M.L.A's first of its kind in the whole coutnry, has proved his organizational capactiy and deep commitment.

Somanath Chatterji
(Loksabha Speaker)

വലിയ സാഹിത്യനായകന്മാരും പണ്ഡിതരും അരങ്ങു തകർത്താടിയ, സാംസ്കാരിക, രാഷ്ട്രീയ മണ്ഡലത്തിലെ തേജോമയമായ പാരമ്പര്യമുള്ള, സാമ്പത്തിക വളർച്ചയുടെ വിളനിലമായ പൂരപ്പെരുമയുടെ പ്രസിദ്ധിയുള്ള തൃശ്ശൂരിന്റെ പ്രതിനിധികൾ സർവ്വ സമുദായ മൈത്രിയുടെ പ്രതീകമായി പ്രവർത്തിക്കുന്ന തേറമ്പിൽ കേവലമൊരു എം.എൽ.എ. മാത്രമല്ല ഇമ്മിണി വല്യ എം.എൽ.എയാണ്.

എസ്.കെ. വസന്തൻ

പനമ്പിള്ളി ഗോവിന്ദമേനോൻ, അച്യുതമേനോൻ, ജോസഫ് മുണ്ടശ്ശേരി, ആർ.എം. മനയ്ക്കലാത്ത് തുടങ്ങിയ പ്രഗത്ഭരായ വ്യക്തികളുടെ പൈതൃകത്തിലേക്ക് പിൻതലമുറക്കാരനായ ഒരവകാശി കൂടി വന്നിരിക്കുന്നു - ശ്രീ. തേറമ്പിൽ രാമകൃഷ്ണൻ.

പി. ചിത്രൻ നമ്പൂതിരിപ്പാട്

('തൃശൂരിന്റെ സ്വന്തം തേറമ്പിൽ' എന്ന അക്ഷരോപഹാരത്തിൽ നിന്ന്)

■

കഥ തുടരുന്നു

രാഷ്ട്രീയത്തിന്റെ മേച്ചിൽപുറങ്ങളിൽ തനിച്ചായിപ്പോയാലും സംഘാടനത്തിന്റെ ഉച്ചസ്ഥായിയിൽനിന്ന് താഴേക്കിറങ്ങേണ്ടി വന്നാലും തൃശ്ശൂരിന്റെ സഹപ്രവർത്തകൻ എന്ന കുപ്പായം ഒരിക്കലും അഴിച്ചുവയ്ക്കാൻ തേറമ്പിൽ കൂട്ടാക്കില്ല. എല്ലായ്പ്പോഴും എല്ലാവരും അനിവാര്യരല്ല എന്ന കാഴ്ചപ്പാട് തേറമ്പിലിന്റെ തിരിച്ചറിവാണ്. ആ തിരിച്ചറിവുള്ള രാഷ്ട്രീയ മാന്യതയുടെ പ്രതിരൂപമാണ് തേറമ്പിൽ രാമകൃഷ്ണൻ എന്നു തൃശ്ശൂരിലെ പൊതുസമൂഹത്തിനറിയാം. പക്ഷേ, ആ തിരിച്ചറിവ് അദ്ദേഹം നെഞ്ചോട് ചേർത്ത പ്രസ്ഥാനത്തിന് ഒടുവിലൊടുവിൽ തിരിച്ചറിയാതെ പോയോ എന്ന സംശയം അദ്ദേഹത്തിന്റെ സുഹൃത്തുക്കൾക്കുണ്ട്. അടക്കംപറച്ചിലൊഴിച്ചാൽ, ആത്മസുഹൃത്തുക്കളും പക്ഷേ, അതൊന്നും പരാതിയുടെ രൂപേണ ആരോടും പങ്കുവച്ചതേയില്ല.പാർട്ടിക്കു തലവേദന ഉണ്ടാക്കരുതെന്ന നിശ്ചയദാർഢ്യം ഇന്നും തേറമ്പിലിനുണ്ട്. ആ തീരുമാനത്തിനു മുന്നിൽ തേറമ്പിൽ നേരിട്ട നീതികേട് ഒരു ചോദ്യചിഹ്നമായി ഇന്നും തൃശ്ശൂരിന്റെ ആകാശത്തു നിഴൽവീഴ്ത്തി നിൽപ്പുണ്ട്.

ഡോ. ഡി. ബാബുപോൾ സാഹിത്യ അക്കാദമിയിലെ ഒരു യോഗത്തിൽ പരസ്യമായി പ്രസംഗിച്ചത് ഇങ്ങനെയായിരുന്നു.

‘‘കോൺഗ്രസ് പാർട്ടി തേറമ്പിലിനെപ്പോലെയുള്ളവരോട് ചെയ്തത് നീതികേടാണ്.’’

മുപ്പതു വർഷം കാത്തുസൂക്ഷിച്ച ഒരു മണ്ഡലം തുടർന്നു നഷ്ടപ്പെടാതെ നോക്കാൻ കഴിയാതെപോയതു വലിയ പിഴവുതന്നെയാണെന്നു തൃശ്ശൂരിലെ സാധാരണക്കാരായ കോൺഗ്രസുകാർക്കു തോന്നലുണ്ട്. ‘തേറമ്പിൽ ഫാക്ടർ’ കാണാതെ പോയതിനു പാർട്ടിക്കു കിട്ടിയ വലിയ ശിക്ഷയായി ഈ നഷ്ടത്തെ വ്യാഖ്യാനിച്ചാലും തെറ്റു പറയുക വയ്യ. ഇനി അതു തിരിച്ചു പിടിക്കാൻ തേറമ്പിലല്ലാതെ മറ്റൊരാളെ കണ്ടെത്താനും പാർട്ടിക്കു കഴിഞ്ഞില്ല. കോൺഗ്രസ് പ്രസ്ഥാനത്തെ സ്നേഹിക്കുന്നവരെ വല്ലാതെ ദുഃഖിപ്പിക്കുന്നത് ഇതെല്ലാമാണ്. തേറമ്പിൽ വഴിമാറിയപ്പോൾ മാത്രമാണ് ഇടതു

പക്ഷത്തെ കെ.സുനിൽകുമാറിനും പി. ബാലചന്ദ്രനും തൃശ്ശൂരിൽ നിന്ന് എംഎൽഎമാരാകാൻ കഴിഞ്ഞതെന്നുള്ളത് ഇരുപക്ഷങ്ങളെയും ഇരുത്തിച്ചിന്തിപ്പിക്കുന്നതാണ്. എംഎൽഎ അല്ലാതിരുന്നിട്ടും തേറമ്പിലിനോടുള്ള തൃശ്ശൂരിന്റെ തകർക്കാൻ പറ്റാത്ത വിശ്വാസം ഇന്നും കെടാതെതുടരുന്നത് നേതൃതലത്തിലുള്ളവർ കാണാതെ പോകരുത്.

"പാർട്ടി താങ്കളെ ദുഃഖിപ്പിച്ചുവോ?"

ചോദ്യത്തിന് മൗനം കൊണ്ടാണ് തേറമ്പിൽ മറുപടി നൽകിയത്. വാചാലവും അർത്ഥഗർഭവുമായ മൗനം നീണ്ട പത്തു വർഷങ്ങളിലേക്കു മണ്ഡലം കോൺഗ്രസിൽ നിന്നകലുകയാണ്. ഉറച്ച തൃശ്ശൂരിന്റെ കോൺഗ്രസ് പാരമ്പര്യം കൈവിട്ടു പോയതിന്റെ കാര്യകാരണങ്ങൾ പാർട്ടി പഠനവിധേയമാക്കിയില്ലെങ്കിൽ, നേരത്തേ പരാമർശിച്ച, തേറമ്പിൽ ഫാക്ടർ കണ്ടില്ലെന്നു നടിക്കുന്നുവെങ്കിൽ തൃശ്ശൂരിന്റെ പ്രദക്ഷിണ വഴിയിൽ പുതിയൊരു കോൺഗ്രസ് ജനപ്രതിനിധി വരാൻ ഇനിയുമെത്ര കാലം നമ്മൾ കാത്തിരിക്കേണ്ടി വരുമെന്ന കാര്യത്തിൽ ഒട്ടും സംശയിക്കേണ്ടതില്ല. അതാണ് തൃശ്ശൂരിന്റെ രാഷ്ട്രീയ ഭൂമിക നമ്മളെ പഠിപ്പിക്കുന്നത്. സ്പീക്കർ പദവിയിലെത്തിയപ്പോൾ രാഷ്ട്രീയമാന്യതയുടെ പേരിൽ എഐസിസി അംഗത്വം രാജിവച്ചയാളാണ് തേറമ്പിൽ രാമകൃഷ്ണൻ..

സ്പീക്കറായി ചുമതലയേറ്റാൽ പാർട്ടി ഭാരവാഹിയാണെങ്കിൽ അതൊക്കെ ഉപേക്ഷിക്കുന്നതാണ് മാന്യമായ അലിഖിത നിയമം. അതു പാലിക്കുകയാണ് തേറമ്പിൽ ചെയ്തത്.

ഗ്രൂപ്പിസത്തിന്റെ രക്തസാക്ഷിയായി പലപ്പോഴും തേറമ്പിലിന്റെ രാഷ്ട്രീയ അസ്തിത്വം വിറങ്ങലിച്ചു നിൽക്കുന്നതായി തോന്നിയിട്ടുണ്ട്. ഉന്നത നേതാക്കൾ പോലും ഇതര പ്രസ്ഥാനങ്ങളുടെ പ്രലോഭനത്തിൽപെട്ട് കോൺഗ്രസിൽ നിന്ന് ഇടറിയകലുമ്പോൾ അടിയുറച്ചു പാർട്ടിയുടെകൊടിത്തണലിൽ നിൽക്കുന്നവരെ തിരിച്ചറിയാതെ പോകുന്നത് വലിയ പ്രത്യാഘാതങ്ങളുണ്ടാക്കുമെന്നു തീർച്ച. രാജ്യത്തു ജനാധിപത്യത്തിനു പരുക്കേൽക്കുമ്പോൾ ഫലപ്രദമായി പ്രതിരോധിക്കാൻ പ്രതിപക്ഷത്തിനു പലപ്പോഴും കഴിയുന്നില്ല. പ്രതിപക്ഷം പലതട്ടുകളിലായി ചിതറിക്കിടപ്പാണ്. ദേശീയ വീക്ഷണവും സ്വീകാര്യതയുമില്ലാത്ത പ്രാദേശികകക്ഷികൾ കൂടുതൽ ശക്തിയാർജിക്കുകയാണ്. ഇതു രാജ്യപുരോഗതിക്കു നല്ലതാണെന്നു തോന്നുന്നില്ല.

ഈ വർത്തമാന രാഷ്ട്രീയ ദുരന്തത്തിനു പരിഹാരം കോൺഗ്രസ് എന്ന രാഷ്ട്രീയ പ്രസ്ഥാനമല്ലാതെ മറ്റൊന്നില്ലെന്ന് ഓർത്തേ പറ്റൂ. പഴക്കവും പാരമ്പര്യവുമുള്ള കോൺഗ്രസ് പ്രസ്ഥാനം കരുത്തു വർദ്ധിപ്പിച്ചേ പറ്റൂ. കോൺഗ്രസ് ആശയങ്ങളുടെ വിമർശകർപോലും കോൺഗ്രസിന്റെപുനരുജ്ജീവനമാണ് ആഗ്രഹിക്കുന്നതെന്നോർക്കണം. രാഷ്ട്രീയ മൂല്യശോഷണവും നേതൃദാരിദ്ര്യവുംതല മുതൽ

തലമുറകളുമായുള്ള സൗഹൃദം

പാദം വരെ കോൺഗ്രസിനെ ക്ഷീണിപ്പിച്ചിരിക്കുകയാണ്. ജന പ്രീതിക്കു പകരം നേതൃപ്രീതി നേടിയാലേ പാർട്ടിയിൽ നിലനിൽപ്പുള്ളൂ എന്ന ചിന്ത പടർന്നിരിക്കുന്നു. പാദസേവകർ ഏറിയിരിക്കുന്നു. കൂട്ടായ തീരുമാനങ്ങൾക്കുള്ള സാധ്യതകളടഞ്ഞിരിക്കുന്നു. ജനാധിപത്യരീതിയിലുള്ള ചർച്ചകളും സംവാദങ്ങളും ആശയവിനിമയവും പാർട്ടി തിരികെപ്പിടിക്കേണ്ടിയിരിക്കുന്നു. കോൺഗ്രസ് തളർന്നാൽ ജനാധിപത്യമാണ് തകരുക. രാജ്യമാണ്തളരുക. കാലത്തിന്റെ ചുവരെഴുത്ത് വായിക്കാനാവാതെ ഒരു പ്രസ്ഥാനത്തിനും മുന്നോട്ട് പോകാനാവില്ലെന്നതു തിരിച്ചറിഞ്ഞേ പറ്റൂ.

കരുത്തുറ്റതെന്നു നാം അഭിമാനിക്കുന്ന നമ്മുടെ ജനാധിപത്യ സംവിധാനം അടുത്ത കാലത്തായിദുർബലപ്പെട്ടുകൊണ്ടിരിക്കുകയാണ്. ജനാധിപത്യം സാർഥകമാവാൻ ശക്തമായ നേതൃത്വവും പ്രബുദ്ധരായ സമൂഹവും കൂടിയേ തീരൂ. നേതൃകേന്ദ്രീകൃതമായ പ്രവർത്തനരീതിയാണ് ഇന്ന് എല്ലാരാഷ്ട്രീയ പ്രസ്ഥാനങ്ങളും സ്വീകരിച്ചു വരുന്നത്. കേന്ദ്രം ഭരിക്കുന്ന പാർട്ടിയുടെ ധാർഷ്ട്യവും ഏകാധിപത്യ ശൈലിയും ഇതര പ്രസ്ഥാനങ്ങളിലേക്കുള്ള കടന്നുകയറ്റവും ജനാധിപത്യത്തിനു നേർക്കുള്ള വെല്ലുവിളി കൂടിയാണെന്നു പറഞ്ഞു വയ്ക്കുകയാണ് തേറമ്പിൽ. പണ്ടൊന്നും ഇത്തരം രാഷ്ട്രീയ കടന്നേറ്റങ്ങൾ ഇത്രമേൽ അലോസരപ്പെടുത്തിയിരുന്നില്ല. ആശയപരമായി എതിർപക്ഷത്തുള്ളപ്പോഴും സൗഹൃദത്തിന്റെ ആഴവും പരപ്പും നേരെ ചൊവ്വേ കാത്തുസൂക്ഷിക്കുന്നവരായിരുന്നു എല്ലാവരും.

ജനസ്വീകാര്യതയുള്ളവരെ ഒതുക്കി നിർത്തുന്ന രീതിയാണ് രാഷ്ട്രീയ പാർട്ടികളുടെ ക്ഷീണകാരണം. അതു തിരിച്ചറിയാതെ പോകരുത്. പണ്ട്, തൃശ്ശൂരിൽ കോൺഗ്രസിൽ ഗ്രൂപ്പിസം കത്തി നിൽക്കുന്ന കാലം. ഒരു പത്രപ്രവർത്തകൻ പരസ്യമായി തേറമ്പിൽ രാമകൃഷ്ണനോട്ചോദിച്ചു, ‘‘താങ്കൾ ഏതു ഗ്രൂപ്പാണ്?’’

‘‘ഞാൻ കോൺഗ്രസ് ഗ്രൂപ്പാണ്.’’

മാധ്യമപ്രവർത്തകൻ ചോദ്യത്തെ പരിഷ്കരിച്ച് വീണ്ടും അമ്പെയ്തു.

‘‘താങ്കൾക്കു കരുണാകരനെയോ ആന്റണിയെയോ കൂടുതൽ ഇഷ്ടം?’’

‘‘അച്ഛനെയാണോ അമ്മയെയാണോ കൂടുതൽ ഇഷ്ടം എന്നു ചോദിക്കും പോലൊരു ചോദ്യം’’ എന്ന മറുപടിയിലൊതുക്കി മാധ്യമപ്രവർത്തകനെ നേരിട്ട തേറമ്പിലിന്റെ നിലപാട് ഇന്നും തൃശ്ശൂരിലെ മാധ്യമലോകം മറന്നിട്ടില്ല.

സഹപാഠിയായിരുന്ന യൂസഫലി കേച്ചേരി തേറമ്പിലിനെ ‘തൃശ്ശൂരിന്റെ തുളസിമാല’ എന്നാണ് പേരിട്ടു വിളിച്ചത്. അത് അന്വർഥമാക്കുന്ന ജീവിതശീലമാണ് തേറമ്പിലിന്റെ ആരോഗ്യരഹസ്യവും.

ജാതിമത ഭിന്നിപ്പുകൾ സമൂഹത്തിന്റെ സ്വച്ഛതയെ വല്ലാതെ കുടഞ്ഞില്ലാതാക്കുന്നുവെന്നതാണ് തേറമ്പിലിന്റെ ഇപ്പോഴത്തെ മനോവ്യഥ. സ്വാമി വിവേകാനന്ദന്റെയും ഗാന്ധിജിയുടെയും ആശയ സമൃദ്ധമായ ചിന്താധാരകൾ ഇന്നും കൂടുതൽ പ്രസക്തമാവുകയാണ്. രാഷ്ട്രീയ നേട്ടങ്ങൾക്കു വേണ്ടി ജാതിമത ധാരണകളെ നേരിട്ടും അല്ലാതെയും ദുരുപയോഗിക്കുന്നതു തിരിച്ചറിയാൻ കഴിയാതെ പോകുന്നതാണു വർത്തമാന കാല ദുരന്തമെന്നും തേറമ്പിൽ കരുതുന്നു. ഫെയ്സുബുക്കും വാട്സാപ്പും സ്മാർട്ഫോണും ഇല്ലാത്ത ഈ രാഷ്ട്രീയ നേതാവ് നേരിട്ട് മുഖത്തോടു മുഖംനോക്കിയാണു കാലത്തോട് സംസാരിക്കുന്നത്.

വടക്കുംനാഥനിലെ ശംഖനാദവും പുത്തൻപള്ളിയിലെ മണിമുഴക്കവും കൊക്കാല മസ്ജിദിലെ ബാങ്ക് വിളിയും സമന്വയിപ്പിക്കുന്ന സംസ്കാരത്തിന്റെ അന്യംനിന്നുകൊണ്ടിരിക്കുന്ന അംബാസഡർമാരിൽ ഒരാളായി ഇന്നും തൃശ്ശൂരിൽ തേറമ്പിലിനു പ്രസക്തി ഏറുകയാണ്. തൃശ്ശൂരിന്റെ ആത്മാവുറഞ്ഞു നിൽക്കുന്ന വളരെ കുറുക്കിയ ഭാഷയും അതിലെ താളവും തേറമ്പിൽ രാമകൃഷ്ണനിലെന്നും പ്രകടമാണ്. എവിടെയും എപ്പോഴും തേറമ്പിൽ തനി തൃശ്ശൂർക്കാരനാവുന്നത് അതുകൊണ്ടാണ്. അടിസ്ഥാന പരമായി ഒരു പൊതുപ്രവർത്തകനാണ് അദ്ദേഹം.

സജീവ രാഷ്ട്രീയം തേറമ്പിലിന്റെ ചുറ്റുവട്ടത്തു നിന്നകന്നപ്പോൾ അൽപ്പാൽപം അദ്ദേഹം പഴയ പുസ്തകക്കൂട്ടങ്ങൾക്കിടയിലേക്ക് സ്വയം രൂപാന്തരപ്പെടാൻ തുടങ്ങി. ഇന്നും ഒരുഅക്ഷരസ്നേഹിയാണു തേറമ്പിൽ. വായനയും വായനശാലയുമെല്ലാം ഇപ്പോൾ കൂടുതൽ സജീവമായിരിക്കുന്നു. ഇടക്കാലത്ത് ഉപേക്ഷിക്കപ്പെട്ട വായന തുടരാനായിരിക്കുന്നു. മലയാളത്തിലെ പ്രശസ്തമായ നോവലുകളിൽ പലതും വായിച്ചു തീർന്നിരിക്കുന്നു. ആത്മകഥകളോടാണിപ്പോൾ പ്രിയം. ശ്രീകുമാരൻ തമ്പിയുടെ 'ജീവിതമെന്ന പെൻഡുലം', എംകെകെ നായരുടെ 'ആരോടുംപരിഭവമില്ലാതെ' എന്നീ പുസ്തകങ്ങളുടെ പുനർ വായനയിലാണിപ്പോൾ. ജനസമ്പർക്കമാണു തേറമ്പിലിന്റെ ഊർജസ്രോതസ്സ് എന്നു പലപ്പോഴും തോന്നാറുണ്ട്. പൊതുജനങ്ങൾക്ക് ഒരിക്കലും അപ്രാപ്യനല്ല തേറമ്പിൽ. അദ്ദേഹത്തിന്റെ വക്കീലാപ്പീസ് ഏവർക്കുമായി ഇപ്പോഴും സേവനകേന്ദ്രമായി തുടരുന്നു. ഇടനിലക്കാരില്ലാതെ ആർക്കും ഇന്നും തേറമ്പിലിനെ കാണാം. ചുമരിലും പോസ്റ്ററുകളിലും ബാനറുകളിലും മാത്രം ജീവിക്കുന്ന കാലിക രാഷ്ട്രീയ സമീപനത്തിനുമപ്പുറം ജനമനസ്സിൽ പതിഞ്ഞൊരു യൗവ്വനഭാവം ഈ പ്രായത്തിലും തേറമ്പിൽ മായാതെ സൂക്ഷിക്കുന്നു.

സ്വരാജ് റൗണ്ടിനു ചുറ്റുമുള്ള കെട്ടിടങ്ങളെല്ലാം ഒരു പ്രത്യേക മാസ്റ്റർ പ്ലാൻ പ്രകാരം പൈതൃക മാതൃകയിലുള്ള നിർമാണ രീതി

അവലംബിച്ചു പുനർനിർമിക്കുക. ഒരേ ഭാവവും മുഖഛായയുമുള്ള കെട്ടിടങ്ങൾ പ്രദക്ഷിണ വഴിക്കു ചുറ്റും തലയെടുപ്പോടെ നിൽക്കുക. തേറമ്പിൽ മനസ്സിൽ സൂക്ഷിക്കുന്ന മോഹങ്ങളാണിവ.

തൃശ്ശൂരിന്റെ ശാപമായ വാഹനക്കുരുക്കഴിക്കാനായി മണ്ണുത്തി അമലനഗർ ബൈപാസ്, പുഴയ്ക്കൽ പാടത്ത് മൊബിലിറ്റി ഹബ് എന്നിവ സ്തംഭിച്ചുപോയതിൽ തേറമ്പിൽ ഏറെ ഖിന്നനാണ്. വികസനം ഒരു തുടർ പ്രക്രിയയാണെന്നും ആരംഭിച്ച പല പദ്ധതികളും മാറിമാറിവരുന്ന സർക്കാരുകൾ പാതിവഴിയിൽ അവസാനിപ്പിക്കുകയും പിന്നീട് അത് അനാഥമാവുകയും ചെയ്യുന്ന ദുരവസ്ഥ ആവർത്തിക്കുന്നതിൽ തേറമ്പിൽ സങ്കടപ്പെടുന്നു.

വലിയ ധനനഷ്ടം ഉണ്ടാക്കുന്ന, നാടിനു ദോഷം ക്ഷണിച്ചു വരുത്തുന്ന ഈ സാഹചര്യത്തിനു മാറ്റം വരണമെന്നും സർക്കാരുകൾ മാറിയാലും പാതിവഴിയിലുള്ള പദ്ധതികൾ ആവശ്യമെങ്കിൽ റിവ്യൂ നടത്തി പൂർത്തിയാക്കാനുള്ള മഹാമനസ്കതയും പ്രായോഗിക ബുദ്ധിയും നിലപാടും രാഷ്ട്രീയ പ്രസ്ഥാനങ്ങൾ സ്വീകരിക്കണമെന്നുമാണ് തേറമ്പിലിന്റെ ദൃഢമായ അഭിപ്രായം. രാമനിലയം വളപ്പിൽ നിർമാണം തുടങ്ങിയ കൂത്തമ്പലം 80 ശതമാനം പണി പൂർത്തിയായ ഘട്ടത്തിൽ ഒരു രാത്രിയിൽ അഗ്നിക്കിരയാകുന്നു. തേറമ്പിൽ അന്നു സ്പീക്കറാണ്. പലതവണ ഈ അത്യാഹിതം സംബന്ധിച്ച് നിയമസഭയിലടക്കം തേറമ്പിൽ ഉന്നയിച്ചിട്ടും കത്തിനശിച്ച കൂത്തമ്പലം പുനർനിർമിക്കാനോ ലക്ഷങ്ങൾ കത്തിനശിച്ച ദുരൂഹതയെപ്പറ്റി ഫലപ്രദമായി മാറി മാറി വന്ന സർക്കാരുകൾ അന്വേഷിക്കുവാനോ മുന്നോട്ടുവന്നില്ല. ഭരണാധികാരികളുടെ നിരുത്തരവാദപരമായ നിലപാടുകൾ കൊണ്ട് ഇങ്ങനെ എത്രയെത്രലക്ഷങ്ങളാണ് കത്തിനശിച്ചും ചിതലരിച്ചും പാഴായി പോകുന്നത്. ഇതിനൊരു മാറ്റം വന്നെങ്കിൽ എന്ന് ആത്മാർഥമായി ആശിക്കുകയാണ് തേറമ്പിൽ. തേറമ്പിലിനെ പോലെ വികസന കാര്യത്തിൽ സജീവമാകുന്ന ജനപ്രതിനിധികൾ ഒരു നാടിന്റെ ഭാഗ്യമാണ്.

ദീർഘകാലം തൃശ്ശൂരിൽ വിവിധ പദ്ധതികൾ അലങ്കരിച്ച മുൻ ഡി.ജി.പി. ഡോ. അലക്സാണ്ടർ ജേക്കബ്‌വിലയിരുത്തിയത് പ്രസക്തമാണ്. ''സ്വരാജ് റൗണ്ടിന് ചുറ്റും വട്ടത്തിൽ ഒതുങ്ങിയിരുന്ന കൊച്ച് തൃശൂർ'', വിസ്തൃതവും വികസിതവുമായ ഒരു മഹാനഗരമായി വളർന്നതിനും ഐക്യരാഷ്ട്രസഭ അടുത്ത കാലത്ത് തൃശ്ശൂരിനെ വിജ്ഞാനനഗരമായി പ്രഖ്യാപിച്ചതിനുമുള്ള സാഹചര്യം ഒരുക്കിയതിനും തേറമ്പിലിന്റെ സംഭാവനകൾ ആർക്കും അവഗണിക്കാനാവില്ല.''

തേറമ്പിൽ എന്നും തൃശ്ശൂരിന്റെ അവിഭാജ്യ ഘടകമാണ്. കുറ്റൂർക്കാർക്ക് തങ്കപ്പനും സഹപാഠികൾക്ക് ടി. രാമകൃഷ്ണനും നാട്ടുകാർക്ക് വക്കീലും പൊതുജനങ്ങൾക്ക് തേറമ്പിലും പാർട്ടിക്കാർക്ക്

പ്രസിഡന്റും വിവേകോദയക്കാർക്ക് മാനേജരും മാധ്യമക്കാർക്ക് മുൻസ്പീക്കറും അങ്ങനെ തേറമ്പിൽ രാമകൃഷ്ണൻ പലർക്കും പലതാണ്. പക്ഷേ, എല്ലാവർക്കും സ്വന്തമാണ്.

എല്ലാ വിഭാഗക്കാരുമായും സൗഹൃദത്തിന്റെ കുട നിവർത്തി എന്നും അവരുടെ ഒപ്പം നിൽക്കുന്ന തേറമ്പിൽ രാമകൃഷ്ണനു രാഷ്ട്രീയം തൊഴിലല്ല. അധികാരത്തിലേക്കുള്ള ചവിട്ടുപടിയായി അദ്ദേഹം രാഷ്ട്രീയത്തെ ഉപയോഗിച്ചിട്ടുമില്ല. ജനസേവനത്തിനുള്ള വഴിയായി രാഷ്ട്രീയത്തിലിറങ്ങിയ അദ്ദേഹം വക്കീൽ പണിയിലും കാശുണ്ടാക്കാൻ തുനിഞ്ഞിട്ടില്ല. ജനോപകാര സംസ്കാരത്തിന്റെ പ്രതിരൂപമോ പ്രതിനിധിയോ ആയി ചൂണ്ടിക്കാട്ടാൻ തേറമ്പിലിനെപ്പോലുള്ളവർ കുറഞ്ഞുവരുന്ന കാലത്ത് ഈ മനുഷ്യന്റെ സുഹൃദ്ബന്ധങ്ങൾ വിപുലമായിരുന്നു.

''തിരിഞ്ഞു നോക്കുമ്പോൾ പിന്നിട്ട വഴികളെക്കുറിച്ച് എന്താണ് വിലയിരുത്തൽ?'' തേറമ്പിൽ മനസ്സ്തുറക്കുന്നു.

''സ്വാതന്ത്ര്യസമരം കൊടുമ്പിരി കൊണ്ട ഒരു കാലത്താണ് കോൺഗ്രസ് കുടുംബത്തിൽ ഞാൻ ജനിക്കുന്നത്. 'ഉത്തിഷ്ഠതാ ജാഗ്രതാ പ്രാപ്യവരാൻ നിബോധിത' എന്ന വിവേകാന്ദ സൂക്തവും 'പ്രവർത്തിക്കുക അല്ലെങ്കിൽ മരിക്കുക' എന്ന ഗാന്ധിജിയുടെ ആഹ്വാനവും ജവഹർലാൽ നെഹ്റുവിന്റെയും സുഭാഷ്ചന്ദ്രബോസ് തുടങ്ങിയ സ്വാതന്ത്ര്യസമരസേനാനികളുടെ പ്രവർത്തനങ്ങളും എന്നെ പ്രചോദിപ്പിച്ചു. പാരമ്പര്യവും പശ്ചാത്തലവും എന്റെ സ്വഭാവത്തെ രൂപപ്പെടുത്തി. വിദ്യാർത്ഥികാലം മുതൽ പൊതുപ്രവർത്തനത്തിൽ സജീവമായിരുന്ന ഞാൻ തൃശ്ശൂർ ഡി.സി.സി. സെക്രട്ടറിയും ഡി.സി.സി. പ്രസിഡണ്ട്, കെ.പി.സി.സി. എക്സിക്യൂട്ടീവ് കമ്മിറ്റി മെമ്പറും, എ.ഐ.സി.സി. മെമ്പറും കോൺഗ്രസ് പാർലിമെന്ററി ഉപനേതാവുമൊക്കെയായി സന്ദിഗ്ദ്ധഘട്ടങ്ങളിലൊക്കെ ഞാൻ സംഘടനയ്ക്കൊപ്പം ഉറച്ചു നിന്നു. കേന്ദ്ര സംസ്ഥാനങ്ങളിലുള്ള ഇന്നത്തെ രാഷ്ട്രീയസംഭവവികാസങ്ങളിൽ ആകാംക്ഷയുണ്ട്. തുണച്ചവർ എല്ലാം തിരിച്ച് തുണയ്ക്കുമെന്ന് കരുതേണ്ട, ആവശ്യം വരുമ്പോൾ നിരവധി അദൃശ്യ കരങ്ങൾ സഹായത്തിനെത്തും. ജീവിതം എന്നെ പഠിപ്പിച്ചത് അതാണ്. വലിയ വ്യാപാരത്തിന്റെ ഒരു ലോകമുണ്ട് തൃശ്ശൂരിന്. ഒപ്പം ഉയർന്ന സാംസ്കാരിക പ്രവർത്തനത്തിന്റെ മറ്റൊരു ലോകവുമുണ്ട്. ഇവ തമ്മിൽ വലിയ ബന്ധമൊന്നുമില്ലെങ്കിലും എത്ര മനോഹരമായാണ് ഈ സമാന്തര ജീവിതങ്ങൾ തൃശ്ശൂരിന്റെ മണ്ണിൽ വേരിട്ടു നിൽക്കുന്നത്.''

അതുപോലെ എത്ര അനായാസമായിട്ടാണ് തൃശ്ശൂരിന്റെ തുളസിക്കതിർ പോലെ വിശുദ്ധി നിലനിർത്തി തേറമ്പിൽ എന്ന തൃശ്ശൂക്കാരനായ ജനസേവകൻ ഈ സമാന്തര ജീവിതങ്ങൾക്കൊപ്പം ഒഴുകി

തൃശ്ശൂരിന്റെ വളർച്ചയിൽ കണ്ണുംനട്ട്

നടക്കുന്നത്. അതൊരു ശാസ്ത്രമാണ്, കലയാണ്. എല്ലാറ്റിനെയും ചേർത്തുനിർത്തുകയും എല്ലാവർക്കുമൊപ്പം ചേർന്നു നടക്കുകയും ചെയ്യുന്ന കല. കൊട്ടും മേളവും നിറപ്പകിട്ടിന്റെ കുടമാറ്റവും പാട്ടും പുലികളിയും പൂരങ്ങളും പെരുന്നാളുകളുമെല്ലാം ഈ മണ്ണിൽ സമഞ്ജസമായാണ് ഇണങ്ങിച്ചേരുന്നത്. ആഘോഷങ്ങൾക്ക് ഒട്ടും കുറവുള്ളയിടമല്ല തൃശ്ശൂർ. ആഘോഷിക്കാൻ തൃശ്ശൂർക്കാരോളം മനസ്സുള്ളവർ മറ്റെവിടെയുമില്ല.

തേറമ്പിലിന്റെ ആഘോഷങ്ങളെല്ലാം ഇവിടുത്തുകാർക്കൊപ്പമേയുള്ളൂ. ആൾക്കൂട്ടത്തിന്റെ ആഘോഷവും ആനന്ദവുമെല്ലാം ഈ മണ്ണിലാണെന്ന് തേറമ്പിൽ വിശ്വസിക്കുന്നു. ഇനിയൊരു ജന്മമുണ്ടെങ്കിൽ തേറമ്പിൽ ഇവിടെയേ ജനിക്കൂ. ഇനിയൊരു ജീവിതമുണ്ടെങ്കിൽ അത് ഈ മണ്ണിലേ കിളിർക്കൂ. കാരണം, അത്രയേറെ ജീവിച്ചും ജയിച്ചും മതിവരാതെ ഈ മണ്ണിനെ ഉള്ളിലെടുത്തു നടക്കുന്ന പച്ചമനുഷ്യനാണദ്ദേഹം. ■

‘തേറമ്പിൽ - ആർഭാടങ്ങളില്ലാതെ ആരവങ്ങളില്ലാതെ’
ശശി തരൂർ പ്രകാശം ചെയ്യുന്നു. കേരളത്തിലെ സാമൂഹിക
സാംസ്കാരിക രാഷ്ട്രീയ രംഗത്തുള്ളവർ സമീപം.

രാഷ്ട്രീയ മൂല്യങ്ങളെ ഒരിക്കലും കൈവിടാത്ത വ്യക്തിത്വം. ജാതി -മത-രാഷ്ട്രീയത്തിന്നതീതമായി സർവ്വരോടും സമഭാവനയോടെ സഹവർത്തിക്കുകയും എപ്പോഴും എല്ലാവർക്കും സമീപിക്കാവുന്ന ജനപ്രിയനുമാണ് തേറമ്പിൽ. രാഷ്ട്രീയ ജീവിതത്തിലും വ്യക്തി ജീവിതത്തിലും ഔന്നത്യം പുലർത്തിയിരുന്നു. അതുതന്നെയാണ് അദ്ദേഹത്തിന്റെ വിജയരഹസ്യവും.

(പുസ്തകപ്രകാശനം നിർവ്വഹിച്ചുകൊണ്ട്
ശശി തരൂർ തേറമ്പിലിനെക്കുറിച്ച് പറഞ്ഞ വാക്കുകൾ.)

www.ingramcontent.com/pod-product-compliance
Lightning Source LLC
LaVergne TN
LVHW100305051026
849517LV00006B/2202
9789395878463